എ എസ്
വരയും കാലവും

a s
varayum kalavum

•

editor
j r prasad

•

first chintha edition
june 2013

•

typesetting
megha

•

published
chintha publishers, thiruvananthapuram

•

•

cover
vinod

•

വിതരണം

ദേശാഭിമാനി ബുക്ക് ഹൗസ്
H O തിരുവനന്തപുരം–695 035
www.chinthapublishers.com
chinthapublishers@gmail.com

ബ്രാഞ്ചുകൾ

ഹെഡ്ഡാഫീസ് ബ്രാഞ്ച് കുന്നുകുഴി • ഓവർബ്രിഡ്ജ് തിരുവനന്തപുരം • കെ എസ് ആർ ടി സി ബസ് സ്റ്റേഷൻ ആലപ്പുഴ • കെ എസ് ആർ ടി സി ബസ് സ്റ്റേഷൻ എറണാകുളം • മച്ചിങ്ങൽ ലെയ്ൻ തൃശൂർ • ഐ ജി റോഡ് കോഴിക്കോട് • മാവൂർ റോഡ് കോഴിക്കോട് • എൻ ജി ഒ യൂണിയൻ ബിൽഡിങ് കണ്ണൂർ • സെൻട്രൽ ബസ് ടെർമിനൽ കോംപ്ലക്സ് താവക്കര കണ്ണൂർ.

CO - 1923 / 3273

എ എസ്
വരയും കാലവും

എഡിറ്റർ:

ജെ ആർ പ്രസാദ്

ചിന്ത പബ്ലിഷേഴ്സ്
തിരുവനന്തപുരം-695 035

ജെ ആർ പ്രസാദ്

ആറ്റിങ്ങൽ വഞ്ചിയൂർ സ്വദേശി.

അച്ഛൻ: ജനാർദ്ദനൻ വൈദ്യർ, അമ്മ: തങ്കമ്മ.

ആറ്റിങ്ങൽ ബോയ്സ് ഹൈസ്കൂൾ, തിരുവനന്തപുരം ആർട്സ് കോളേജ്, വർക്കല എസ് എൻ കോളേജ് എന്നിവിടങ്ങളിൽ പഠനം. 1980 മുതൽ *മാതൃഭൂമി*യിൽ ചിത്രകാരനായിരുന്നു. ചീഫ് ആർട്ടിസ്റ്റായിരിക്കെ 2008 ൽ *മാതൃഭൂമി*യിൽനിന്ന് പിരിഞ്ഞു. പഠനകാലത്തും പിന്നീടും *രാഷ്ട്രശിൽപ്പി* ലിറ്റിൽ മാഗസിൻ നടത്തി. കേരള ലളിതകലാ അക്കാദമി അവാർഡുൾപ്പെടെ നിരവധി പുരസ്കാരങ്ങൾ ലഭിച്ചിട്ടുണ്ട്. ലളിതകലാ അക്കാദമിയിലും സാഹിത്യ അക്കാദമിയിലും മെമ്പറായിരുന്നു. സംസ്ഥാന ചലച്ചിത്ര അവാർഡു കമ്മിറ്റിയിൽ ജൂറി മെമ്പർ. ചില മികച്ച സിനിമകളുടെ കലാസംവിധായകനായിരുന്നു. ചിത്രകലയെക്കുറിച്ചും സിനിമയെക്കുറിച്ചും ആനുകാലികങ്ങളിൽ എഴുതുന്നു. രേഖാചിത്രകാരൻ എ എസിനെക്കുറിച്ചും ചലച്ചിത്ര നിരൂപകൻ കോഴിക്കോടനെക്കുറിച്ചും പുസ്തകങ്ങൾ എഡിറ്റുചെയ്തു പ്രസിദ്ധീകരിച്ചിട്ടുണ്ട്. വര പഠിക്കാത്ത ചിത്രകാരനാണ്. ഇപ്പോൾ *കലാപൂർണ* സാഹിത്യമാസികയുടെ എഡിറ്റർ.

ഭാര്യ:	കെ വസന്തകുമാരി
മക്കൾ:	ഇന്ദുലേഖ, രോഹിൺ പ്രസാദ്

വിലാസം: കരിഷ്മ, ഹരിനഗർ
പൂങ്കുന്നം, തൃശൂർ 680 002
ഫോൺ: 9447848080
Email: jrpartist@gmail.com

എ എസ് നായർ (1936-1988)

1936 ൽ ചെർപ്പുളശ്ശേരിക്കടുത്ത കാറൽമണ്ണയിലാണ് അത്തിപ്പറ്റ ശിവരാമൻനായർ എന്ന എ എസ് നായർ ജനിച്ചത്. തൃക്കിടീരിമനയെ ആശ്രയിച്ചുകഴിഞ്ഞിരുന്ന എ എസിനെ മദിരാശി സ്കൂൾ ഓഫ് ആർട്സിൽ ചിത്രകല പഠിപ്പിക്കാനയച്ചത് മനയ്ക്കലെ വാസുദേവൻ നമ്പൂതിരിയാണ്. കാറൽമണ്ണ പൊതുജന വായനശാല നടത്തിയിരുന്ന *കൈരളി* കൈയെഴുത്തു മാസികയിലൂടെയാണ് എ എസിന്റെ ആദ്യകാല രേഖാചിത്രങ്ങൾ പുറത്തുവന്നത്. മദിരാശിയിൽ പഠിക്കുന്ന കാലത്ത് *മാതൃഭൂമി* വാരാന്തപ്പതിപ്പിലും *ജയകേരളം* മാസികയിലും വരച്ചിരുന്നു. ചിത്രകലാപഠനത്തിനുശേഷം *പേശുംപടം* എന്ന തമിഴ് സിനിമാമാസികയുടെ പത്രാധിപസമിതിയിൽ കുറച്ചുകാലം ജോലി നോക്കി. 1961 ൽ *മാതൃഭൂമി ആഴ്ചപ്പതി*പ്പിന്റെ ചിത്രകാരനായി. മൂന്നു പതിറ്റാണ്ടോളം *ആഴ്ചപ്പതി*പ്പിലൂടെ മലയാളത്തിലെയും ഇതര ഭാഷകളിലെയും ഒട്ടനവധി കഥാപാത്രങ്ങൾക്ക് ദൃശ്യാവിഷ്കാരം നൽകിയ എ എസ് ഇന്ത്യയിലെ രേഖാചിത്രകാരന്മാരുടെ കൂട്ടത്തിലെ പ്രതിഭാശാലികളിലൊരാളായിരുന്നു; മികച്ചൊരു കാർട്ടൂണിസ്റ്റും. നാടകത്തിലും കേരളീയ അനുഷ്ഠാനകലകളിലും ഏറെ തൽപ്പരനായിരുന്നു എ എസ്. *മരണം* എന്ന പേരിൽ ഒരു നാടകം പ്രസിദ്ധീകരിച്ചിട്ടുണ്ട്. *മാതൃഭൂമി* ചീഫ് ആർട്ടിസ്റ്റായി ജോലിയിലിരിക്കെ 1988 ൽ അൻപത്തിരണ്ടാം വയസിൽ എ എസ് നായർ അന്തരിച്ചു.

ഉള്ളടക്കം

പ്രസാധകക്കുറിപ്പ്

നമ്മുടെ സാഹിത്യപരിസരത്ത് രേഖാചിത്രങ്ങൾക്കുള്ള സ്ഥാനം വലുതാണ്. മലയാളത്തിലെ മികച്ച സാഹിത്യ സൃഷ്ടികൾ ആനുകാലികങ്ങളിൽ പ്രസിദ്ധീകരിക്കപ്പെട്ട പ്പോൾ അതിന്റെ ഇലസ്ട്രേഷനുകളും ആ സാഹിത്യ രചനകളോടൊപ്പംതന്നെ ജനഹൃദയങ്ങളിൽ ചേക്കേറി.

നോവലുകൾക്കും ചെറുകഥകൾക്കും രേഖാചിത്രങ്ങൾ അനിവാര്യമാക്കിത്തീർത്തത് എ എസ് ഉൾപ്പെട്ട അക്കാ ലത്തെ ചിത്രകാരന്മാരായിരുന്നു. അവരുടെ രേഖാചിത്ര ങ്ങൾ നമ്മുടെ ആനുകാലികങ്ങളിലെ പേജുകൾക്ക് ഭംഗിയും വായനാക്ഷമതയും വർധിപ്പിച്ചു. എ എസിന്റെ ചിത്രങ്ങൾ രേഖാചിത്രത്തിന്റെ പുതിയ ശൈലിയെയും സൗന്ദര്യാനുഭവങ്ങളെയും സൃഷ്ടിച്ചു. സാഹിത്യരചന യുടെ ഭാഗമായി നിൽക്കുമ്പോഴും രേഖാചിത്രീകരണ ത്തിന് സ്വതന്ത്രവും വ്യത്യസ്തവുമായ അസ്തിത്വം നിർമിച്ചെടുക്കാൻ എ എസിന്റെ വരകൾക്ക് കഴിഞ്ഞു. *ഖസാക്കിന്റെ ഇതിഹാസം, യയാതി, പെരുവഴിയമ്പലം* തുടങ്ങി മലയാളത്തിലെ എക്കാലത്തെയും മികച്ച സാഹിത്യസൃഷ്ടികളിലെ കഥാപാത്രങ്ങളുടെ രൂപഭാവ ങ്ങൾ എ എസിന്റെ വരകളിലൂടെയാണ് നമ്മുടെ ഹൃദയ ത്തിൽ ഇടംനേടിയത്.

എ എസിന്റെ 25-ാം ചരമവാർഷികത്തിൽ അദ്ദേഹത്തിന്റെ സർഗജീവിതം അടയാളപ്പെടുത്തുന്ന ഒരു പുസ്തകം പ്രസിദ്ധീകരിക്കുന്നതിൽ ഞങ്ങൾക്ക് ചാരിതാർഥ്യമുണ്ട്.

ചിത്രകലാ വിദ്യാർഥികൾക്കും ചിത്രകലയെ സ്നേഹിക്കു ന്നവർക്കുമുള്ള ഒരു ഹൃദയപുസ്തകവും ചരിത്രപുസ്ത കവുമായിരിക്കും ഇതെന്ന് ഞങ്ങൾക്കുറപ്പുണ്ട്. ഈ പുസ്തകം എഡിറ്റു ചെയ്തത് പ്രശസ്ത ചിത്രകാരനും എഴുത്തുകാരനുമായ ജെ ആർ പ്രസാദ് ആണ്. അദ്ദേഹ ത്തോടുള്ള കടപ്പാട് ഞങ്ങൾ അറിയിക്കുന്നു. വായനക്കാ രുടെ സഹകരണം പ്രതീക്ഷിച്ചുകൊണ്ട്

ചിന്ത പബ്ലിഷേഴ്സ്

എഡിറ്ററുടെ കുറിപ്പ്

എ എസിന്റെ ചിത്രപ്രപഞ്ചത്തിലേക്ക് ഒരു കിളിവാതിൽ

ഇരുപത്തേഴ് വർഷത്തോളം *മാതൃഭൂമി ആഴ്ചപ്പതിപ്പി*ലൂടെ മലയാള കലാസാഹിത്യത്തിലെ അനശ്വര കഥാപാത്രങ്ങൾക്ക് രൂപഭാവങ്ങൾ നൽകി രേഖാചിത്രകലയിൽ തനതായൊരു സ്ഥാനം ഉറപ്പിച്ച ചിത്രകാരൻ എ എസ് നായർ. എട്ടു വർഷം ഒരുമിച്ചു ജോലി ചെയ്തിരുന്ന എനിക്ക്, എ എസിന്റെ പ്രതീക്ഷിക്കാത്ത വേർപാട് ഒരു ഷോക്കായിരുന്നു. വേർപാടിന്റെ പത്തുവർഷം കഴിഞ്ഞ നാളുകളിൽ എ എസ് രചനകളെ കൂടുതൽ മനസിലാക്കുന്നതിനായി *ആഴ്ചപ്പതിപ്പി*ന്റെ പഴയ താളുകളിലൂടെ ഒരു യാത്ര. ചിത്രങ്ങളുടെ വൈവിധ്യം അത്ഭുതമുളവാക്കുന്നതായിരുന്നു. ചിത്രകാരന്റെ ജീവിതവും കലയും കോർത്തിണക്കി ഒരനുസ്മരണക്കുറിപ്പ് *ആഴ്ചപ്പതിപ്പിൽ* ഞാൻ എഴുതിയിരുന്നു. അത് വായിച്ച ഒരു സുഹൃത്ത് എനിക്കെഴുതി–എന്തുകൊണ്ട് എ എസിനെക്കുറിച്ചൊരു പുസ്തകമായിക്കൂടാ?

പിന്നെ അതിനുള്ള ശ്രമമായിരുന്നു. വിചാരിച്ചതിലും നല്ല പ്രതികരണമാണ് എ എസുമായി അടുപ്പമുള്ളവരിൽനിന്നും ലഭിച്ചത്. എഴുപതുകളിലെ മലയാള സാഹിത്യാന്തരീക്ഷത്തോളം സജീവമായിരുന്ന എ എസ് രേഖകൾ മനസിൽ സൂക്ഷിക്കുന്ന ഒരു തലമുറ ഇപ്പോഴും ഇവിടെയുണ്ട്.

എ എസിന്റെ ജീവിത പശ്ചാത്തലവെളിപ്പെടുത്തലും അടുപ്പമുണ്ടായിരുന്നവരുടെ ഓർമകളും കഥാകൃത്തുക്കളുടെ എ എസ് രേഖകളോടുള്ള സമീപനവും പഠനങ്ങളും എ എസിന്റെ ലേഖനങ്ങളും ചിത്രങ്ങളും കൂട്ടിയിണക്കിയ ഒരു പുസ്തകം. ഇതിന്റെ പ്രവർത്തനങ്ങളുമായി മുന്നിട്ടിറങ്ങിയപ്പോഴാണ് എ എസ് രേഖകൾ എഴുത്തുകാരെയും വായനക്കാരെയും ഏറെ സ്വാധീനം ചെലുത്തിയിരുന്നുവെന്ന വസ്തുത കണ്ടെത്തിയത്. ചിത്രീകരണത്തെ നമ്മുടെ കഥാകൃത്തുക്കൾ എത്ര താൽപ്പര്യത്തോടെയാണ് സൂക്ഷ്മ നിരീക്ഷണം നടത്തുന്നുവെന്നതിന്റെ തെളിവാണ് അവർ എഴുതിയ കുറിപ്പുകൾ. എ എസ് എന്ന ചിത്രകാരനെ, വ്യക്തിയെ ഇന്നത്തെ സഹൃദയ തലമുറയ്ക്കും വരുംതലമുറയ്ക്കും ഒരു നോക്കു കാണാൻ, അടുത്തറിയാൻ ഈ പുസ്തകം ഉതകുമെന്ന പ്രതീക്ഷ. എ എസിന്റെ ചിത്രപ്രപഞ്ചത്തിലേക്ക് തുറന്നിടുന്ന ഒരു കിളിവാതിൽ.

ഈ പുസ്തകത്തിന്റെ പ്രസക്തി മനസിലാക്കി പ്രസിദ്ധീകരിക്കാൻ തയാറായ ചിന്ത പബ്ലിഷേഴ്സിനോട് എന്റെ നന്ദിയും കടപ്പാടും അറിയിക്കുന്നു.

ജെ ആർ പ്രസാദ്

സെൽഫ് പോർട്രെയ്റ്റ്

ഒന്ന്

ആത്മകഥാക്കുറിപ്പ്

ഞാൻ ഒരു പരീക്ഷണ വസ്തുവാണ്

എ എസ് നായർ

ഞാൻ ജനിച്ചത് 1936 മെയ് മാസത്തിലെ ഒരു അർധരാത്രിക്കാണത്രേ; മരിക്കാൻ തുടങ്ങിയതും ആ സമയം മുതൽക്കുതന്നെ. പാലക്കാട് താലൂക്കിൽ ചെർപ്പുളശ്ശേരിക്കു സമീപമുള്ള കാറൽമണ്ണ ഗ്രാമത്തിൽ ഒരു നിത്യദരിദ്രകുടുംബത്തിലെ ഇരുളടഞ്ഞ മുറിയിലോ, അല്ല അടുത്തുള്ള തൃക്കിടീരിമനയ്ക്കലെ ചരലും പുല്ലും നിറഞ്ഞ ആ വലിയ മുറ്റത്തോ എന്നെ അമ്മ പ്രസവിച്ചത്? അറിഞ്ഞുകൂടാ. മനയ്ക്കലെ മുറ്റമടിച്ചും കുട്ടികളെ നോക്കിയും കിട്ടുന്ന കഞ്ഞിവെള്ളവും കരിഞ്ഞ ചോറ്റുകട്ടയുംകൊണ്ട് മാത്രം അങ്ങനെ ജീവിച്ചുപോന്നിരുന്ന അമ്മയെ ഒരു കർക്കിടകത്തിലെ കറുത്തവാവു ദിവസം രക്തസ്രാവം എന്ന മഹാവ്യാധി വിഴുങ്ങി. ഏതാണ്ട് പന്ത്രണ്ടു വയസായ എനിക്കന്ന് കരയാൻ കഴിഞ്ഞില്ല. അഞ്ചുവർഷത്തോളം മരുന്നുകുപ്പിയും കക്ഷത്തിലിടുക്കി നാട്ടിലുള്ള മുറിവൈദ്യന്മാരുടെ അടുക്കലേക്ക് മരുന്നിരക്കാൻ സദാ ഓടിക്കൊണ്ടിരുന്ന ഞാൻ തിരിച്ചു ചെല്ലുമ്പോഴേക്കും എന്റെ അമ്മ മരിക്കണേ എന്ന് പലപ്പോഴും വേദനയോടെ പ്രാർഥിച്ചിട്ടുണ്ട്. ഒരിക്കലതു സംഭവിച്ചു. ചോര വാർന്ന് വാർന്ന് ആ അസ്ഥികൂടത്തിൽനിന്നും പ്രാണൻ പറന്നുപോയപ്പോൾ അതു മൂടിയിടാൻ ഒരു പഴന്തുണിപോലും എന്റെ വീട്ടിലുണ്ടായിരുന്നില്ല.

മനയ്ക്കലെ കെട്ടൊഴിയുന്നതും കാത്ത് വാതിലിനു മുമ്പിൽ തിരക്കിക്കൂടാൻ പിന്നീട് മുത്തശ്ശി വേണ്ടിവന്നു. അരപ്പട്ടിണിയും മുഴുപ്പട്ടിണിയുമായി എന്നെയും എന്റെ രണ്ടുപെങ്ങന്മാരെയും വെള്ള തോർത്തി എടുക്കാൻ രാപ്പകൽ അവരുടെ വിയർപ്പുവീണ മനയ്ക്കലെ മുറ്റം നനഞ്ഞു കുതിർന്നു.

കാറൽമണ്ണ യു പി സ്കൂളിലാണ് എന്റെ പ്രാഥമിക വിദ്യാഭ്യാസം

ആരംഭിച്ചത്. കാലത്ത് എഴുന്നേറ്റ് പാഠപുസ്തകം എടുത്തു പഠിക്കുന്ന തിനുപകരം ഞാനും എന്റെ വലിയമ്മയുടെ മകനും കുറ്റിച്ചൂലുമെടുത്ത് മനയ്ക്കലെ മുറ്റമടിച്ചു. തലേദിവസത്തെ പഴംചോറ് ഉപ്പും പച്ചവെള്ളവും ചേർത്ത് വാരിവിഴുങ്ങി തിരക്കിട്ട് സ്കൂളിലേക്ക് ഓടി. വൈകുന്നേരം കുട്ടിയെ നോക്കാൻ മനയ്ക്കൽത്തന്നെ തിരിച്ചെത്തണം. എട്ടാംതരം പാസായി. ഒരുനാഴിക അകലെയുള്ള ചെർപ്പുളശ്ശേരി ഹൈസ്കൂളിൽ മൂന്നാം ഫാറത്തിൽ ചേർന്നു. പട്ടിണിയിട്ട് ഒരുകൊല്ലം പഠിച്ചു. അടുത്ത വർഷം സ്കൂൾ തുറന്നപ്പോൾ മൂന്നുരൂപ ഫീസ് കൊടുക്കാൻ വഴി കാണാത്ത മുത്തശ്ശി ഓലമേയാതെ കിടക്കുന്ന പുരയുടെ മോന്തായത്തി ലൂടെ ആകാശം നോക്കി എന്നോടു പറഞ്ഞു: “ഇനി പഠിക്കണ്ട.”

അപ്പോൾ എന്റെ കണ്ണുകൾ മഴവെള്ളം ഒലിച്ച് വരവീണ ചുവന്ന ചുവരിൽ വാക്സ് ക്രയോൺകൊണ്ട് ഞാൻ വരച്ചുവെച്ചിരുന്ന ചിത്രങ്ങ ളിൽ മാറിമാറി ഓടിക്കളിക്കയായിരുന്നു.

മനയ്ക്കൽ വേളിയോ മറ്റു വല്ല വിശേഷവിധിയോ ഉണ്ടായാൽ കൂലി പ്പണിക്കു കൂടും. നാലണ കിട്ടിയാൽ രണ്ടുദിവസത്തെ ചായയ്ക്കും ബീഡിക്കും കഴിഞ്ഞു. ചെണ്ടകൊട്ടു പഠിക്കാൻ ആഗ്രഹിച്ചു. ഫലം ആശാന്മാരുടെ ചെണ്ടയും പേറി അർധരാത്രിക്കും പൊരിവെയിലത്തും കാവിൽക്കൂത്തിനും കാവടികൊട്ടിന്നും നടക്കുക. കേട്ടുപഠിച്ച ജ്ഞാനം വെച്ച് അമ്പലമുറ്റത്ത് ഉത്സവമേളത്തിന് ഇലത്താളംകുത്തി, പ്രതിഫലം വാങ്ങി. സ്കൂളിൽ പോകുന്നില്ല. മുത്തശ്ശിയും വലിയമ്മയും മനയ്ക്കലെ മുറ്റമടിച്ചും നെല്ലുകുത്തിയും അന്തിപ്പാതിരയ്ക്ക് എന്തെങ്കിലും വെച്ചു ണ്ടാക്കിയത് കഴിച്ച് രാപ്പകൽ തെണ്ടിനടക്കുന്നു. ആരന്വേഷിക്കാൻ? വായ നശാലയാണ് വൈകുന്നേരത്തെ വിഹാരരംഗം. കയ്യെഴുത്തു മാസിക യിൽ കണ്ടമാനം കുത്തിവരച്ച് വൃത്തികേടുണ്ടാക്കുക. അതിൽ എന്തൊരു സംതൃപ്തി!

അക്കാലത്ത് തൃക്കിടീരി മനയ്ക്കലെ വാസുദേവൻനമ്പൂതിരി ചിത്ര കലാപഠനം കഴിഞ്ഞ് മദിരാശിയിൽനിന്നും തിരിച്ചെത്തി ഇല്ലത്തെ വിശാല മായ മുറിയിലിരുന്ന് കലാസൃഷ്ടികൾ നടത്തുന്നു. ചിത്രകലയിലുള്ള എന്റെ അഭിരുചിയെ മനസിലാക്കിയ അദ്ദേഹം മദിരാശി സ്കൂൾ ഓഫ് ആർട്ട്സിൽ പഠിപ്പിക്കാൻ തീരുമാനിച്ചു. അത് എന്നെ മാത്രമല്ല, എന്റെ നാട്ടുകാരെപ്പോലും അമ്പരപ്പിച്ചു. കൂലിപ്പണിക്ക് പോകേണ്ട ഞാൻ ആദ്യ മായി അദ്ദേഹത്തിന്റെ സഹായത്തോടെ ഹൈസ്കൂൾ വിദ്യാഭ്യാസം വീണ്ടും തുടങ്ങിവെച്ചു. ഒഴിവുസമയം അദ്ദേഹം ചിത്രകലയെപ്പറ്റി അടി സ്ഥാനപരമായ സംഗതികൾ പഠിപ്പിച്ചുതന്നു. ഹൈസ്കൂൾ വിദ്യാഭ്യാസം പൂർത്തിയായപ്പോഴേക്കും ഗവൺമെന്റ് ചിത്രകലാപരീക്ഷ എന്ന ജാല വിദ്യയുടെ മിക്കവിഭാഗത്തിന്റെയും ഓരോ തുണ്ട് സർട്ടിഫിക്കറ്റുകൾ എന്റെ കൈയിൽ കിട്ടിക്കഴിഞ്ഞിരുന്നു.

എസ് എസ് എൽ സി കഴിഞ്ഞ് അടുത്തവർഷം നമ്പൂതിരിപ്പാട് എന്നെ മദിരാശി സ്കൂൾ ഓഫ് ആർട്സിൽ പഠിക്കാൻ അയച്ചു. വേണ്ടി

വന്നാൽ ഹോട്ടൽ വേല ചെയ്ത് ജീവിതം കഴിക്കാൻ തയാറാവണമെന്ന മുന്നറിയിപ്പോടെയാണ് എനിക്ക് വണ്ടിക്കൂലിക്കുള്ള പണം കൈയിൽ വെച്ചു തന്നത്. അവിടെ എത്തി, അടുത്തവീട്ടിലെ മൂന്നു സഹോദരന്മാർ ഒന്നിച്ചു താമസിക്കുന്ന എഗ്മൂറിലെ എം എഫ് എസ് ലൈനിലെ പത്തടി സമചതുരമായ ഒരു മുറിയിൽ എന്റെ ജീവൻ അഭയം പ്രാപിച്ചു. എന്നോടുള്ള അനുഭാവമല്ല, മറിച്ച് തൃക്കിടീരി നമ്പൂതിരിയോടുള്ള ഭയവും ബഹുമാനവുമാണ് എനിക്കവർ ഭക്ഷണവും താമസസൗകര്യവും അനുവദിക്കാൻ നിർബന്ധിതരായത്. പ്രതിഫലമായി അടുക്കളപ്പണിയും അവരുടെ വെറ്റില-പാക്ക് കടയിൽ കച്ചവടം ചെയ്യുകയുമാണ് എന്റെ ജോലി. 40 ക ശമ്പളക്കാരായ ഫയർമേന്മാർക്ക് ഗവൺമെന്റ് കെട്ടിക്കൊടുത്ത ആ ഒറ്റമുറിയിൽ ഞങ്ങൾ നാലഞ്ച് മനുഷ്യദേഹങ്ങൾ മൂട്ടകടിയും സഹിച്ച് പുഴുങ്ങാൻ വയ്ക്കുന്നു. ഒരു വൈദ്യുത ദീപം പോലുമില്ലാത്ത അതിനകത്തെ കാക്കിത്തുണികളുടെയും ഗംബൂട്ടുകളുടെയും ഇടയിൽ കരിപിടിച്ച കമ്പിറാന്തലിന് മുമ്പിൽ നിലത്ത് ചമ്രം പടിഞ്ഞിരുന്ന് എന്റെ തുരുമ്പുപിടിച്ച ഇരുമ്പുപെട്ടിയുടെ മുകളിൽ വെച്ച് ഞാൻ രാത്രി സമയങ്ങളിൽ ചിത്രങ്ങൾ വരച്ചു വാരികകൾക്ക് അയച്ചുകൊടുത്തു. ഇന്നും ആ ഇരുപ്പിന്റെ തഴമ്പ് എന്റെ കണങ്കാലുകളിൽ കാണാം.

മദിരാശിയിലെത്തി മൂന്നുമാസം കഴിഞ്ഞു. വീട്ടിൽനിന്നും ഒരു കത്തു കിട്ടി. മുത്തശ്ശി മരിച്ചു. ഒരു പട്ടിയെപ്പോലെ ആ ജഡവും ആരെല്ലാമോ കൂടി മണ്ണുമാന്തി മറവുചെയ്തു. അപ്പോഴും എന്റെ കണ്ണിൽ വെള്ളമില്ലായിരുന്നു. വരണ്ട ഹൃദയത്തിൽ ഒരേയൊരു ചിന്ത മാത്രം. എങ്ങനെയെങ്കിലും നാലു വർഷത്തെ പഠനം പൂർത്തിയാക്കണം. കാപ്പികഴിക്കാൻ ഒരണയില്ലാത്ത ദിവസങ്ങൾ കടയിൽനിന്ന് എഴുന്നേറ്റ് പോരുമ്പോൾ കാൽറുപ്പിക കാണാതെ എടുത്താൽ ആരും അറിയില്ല. പക്ഷേ, അറിഞ്ഞുപോയാൽ - ആ കാൽറുപ്പികകൊണ്ട് എന്റെ ജീവിതം തകർന്നു തരിപ്പണമാകും. തൊണ്ട വരളുമ്പോഴും എന്റെ കൈകൾക്ക് അതിന് കരുത്തുണ്ടായില്ല.

ഒരിക്കൽ നമ്പൂതിരിപ്പാട് അയച്ചുതന്ന പണം അടുത്തമുറിയിലെ കുട്ടികൾ കട്ടെടുത്തു. നമ്പൂതിരിപ്പാടിനെ അറിയിച്ചാൽ എന്റെ അശ്രദ്ധയെ അദ്ദേഹം ചോദ്യം ചെയ്യും. ആ മാസം ഫീസുകൊടുക്കാൻ നിവൃത്തിയില്ലാതെ വിഷമിച്ചപ്പോൾ ഒരു മലയാളി വേശ്യയാണ് അഞ്ചുറുപ്പിക തന്ന് എന്നെ സഹായിച്ചത്. ഒരുകൊല്ലം കഴിഞ്ഞപ്പോഴേക്ക് *മാതൃഭൂമി, ജയകേരളം* മുതലായ പത്രങ്ങളിൽ എന്തെങ്കിലും വരച്ചയച്ച് തുച്ഛമായ പ്രതിഫലം കിട്ടിത്തുടങ്ങി. പ്രത്യേകിച്ചും *ജയകേരളം* വഴിക്കാണ് ആദ്യകാലത്ത് എനിക്ക് കൂടുതൽ പ്രോത്സാഹനവും പ്രതിഫലവും കിട്ടിക്കൊണ്ടിരുന്നത്. അന്നെനിക്കത് ഒരു വലിയ അനുഗ്രഹമായിരുന്നു. എന്റെ സ്നേഹശീലനായ അപ്പേട്ടാ! അങ്ങയുടെ ആത്മാവിന് നിത്യശാന്തി നേരുന്നു.

ഒന്നരക്കൊല്ലം കഴിഞ്ഞപ്പോൾ ഭക്ഷണത്തിനും താമസത്തിനും

പണം കൊടുക്കണമെന്ന് ത്രിമൂർത്തികളിലൊരാൾ കൽപ്പന പുറപ്പെടുവിച്ചു. അപ്പോൾ ഞാൻ കരഞ്ഞു. എന്നെ ശരിക്കും അറിയാവുന്ന ആ മനുഷ്യന്റെ കണ്ടുപിടുത്തം തൃക്കിടീരി നമ്പൂതിരിക്ക് പണമുണ്ട് എന്നതായിരുന്നു. “ഇല്ലെങ്കിൽ മൂന്നു ദിവസത്തിനകം താമസിക്കാൻ മറ്റുവല്ല സ്ഥലവും നോക്കാം.” നമ്പൂതിരിപ്പാടിന് അപ്പോൾ ഈ വിവരം എഴുതിയില്ല. എഗ്മൂറിലെ അറിയാവുന്ന ഒന്നു രണ്ട് ചെറിയ ഹോട്ടലുകളിൽ എന്തെങ്കിലും ജോലി കിട്ടുമോ എന്ന് അന്വേഷിച്ചു. സത്യത്തിൽ അവർക്ക് എന്നെ വിശ്വസിക്കാൻ സാധിച്ചില്ലെന്നാണ് എന്റെ ബോധം. അവസാനം ഹോട്ടൽബിസിനസും കാന്റീൻ കോൺട്രാക്ടുമായി കഴിയുന്ന ചെർപ്പുളശ്ശേരി സ്വദേശിയായ ആർ കൃഷ്ണൻനായരെ സമീപിച്ചു. ഏതെങ്കിലും ഒരു ഹോട്ടൽ ജോലിക്ക്. ഭക്ഷണവും താമസസൗകര്യവും മാത്രമേ എനിക്കാവശ്യമുള്ളൂ. സ്കൂൾ സമയം കഴിഞ്ഞാൽ ഹോട്ടലിലെ എന്തു ജോലി ചെയ്യാനും ഞാൻ സന്നദ്ധനായിരുന്നു. രണ്ടു മൂന്നു ദിവസം എന്നെ നടത്തി. ഒരു തീരുമാനവും പറഞ്ഞിട്ടില്ല.

അന്ത്യശാസനം എന്നെ വിഴുങ്ങാൻ സമയവും കാത്തുനിൽക്കുന്നു. ചുറ്റും ഇരുണ്ട ഒരു വലിയ ലോകം. അതിൽ ഒറ്റപ്പെട്ട ഞാൻ. വീടും കുടുംബവും എല്ലാം മറന്ന് ചിത്രകലയുടെ ലോകം മാത്രം സ്വപ്നം കണ്ട് മദിരാശിയെന്ന മഹാനഗരംവരെ എത്തിയ എന്റെ സാഹസം ഇവിടെവച്ച് അവസാനിക്കാൻ പോകുന്നു. വെറുംകയ്യോടെ നാട്ടിലേക്കു തിരിക്കണം. വീണ്ടും കൃഷ്ണൻനായരെത്തന്നെ സമീപിച്ചു. അവിചാരിതവും അവിശ്വസനീയവുമായ ഒരു പ്രതികരണം. അദ്ദേഹം എന്റെ വാടിവിളറിയ മുഖത്തേക്കുനോക്കി ലാഘവത്തോടെ പറഞ്ഞു: “നിങ്ങൾക്ക് അത്ര വിഷമമാണെങ്കിൽ ഞങ്ങളുടെകൂടെ ഇവിടെ താമസിക്കാം, ഇവിടത്തെ ഒരാളെപ്പോലെ.” അന്നുമുതൽ ഇന്നുവരെ ഞാൻ ആ കുടുംബത്തിലെ ഒരു വ്യക്തിയാണ്. ആ പുതിയ ലോകം ആത്മാർഥതയും നിഷ്കളങ്കതയുംകൊണ്ട് എന്നെ വീർപ്പുമുട്ടിച്ചു. ആ നിമിഷം മുതൽ ഇതുവരെയും എനിക്ക് വിശന്നിട്ടില്ല. അദ്ദേഹത്തിന്റെ കുട്ടികളുടെ വിദ്യാഭ്യാസത്തിൽ ഞാൻ ശ്രദ്ധിച്ചു. എന്റെ താൽക്കാലിക പ്രശ്നങ്ങൾ അവിടെവച്ച് പരിഹരിക്കപ്പെട്ടു. നാലുവർഷത്തെ കലാലയജീവിതം അവസാനിക്കുന്ന പരീക്ഷ കഴിഞ്ഞ പിറ്റേന്നുതന്നെ മദിരാശിയിലെ *പേശുംപടം* എന്ന തമിഴ് സിനിമാമാസികയിൽ ചിത്രകാരനായി എനിക്കു ജോലി കിട്ടി. പതിനൊന്നു മാസത്തിനുശേഷം ഞാനതുപേക്ഷിച്ച് *ജയകേരള*ത്തിൽ പരസ്യജോലിയുമായി ഇരിക്കുമ്പോഴാണ് 1961 ൽ *മാതൃഭൂമി*യിൽ ശ്രീ എം വി ദേവിന്റെ ഒഴിവിലേക്ക് എന്നെ നിയമിച്ചത്.

മദിരാശിയിലെ എന്റെ കുടുംബത്തോട് കണ്ണീരോടെ യാത്രപറയുമ്പോൾ വിധിയുടെ ക്രൂരവിനോദത്തിന്റെ സാക്ഷികളായ രണ്ടു പെൺകുട്ടികളുടെ ജീവിതം എന്റെ മുമ്പിൽ ഒരു ചോദ്യചിഹ്നംപോലെ ഉയർന്നുനിന്നു. ജന്മനാ മൂകയും ബധിരയുമായ അവരിലൊരാളെയാണ്(1964 ൽ) ഞാൻ വിവാഹം കഴിച്ചത്. കൃഷ്ണൻനായരുടെ നാലാമത്തെ സന്തതി.

വിധിയോടുള്ള ഒരു വെല്ലുവിളിയായിരുന്നു എന്നെ ഈ സാഹസത്തിന് പ്രേരിപ്പിച്ചത്. ആ പോരാട്ടത്തിൽ ഇപ്പോഴും വിധി എന്നെ കീഴടക്കി പ്രഹരത്തിനുമേൽ പ്രഹരം എന്റെ മൂർധാവിൽ വർഷിക്കുന്നു. അഞ്ചു വർഷത്തോളമായി ഇന്നും മാനസികവും ശാരീരികവുമായ അനാരോഗ്യം കാരണം എന്റെ പത്നി വിഷമിക്കുന്നു. ഞങ്ങൾക്ക് അഞ്ചരവയസായ ഒരു പെൺകുഞ്ഞുണ്ട്. അനാഥത്വത്തിന്റെ വെയിലിലേക്ക് ഓടുന്നു. ഒരു ഭാഗത്ത് എന്റെ വരുമാനം മാത്രം ആശ്രയിച്ചു ജീവിക്കുന്ന ഒരു വലിയ കുടുംബം – അച്ഛൻ, അമ്മാമ. മറുഭാഗത്ത് നിത്യരോഗിയായ എന്റെ പത്നി. എല്ലാറ്റിനുമിടയിൽക്കിടന്ന് ഞെരുങ്ങി വീർപ്പുമുട്ടി കണ്ണുതുറിച്ച് ഒറ്റപ്പെട്ടു നിൽക്കുന്ന ഞാൻ എന്റെ എല്ലാവർക്കും ഇന്ന് ഒരു പരീക്ഷണ വസ്തുവാണ്. താങ്ങാനാവാത്ത ഭാരംപേറി നിൽക്കുന്ന എനിക്കിന്ന് ഒരടി മുന്നോട്ടുപോകാൻ സാധിക്കുന്നില്ല. ഒരുനിമിഷം ജീവിക്കണമെന്നും ആഗ്രഹമില്ല. എന്നിട്ടും എന്തുകൊണ്ട് എത്രയോ മുമ്പുതന്നെ ഞാൻ ആത്മഹത്യചെയ്തില്ല?

ഇന്ന് എന്നെ അൽപ്പമെങ്കിലും മനസിലാക്കാനും സഹായിക്കാനും എന്റെ സുഹൃത്ത് മി. ശങ്കരൻ ഒഴിച്ചാൽ ഒരു പട്ടിപോലും എനിക്കീ ലോകത്തില്ല. രണ്ടു വലിയ ദൈവങ്ങളെയല്ലാതെ ഞാൻ ആരെയും ഭയപ്പെടുന്നില്ല. എന്നെ ഇന്നത്തെ ഞാനാക്കിയ എന്റെ നമ്പൂതിരിപ്പാടും എന്റെ കുഞ്ഞ് അച്ചാച്ഛനെന്നു വിളിക്കുന്ന മി. കൃഷ്ണൻനായരുമാണ് ആ ദൈവങ്ങൾ.

എന്നെ സംബന്ധിച്ചിടത്തോളം ജീവിതം തികച്ചും ഒരു പരീക്ഷണം മാത്രമാണ്. അനുഭവങ്ങളാണ് എന്റെ ഗുരുനാഥൻ. അവസരമായാൽ അന്ത്യം ആത്മഹത്യയും.

1972 ഒക്ടോബർ 1–ന്റെ *കുങ്കുമം* വാരികയിൽ പ്രസിദ്ധീകരിച്ചത്.

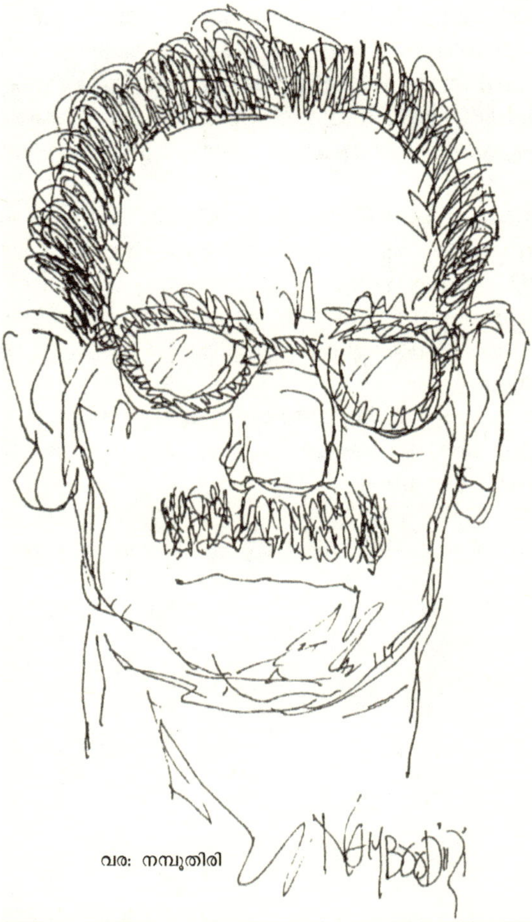

വര: നമ്പൂതിരി

രണ്ട്

ഓർമകൾ

അത്തിപ്പറ്റ ശിവരാമൻ

എം ടി വാസുദേവൻ നായർ

ഞാൻ *മാതൃഭൂമി*യിൽ സബ് എഡിറ്ററായി ചേർന്ന കാലത്ത് എം വി ദേവൻ മാത്രമായിരുന്നു ചിത്രകാരൻ. *ഉമ്മാച്ചു*വിനും *സുന്ദരികളും സുന്ദരന്മാർ*ക്കും ബഷീറിന്റെ *ആനവാരിയും പൊൻകുരിശും, സ്ഥലത്തെ പ്രധാന ദിവ്യൻ* തുടങ്ങിയ നീണ്ടകഥകൾക്കും ദേവൻ വരച്ച ചിത്രങ്ങൾ അതി പ്രശസ്തങ്ങളായിരുന്നു. മാധവിക്കുട്ടിയുടെ ചെറുകഥകൾക്കു വരച്ച ഭാവപ്രധാനമായ ചിത്രങ്ങൾ ഇന്നും എന്റെ മനസിലുണ്ട്. ദേവൻ മദ്രാസിലെ ലളിതകലാ അക്കാദമി സെക്രട്ടറിയായി പോയ ശേഷം *ആഴ്ചപ്പതിപ്പി*നു പ്രഗത്ഭരായ രണ്ടു പിൻഗാമികളെ കിട്ടി. നമ്പൂതിരിയും എ എസ് നായരും. ദേവനെപ്പോലെതന്നെ മദ്രാസ് സ്കൂൾ ഓഫ് ആർട്ട്സിൽ കെ സി എസ് പണിക്കരുടെ ശിഷ്യരായി പഠിച്ചവർ. രണ്ടുപേരും വള്ളുവനാട്ടുകാർ. രണ്ടുപേരും എന്റെ ആത്മസുഹൃത്തുക്കളാവാൻ അധികസമയം വേണ്ടിവന്നില്ല. ദേവനുള്ളപ്പോൾത്തന്നെ നമ്പൂതിരി വന്നിരുന്നു; ശിവരാമൻ ദേവൻ പോയശേഷവും.

ശിവരാമനെ *മാതൃഭൂമി*യിൽ വരുംമുമ്പേ ഞാൻ കണ്ടിരുന്നു. അന്ന് ദേവന്റെ ഉത്സാഹത്തിൽ പലേടത്തും ചിത്രകലാക്യാമ്പുകൾ നടന്നിരുന്നു. തൃക്കിടീരി മനയ്ക്കലെ വാസുദേവൻനമ്പൂതിരിയും അനുജൻ ജാതവേദൻനമ്പൂതിരിയും ചിത്രകാരന്മാരായിരുന്നു. അവരുടെ ഉത്സാഹത്തിൽ കാറൽമണ്ണയിലോ മറ്റോ നടത്തിയ ഒരു ക്യാമ്പിന് ഞാനും പോയിരുന്നു. ജാതവേദനെ മുമ്പെ അറിയാം. കോളേജിൽ എന്റെ സീനിയറായിരുന്നു. അവർ രണ്ടുപേരും സ്കൂൾ ഓഫ് ആർട്സിൽ കുറച്ചുകാലം പഠിച്ചിട്ടുണ്ട്. ക്യാമ്പിന്റെ പ്രധാന ശ്രമക്കാരിലൊരാൾ ശിവരാമനായിരുന്നു. ശിവരാമന്റെ ചിത്രങ്ങളും പ്രദർശിപ്പിച്ചിരുന്നു.

സാമാന്യ ആസ്വാദകനെന്ന നിലയ്ക്ക് എനിക്കന്ന് തോന്നിയിരുന്നത്

തൃക്കിടീരി വാസുദേവൻനമ്പൂതിരി ഒരു മുഴുവൻസമയ ചിത്രകാരനാവുമെന്നായിരുന്നു. അദ്ദേഹം പിന്നെ കൃഷിക്കാരനായി. വർഷങ്ങൾക്കു ശേഷം അദ്ദേഹത്തെ കണ്ടപ്പോൾ അദ്ദേഹം മലബാർ പ്രദേശത്ത് പ്രചാരം കിട്ടിക്കഴിഞ്ഞിട്ടില്ലാത്ത ജാതികൃഷിയെപ്പറ്റിയാണ് മുഴുവൻ സമയവും സംസാരിച്ചത്. വളരെയേറെ സ്ഥലത്ത് അദ്ദേഹം ജാതിത്തൈകൾ വെച്ചിരുന്നു.

തൃക്കിടീരി വാസുദേവൻ നമ്പൂതിരിയെ എന്നും ശിവരാമൻ ഒരു രക്ഷിതാവായിട്ടാണ് കരുതിയിരുന്നത്. തിരുമേനി ചിത്രകല പഠിച്ചിരുന്ന മദ്രാസ് സ്കൂൾ ഓഫ് ആർട്സിൽ ശിവരാമനെ ചേർത്ത് പഠിപ്പിച്ചത് വാസുദേവൻ നമ്പൂതിരിയാണ്. കൃഷിയടക്കം കുടുംബകാര്യങ്ങളുടെയും ഉത്തരവാദിത്വങ്ങൾ വർധിച്ചപ്പോൾ വാസുദേവൻനമ്പൂതിരി ചിത്രമെഴുത്ത് മാറ്റിവെച്ചു. ശിവരാമൻ പ്രയാസങ്ങളും പലരുടെയും ഔദാര്യവും സ്വീകരിച്ച് പഠനം പൂർത്തിയാക്കി എന്നൊക്കെ കേട്ടിരുന്നു. അടുത്തു കഴിഞ്ഞ ശേഷവും ഞാൻ വിശദാംശങ്ങൾ ചോദിച്ചില്ല.

ശിവരാമൻ ആഴ്ചപ്പതിപ്പിൽ ചേർന്നശേഷം ഒരു സഹപ്രവർത്തകൻ എന്നതിലേറെ നല്ല സുഹൃത്തായിത്തീർന്നു. പിന്നെ സന്തതസഹചാരിയുമായി മാറി. എ എസിന്റെ രേഖാ ചിത്രങ്ങളും പ്രശസ്തങ്ങളായി. *യയാതി*യുടെ വിവർത്തനം ഖണ്ഡ:ശ പ്രസിദ്ധീകരിക്കാൻ നിശ്ചയിച്ചപ്പോൾ ശിവരാമൻ ആലോചിക്കാൻ തുടങ്ങി. പുരാണകഥയാണ്. ചിത്രങ്ങൾ എങ്ങനെ വ്യത്യസ്തമാക്കണം? അതായിരുന്നു പ്രശ്നം. ചില സാമ്പിളുകൾ വരച്ചുകാണിച്ചു. നിശ്ചയിക്കേണ്ടത് ശിവരാമനാണ്, ഞാനല്ല. പിന്നീട് 'ലിനോകട്ട്' ശൈലിയിൽ വരയ്ക്കാമെന്ന് ശിവരാമൻ നിശ്ചയിച്ചു. ചിത്രീകരണം മനോഹരമായി.

എ എസ് എന്ന ചിത്രകാരനെപ്പറ്റി പലരും എഴുതിയിട്ടുണ്ട്. ശിവരാമനും ഞാനും തമ്മിൽ എപ്പോഴും സംസാരിച്ചിരുന്ന കാര്യങ്ങളിൽ ചിത്രമോ സാഹിത്യമോ കടന്നു വരാറില്ല. ഇടത്തരത്തിലും താഴെയുള്ള ഒരു കുടുംബപശ്ചാത്തലത്തിൽനിന്നാണ് ശിവരാമൻ വന്നത്. തനി ഗ്രാമീണന്റെ മനസ്സ്. ബാല്യത്തിലെയും യൗവനാരംഭത്തിലെയും കഷ്ടപ്പാടുകൾ മനസിന്റെ ഉള്ളറകളിൽത്തന്നെ ശിവരാമൻ സൂക്ഷിച്ചു. അങ്ങനെ കയ്പുനീരു കുടിച്ചു വളർന്നവർക്ക് പിന്നീട് തുറന്ന് ചിരിക്കാനുള്ള സിദ്ധി കൂടി നഷ്ടപ്പെടും. ശിവരാമൻ എന്തും ഒരു പകുതി ചിരിയോടെ സ്വീകരിച്ചു. ശകാരങ്ങൾ കൂടി.

കുടുംബജീവിതത്തിലെ ദുര്യോഗം വല്ലപ്പോഴും, വല്ലപ്പോഴും മാത്രം എന്നോട് പങ്കുവെച്ചിരുന്നു. അകമേ തീ തിന്നുകൊണ്ടിരിക്കുന്ന സന്ദർഭങ്ങളിലുംകൂടി ജോലിയിൽ നിഷ്കർഷ പാലിച്ചു. സുഹൃത്തുക്കളോട് ചിരിച്ചു, തമാശകൾ പറഞ്ഞു. ഇതെങ്ങനെ കഴിയുന്നു ശിവരാമന് എന്ന് ഞാനത്ഭുതപ്പെട്ടിട്ടുണ്ട്.

മടുപ്പില്ലാതെ അനേകം മണിക്കൂറുകൾ പണിയെടുക്കുന്നത് ശിവരാമന്റെ സ്വഭാവമായിരുന്നു. പലപ്പോഴും സന്ധ്യ കഴിഞ്ഞേ മുറിയിൽ

നിന്നിറങ്ങാൻ കഴിയൂ. എന്റെ രണ്ടുമൂന്നു പുസ്തകങ്ങൾക്ക് കവർ വരച്ച ശേഷം പല പ്രസാധകരും കവർചിത്രങ്ങൾക്കുവേണ്ടി നിരന്തരം ശിവരാമനെ സമീപിച്ചിരുന്നു. ഞായറാഴ്ചകളും രാത്രികളും ആ പണിക്കായി നീക്കിവെച്ചു. മിക്കവാറും തീയതികൾ പാലിച്ചുകൊണ്ടുതന്നെ വരച്ചുകൊടുത്തു. മിതവും ന്യായവുമായ പ്രതിഫലംകൂടി വാങ്ങാൻ ശിവരാമനറിയില്ല.

"ഒരു കവറിലിട്ട് ഇതാ കൊടുത്തയച്ചത്. എന്താ ഇവരോട് പറയ്യാ?"

"ആരാ?"

പറഞ്ഞപ്പോൾ ഭേദപ്പെട്ട പ്രസാധകൻ.

"മേലിൽ അവർ വരുമ്പോൾ കൃത്യമായി കണക്കു പറയണം, ശിവരാമൻ" ഞാൻ ഉപദേശിച്ചു.

പിന്നെയും അവർ വന്നു. അപ്പോൾ ഗ്രന്ഥകാരന്റെ ശുപാർശകൂടി ഫോണിലൂടെ. പഴയ കഥ മറന്ന് പ്രതിഫലക്കാര്യത്തിന്റെ കണക്കു പറയാതെതന്നെ ശിവരാമൻ വരച്ചുകൊടുക്കുന്നു.

അക്കാലത്ത് *മാതൃഭൂമി*യുടെ വാർഷികം നടത്തിപ്പിൽ എനിക്കൊരു പങ്കുണ്ടായിരുന്നു. കലാപരിപാടികൾ ഒരുക്കൽ. ശിവരാമന് നാടകത്തിൽ കമ്പമാണ്. നാട്ടിലെ കലാസമിതികൾക്കുവേണ്ടി നാടകം സംവിധാനം ചെയ്തിട്ടുണ്ട്, അഭിനയിച്ചിട്ടുണ്ട്, എഴുതിയിട്ടുമുണ്ട്. ഇതറിയാവുന്നതുകൊണ്ട് നാടകക്കാര്യം ശിവരാമനെ ഏൽപ്പിക്കാനാലോചിച്ചു. ഇവിടത്തെ സദസിനു പറ്റിയ ഒരു നാടകമുണ്ടാക്കാൻ പ്രയാസമെന്നു പറഞ്ഞു ശിവരാമൻ ഒഴിഞ്ഞു. പകരം മറ്റൊരു പരിപാടി നടത്താം. തായമ്പക. ചിട്ടവട്ടങ്ങളൊക്കെ ഒപ്പിച്ചു തന്നെയായിരുന്നു ശിവരാമന്റെ തായമ്പക. ആ വർഷം എൻ വി കൃഷ്ണവാരിയരുടെ പാഠകവുമുണ്ടായിരുന്നു.

വാർഷികങ്ങളെപ്പറ്റി പറയുമ്പോൾ മറ്റൊരു നാടകാവതരണം ഓർമയിൽ വരുന്നു. *മാതൃഭൂമി*യുടെ എഡിറ്റോറിയൽ വിഭാഗത്തിലുണ്ടായിരുന്ന ടി വേണുഗോപാലക്കുറുപ്പ് ഒരുവർഷം വാർഷികത്തിനുവേണ്ടി നാടകമെഴുതി. പൊന്നാനി കലാസമിതിയുടെയും ഇടശ്ശേരിയുടെയുമൊക്കെ പാരമ്പര്യത്തിൽനിന്നു വന്ന ആളാണ് വേണു. സർക്കുലേഷൻ മാനേജർ മാധവൻ മുഖ്യകഥാപാത്രം. *മാതൃഭൂമി* ജീവനക്കാർ തന്നെ എല്ലാ വേഷവും അഭിനയിക്കുന്നു. സ്ത്രീ കഥാപാത്രങ്ങൾക്കുമാത്രം പുറമെ നിന്നുള്ളവരെ വിളിക്കുന്നു. ഭേദപ്പെട്ട ഒരു നാടകമായിരുന്നു അത്.

വാർഷികാഘോഷങ്ങളിൽ ശിവരാമൻ എന്നും എന്റെ സഹായിയായിരുന്നു.

വാദ്യകലയിൽ ശിവരാമന് നല്ല താൽപ്പര്യമായിരുന്നു. കഥകളിയിൽ, കാറൽമണ്ണ വെള്ളിനേഴി പാരമ്പര്യത്തിൽ വളർന്ന ശിവരാമന് ശരിക്കും നല്ല ഗ്രഹിതമായിരുന്നു. നാട്ടിൽ കളിയുണ്ടെന്നറിഞ്ഞാൽ ശിവരാമൻ വൈകുന്നേരത്തെ ബസിനു പോകും. പുലരുംവരെ കളികണ്ട്, പിറ്റേന്ന് സമയത്തിനുതന്നെ ആപ്പീസിലെത്തുകയും ചെയ്യും. വാഴേങ്കട കുഞ്ചുനായരുമായി ഞാൻ പരിചയപ്പെടുന്നത് അദ്ദേഹം ശിവരാമനെത്തേടി

എന്റെ മുറിയിൽ വന്നപ്പോഴാണ്. എന്റെ മുറിയുടെ പിന്നിലെ ചെറിയ മുറിയിലായിരുന്നു ശിവരാമന്റെ പണിപ്പുര. പല കഥകളിക്കാരുമായി ശിവ രാമൻ അടുപ്പത്തിലായിരുന്നു.

പല യാത്രകളിലും ശിവരാമൻ കൂടെ കൂടുന്നത് പതിവായിരുന്നു. അറുവങ്കാൾ (നീലഗിരി), മൈസൂർ സർവകലാശാല എന്നിവിടങ്ങളിൽ പ്രസംഗിക്കാനേറ്റപ്പോൾ നേരത്തെ തീയതി ശിവരാമനെ അറിയിച്ചു.

“പണിയൊക്ക ഒതുക്കിക്കോളൂ, രണ്ടുദിവസത്തെ പരിപാടി.” ചില പ്പോൾ ഫോട്ടോഗ്രാഫർ വേണുവും കൂടെയുണ്ടാവും.

മൈസൂർ യാത്ര ഇന്റർസ്റ്റേറ്റ് പെർമിറ്റില്ലാത്ത ടാക്സിയിലായിരുന്നു. വെഹിക്കിൾ ചെക്ക്പോസ്റ്റുകാർ പ്രശ്നമുണ്ടാക്കി. വലിയ സംഖ്യ കൈക്കൂലി ചോദിച്ചു. ഡ്രൈവർ പരുങ്ങലിലായി. ശിവരാമൻ ഇറങ്ങി പ്പോയി ചെക്ക് പോസ്റ്റിൽ കൈയും കലാശവും കാട്ടി കുറെ സംസാരി ച്ചു. പതിവു ഫീസുമാത്രമടച്ച് രശീതി വാങ്ങിയിട്ടാണ് തിരിച്ചു വന്നത്.

“എങ്ങനെ ശരിയാക്കി?”

ശിവരാമൻ ചിരിച്ചു.

“ഞാൻ തമിഴാ പറഞ്ഞത്. അയാൾ കർണാടകവും. കുറെ കഴിഞ്ഞ പ്പോൾ അയാൾക്ക് മടുത്തിട്ടുണ്ടാവും.”

മടക്കത്തിൽ ഞങ്ങൾ ബന്ദിപ്പൂർ വന്യമൃഗസങ്കേതം കണ്ടു.

അറുവങ്കാൾ കോർബൈറ്റ് ഫാക്ടറിയിലെ മീറ്റിങ് കഴിഞ്ഞ് ഞങ്ങൾ ഊട്ടിയിൽ തങ്ങി. ഊട്ടി ആദ്യം കാണുന്നതും അപ്പോഴാണ്. ഏറ്റവും കുറഞ്ഞ വാടകയ്ക്കുള്ള മുറികൾ സംഘടിപ്പിച്ചതും ശിവരാമൻ തന്നെ.

യാത്രകളിൽ ഞാനധികം സംസാരിക്കാറില്ല, ശിവരാമനും. എന്നാ ലും ശിവരാമൻ കൂടെയുണ്ടാവുമ്പോൾ ഞങ്ങൾ നിശ്ശബ്ദം സംസാരിച്ചി രുന്നു. ഉൽക്കണ്ഠകളൊന്നുമില്ല. കൂടെ സ്വന്തമൊരാളുണ്ടല്ലോ. ഉൾനാടൻ പ്രസംഗപരിപാടികൾ കഴിഞ്ഞ് തിരിച്ചുവരുമ്പോഴേക്ക് അവിടെ ചിലരെങ്കിലും ശിവരാമന്റെ സുഹൃത്തുക്കളായി മാറിയിരിക്കും.

കവിത - കാറ്റ്
സുഗതകുമാരി (1973)

ഞങ്ങൾ ഒരേതരം ഗ്രാമീണ പശ്ചാത്തലത്തിലാണ് വളർന്നത്. ഇളംപ്രായത്തിലെ കഷ്ടപ്പാടുകളുടെ കാര്യത്തിലും ചെറിയ ഏറ്റക്കുറച്ചിലുകളെ ഞങ്ങൾക്ക്

ഉണ്ടാവൂ. ഞങ്ങളുടെ ആസ്വാദനബോധത്തിൽ വളരെ സമാനതലങ്ങളുണ്ടായിരുന്നു. എല്ലാറ്റിലുമുപരി ഞങ്ങളുടെ ഭാഷയും ഒന്നായിരുന്നു. അതുകൊണ്ടൊക്കെയാവാം ശിവരാമൻ എന്റെ മനസിലേക്ക് പൊടുന്നനെ കയറിവന്നത്.

ആ മെലിഞ്ഞ രൂപം, കണ്ണടയിലൂടെ നീണ്ടുവരുന്ന കണ്ണുകൾ, ചുണ്ടിനു ചുറ്റും മുഴുവൻ തുറന്നു വിടാത്ത ചിരി, എന്റെ ഓർമച്ചുവരിൽ വരച്ചിട്ട ചിത്രം ഇന്നും അവശേഷിക്കുന്നു. മങ്ങാതെ.

ശിവരാമന്റെ ആത്മരേഖകൾ

എം വി ദേവൻ

മിഴിവേറിയ രേഖാചിത്രം അതിനാധാരമായ കഥ മറന്നാലും ഉള്ളിലുറങ്ങിക്കിടക്കും. ശിവരാമന്റെ ഒട്ടൊക്കെ ദുരന്തവാഹിയായ ജീവിതചരിത്രം ആരെങ്കിലും മറന്നുപോയാലും കണ്ണിൽ തറയ്ക്കുന്ന ആ ബ്രഷ് സ്ട്രോക്കിന്റെ വിലാസം ഹൃദയത്തിൽനിന്ന് മായില്ല. തൃക്കിടീരിമനയിൽ വെച്ചാണ് ശിവരാമനെ ഞാൻ പരിചയപ്പെടുന്നത്. വരയും അഭിനയവും നർമവേലകളുമായി ഒരു ചെറുപ്പക്കാരൻ. പ്രായത്തിൽ കവിഞ്ഞ ഒരുതരം പക്വതയോ അന്തർമുഖത്വമോ ശിവരാമനിൽ സൂക്ഷ്മദൃഷ്ടികൾക്കു കാണാൻ പ്രയാസമുണ്ടാവില്ല.

സർദാർ കെ എം പണിക്കർ അധ്യക്ഷനായുള്ള കേരള സാഹിത്യ അക്കാദമിയുടെ ആദ്യകാല സംരംഭങ്ങളിലൊന്നായി ഏതാനും ബാല സാഹിത്യ കൃതികൾ പ്രസിദ്ധീകരിക്കാൻ തീരുമാനിച്ചു. കേരള സംസ്ഥാന രൂപീകരണത്തിന് മുമ്പാണിത്. പുസ്തകത്തിന്റെ ഇലസ്ട്രേഷൻ ജോലി എന്നെയാണ് ഏൽപ്പിച്ചത്. കെ സി എസ് പണിക്കർക്ക് ഇത്തരം അവസരങ്ങൾ ലഭിച്ചാൽ അത് തന്റെ സഹപ്രവർത്തകരുടെ കൂട്ടായ്മയിലൂടെയാണ് അദ്ദേഹം നിർവഹിക്കുക പതിവ്. ഞാനും കെ സി എസിനെ പിന്തുടർന്ന് എനിക്ക് ലഭിച്ച ഏഴു പുസ്തകത്തിന്റെയും വർണരേഖാ ചിത്രീകരണം ഒരുസംഘം കലാകാരന്മാരുടെ കൂട്ടായ യത്നത്തിലൂടെ സഫലീകരിക്കാനാണ് ശ്രമിച്ചത്.

അങ്ങനെയാണ് ആർട്ടിസ്റ്റ് നമ്പൂതിരിയുടെ കരുവാട്ടു മനയ്ക്ക് സമീപമുള്ള ഔട്ട്ഹൗസ് ബംഗ്ലാവിൽ ചിത്രകലാക്യാമ്പ് സംഘടിപ്പിച്ചത്. മലയാളത്തിൽ ഇത്തരം ഒരു ക്യാമ്പ് ആദ്യമായാണ്. തൃക്കിടീരി വാസുദേവൻനമ്പൂതിരി, ജാതവേദൻ, ആർട്ടിസ്റ്റ് നമ്പൂതിരി, അക്കിത്തം നാരായണൻ, ശിവരാമൻ, ദാമോദരൻ തുടങ്ങിയവരൊക്കെയുണ്ട്. വരയും നാട

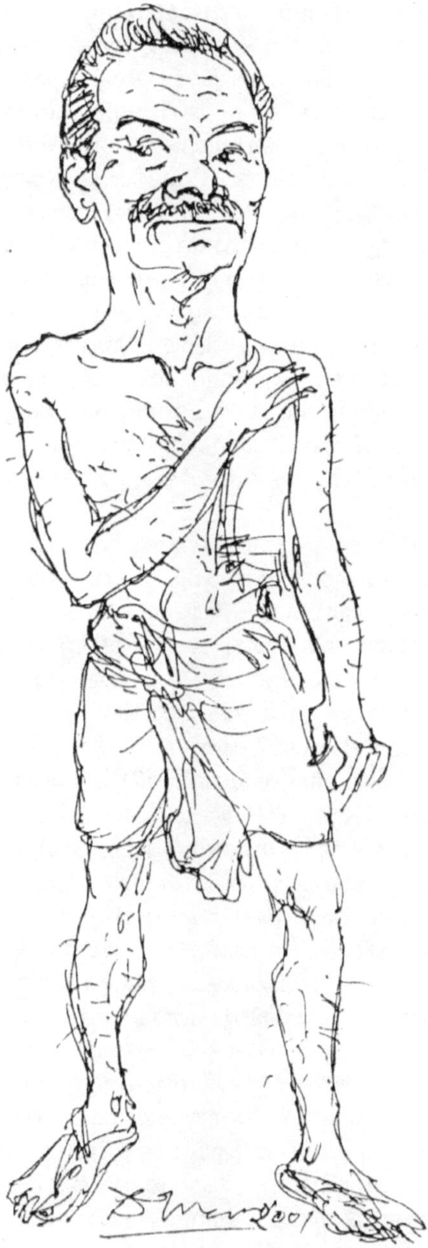

വര: എം വി ദേവൻ

കവും സംഗീതവും ചർച്ചയും കലാപരിപാടികളുംകൊണ്ട് സമ്പന്നമായ പതിനഞ്ചു ദിനരാത്രങ്ങൾ. ശിവരാമനിലെ മനുഷ്യനെയും കലാകാരനെയും തൊട്ടറിഞ്ഞത് ഈ ദിവസങ്ങളിലാണ്. കുസൃതി നിറഞ്ഞ ഭാവാഭിനയവും ഏകാംഗാഭിനയവും കാഴ്ചവെച്ച് ക്യാമ്പിന്റെ ഓമനയായിത്തീരാൻ ആ യുവാവിന് പെട്ടെന്ന് കഴിഞ്ഞു. ഫലിതവും നർമബോധവും വാരിവിതറിക്കൊണ്ട് ക്യാമ്പംഗങ്ങളുടെ ഇടയിൽ ശിവരാമൻ വിലസി. എ എസിന്റെ രേഖാചിത്രപാടവം പ്രദർശിപ്പിക്കാനും അവസരമുണ്ടായി.

ബാലസാഹിത്യ ചിത്രീകരണത്തിന് വർണചിത്ര മാതൃകകളായി പിൻപറ്റാൻ പോളണ്ട്, ചെക്കോസ്ലോവാക്കിയൻ ബാലസാഹിത്യ കൃതികൾ ഞാൻ ശേഖരിച്ചു വച്ചിരുന്നു. പക്ഷേ, അതൊന്നും ക്യാമ്പംഗങ്ങളായ ചിത്രകാരന്മാർക്ക് ആവശ്യമില്ലായിരുന്നു. ഓഫ്സെറ്റ് പ്രിന്റിങ് സജ്ജീകരണമോ ആധുനിക ചിത്രമുദ്രണവിദ്യയോ ഇല്ലാതിരുന്ന കാലമാണതെന്നോർക്കണം. എങ്കിലും രേഖാചിത്രീകരണത്തിലെ കൂട്ടായ്മയുടെ വിജയം ക്യാമ്പിന്റെ കർമ വൈഭവത്തിനും ഉത്സാഹത്തിനും മാറ്റുകൂട്ടി. എ എസ് പിൽക്കാലത്തു നേടിയെടുത്ത രേഖാസ്വാധീനത്തിന്റെയും കൈക്കരുത്തിന്റെയും മിന്നലാട്ടം ഈ രചനകളിൽ തെളിയാൻ തുടങ്ങിയിരുന്നു.

ശിവരാമനെ അടുത്തറിയാനും ആശയങ്ങൾ കൈമാറാനും പിന്നീട് ധാരാളം അവസരങ്ങൾ ഉണ്ടായി. ചിത്രകലാ പരിഷത്തിന്റെ മൂന്ന് ക്യാമ്പുകൾ എ എസിന്റെ ചിത്രകലാ കൗശലത്തിന് സാക്ഷ്യമായി. പെയിന്റിങ്ങിലാണ് ശിവരാമൻ ഇടം തേടാൻ പോകുന്നതെന്ന് അന്നെനിക്ക് തോന്നിയിട്ടുണ്ട്. എന്തോ കാരണത്താൽ പിൽക്കാലങ്ങളിൽ എ എസ് പെയിന്റിങ്ങിൽ ബദ്ധശ്രദ്ധനായില്ലെന്നു കാണാം.

എ എസുമായി വ്യക്തിപരമായ സൗഹൃദവും ഊഷ്മളതയും വളർന്നത് ഇത്തരം ക്യാമ്പിലൂടെയാണ്. വിശ്രമവേളയിൽ സഹോദരതുല്യം എന്റെ മുമ്പിൽ എ എസ് ഹൃദയം തുറക്കും. ഒട്ടും സമ്പന്നമല്ലാത്ത ഗൃഹാന്തരീക്ഷത്തിലാണ് വളരുന്നതെന്നറിഞ്ഞു. ദാരിദ്ര്യവും കഷ്ടപ്പാടും ആ പ്രതിഭയെ തളർത്തിയില്ല. തൃക്കിടീരി വാസുദേവൻനമ്പൂതിരിയാണ് ശിവരാമനിലെ കലാകാരനെ ആദ്യം കണ്ടെത്തുന്നതും പ്രോത്സാഹിപ്പിച്ചതും പഠിപ്പിച്ചതും. ഭൂമി മലയാളത്തിൽ "വാസുനമ്പിയെപ്പോലെ കാരുണ്യവാനാരുമില്ലെന്ന്" പിൽക്കാലത്ത് എ എസ് സുഹൃത്തുക്കളോടെല്ലാം ആത്മാർഥതയുടെ സ്വരത്തിൽ പറയാറുണ്ട്.

1961 ലാണ് ഞാൻ *മാതൃഭൂമി* വിടാൻ തീരുമാനിച്ചത്. അതിനിടെ നമ്പൂതിരി *മാതൃഭൂമി*യിൽ ചേർന്നിരുന്നു. സ്ഥാനമൊഴിയുന്ന സന്ദർഭത്തിൽ എന്റെ ഒഴിവിലേക്ക് അനുയോജ്യനായ ആരെയെങ്കിലും നിർദേശിക്കണമെന്ന് വി എം നായർ എന്നോടഭ്യർഥിച്ചു. എന്റെ മനസിൽ ശിവരാമന്റെ മുഖം തെളിയുന്നു. "എവിടെയെങ്കിലും തനിക്കൊരു ജോലി സംഘടിപ്പിക്കാൻ പറ്റുമോ" എന്ന് ഏതോ ഒരവസരത്തിൽ എന്നോടാരാഞ്ഞ ആ സുഹൃത്തിന്റെ നനുത്ത ശബ്ദം എന്റെ കാതിൽ മുഴങ്ങി.

ശിവരാമൻ എന്ന എ എസ് *മാതൃഭൂമി*യുടെ താളുകളിൽ രേഖാസാഫല്യമായി പ്രത്യക്ഷപ്പെടാൻ പിന്നെ താമസമുണ്ടായില്ല.

ഡ്രോയിങ്ങിൽ നമ്പൂതിരിയുടെ മൗലികത എ എസിന് അവകാശപ്പെടാനില്ലെങ്കിലും രേഖാചിത്രണ വിദ്യയിൽ തന്റെ അസാധാരണമായ പ്രതിഭാപ്രസരം നിർവഹിക്കാൻ ശിവരാമന് കഴിഞ്ഞു. ചിത്രത്തിൽ സൂക്ഷ്മങ്ങളായ പ്രത്യേകതകളും കൗതുകങ്ങളും നിറം ചാർത്തുന്നുണ്ട്. കൃതിയുടെ സ്വഭാവവും പാത്രങ്ങളുടെ മനസുമറിഞ്ഞാണ് എ എസ് ചിത്രണം നടത്തുക. കനത്തു കറുത്ത ബ്രഷ് സ്ട്രോക്കിന്റെ ചടുലചലന ചാതുരിയാണ് എ എസിനെ അഗ്രഗണ്യനായ രേഖാചിത്രകാരനാക്കുന്നത്. മത്തീസിന്റെയും തർബറുടെയും സൃഷ്ടികൗശലത്തിന്റെ ഏതോ ഒരംശം എ എസ് ഉള്ളിലാവാഹിക്കുന്നു. ഇതര ഭാഷാകൃതികളിലെ മനുഷ്യരെ ചിത്രീകരിക്കുമ്പോഴാണ് എ എസ് പ്രതിഭ വാചാലമാകുന്നത്. ബംഗാളി കൃതികളിലെ വംഗാംഗനകളുടെ വൈഷയികത്വവും ആകാര സുഷമയും കണ്ണുകളിലെ തിളക്കവും എ എസ് മനോഹരമായി ചിത്രത്തിലാക്കുന്നു. മണ്ണും വിണ്ണും പ്രകൃതി പ്രതിഭാസങ്ങളും ശിവരാമന്റെ ചിത്രത്തിൽ സംസാരിച്ചുകൊണ്ടിരിക്കുന്നു. പാലക്കാടൻ പ്രകൃതിയുടെ ഹരിതഭംഗിയും ഊഷരമായ വന്യതയും ചിത്രകാരനെ ഒരുപോലെ ആകർഷിക്കുന്നുണ്ടെങ്കിലും മുടിയഴിച്ചാടുന്ന പനകളും മൊട്ടക്കുന്നുകളും ചുടുകാറ്റിലുലയുന്ന മരങ്ങളും പരന്നുകിടക്കുന്ന ഭൂഭാഗവും സർവസാക്ഷിയായ ചക്രവാളവും രേഖകളിലൊതുക്കി ഒരുതരം 'ഈറി' അന്തരീക്ഷം സൃഷ്ടിക്കുമ്പോഴാണ് എ എസ് സ്വയം തൃപ്തനാകുന്നതെന്നു തോന്നുന്നു. രേഖകളിൽ അൽപ്പം ധാരാളിത്തം കാട്ടിയോ എന്ന സംശയം ചില ചിത്രങ്ങൾ വിളിച്ചറിയിക്കുന്നുണ്ട്. ആഴമേറിയ ഫലിതബോധവും അഭ്യാസ ചാതുരിയും കാർട്ടൂൺരേഖകളിൽ കാണാം.

പെയിന്റിങ്ങിലും തിളങ്ങാൻ കഴിയുമായിരുന്ന എ എസ് രേഖാചിത്രകാരനായി മാത്രം ഒതുങ്ങിനിന്നു. ജന്മസിദ്ധമായ അന്തർമുഖത്വം കൊണ്ടും ദൗർഭാഗ്യകരമായ ജീവിതാനുഭവങ്ങൾകൊണ്ടുമാവണം സമൂഹമധ്യത്തിൽ തന്റെ കർമശേഷിയുടെയും വ്യക്തിത്വത്തിന്റെയും ഭിന്നമുഖങ്ങൾ സാക്ഷാത്കരിക്കാൻ എ എസ് ഒരുമ്പെട്ടില്ല. ക്രാന്തദർശിയായ കലാകാരന്റെ സ്വത്വവും ശുദ്ധനായ മനുഷ്യന്റെ സത്വവും പകർന്ന ശ്യാമപൂർണിമയുടെ ആത്മരേഖകളിൽ എ എസ് ജീവിക്കുന്നു.

ശിവരാമന്റെ ഹ്യൂമർ

നമ്പൂതിരി

മദിരാശി സ്കൂൾ ഓഫ് ആർട്സിൽ കൊമേഴ്സ്യൽ ആർട് വിഭാഗത്തിൽ ഞാൻ പഠിക്കുന്ന കാലത്തുതന്നെ ശിവരാമനും വര പഠിക്കാനെത്തി. കാറൽമണ്ണക്കാരനായ അത്തിപ്പറ്റ ശിവരാമനെ ആദ്യം കാണുന്നതും അവിടെ വെച്ചായിരുന്നു. അക്കാലത്ത് ശിവരാമനെ പ്രത്യേകം ശ്രദ്ധിക്കാൻ കാരണമുണ്ട്. ക്ലാസിൽ പലപ്പോഴും ഉച്ചയ്ക്കുശേഷം വരാറില്ല. അപ്ലൈഡ് ആർട്ട് തലവൻ കൃഷ്ണറാവുവുമായി ശിവരാമൻ നല്ല അടുപ്പത്തിലായിരുന്നു. റാവുവിന്റെ സമ്മതത്തോടുകൂടിയായിരിക്കണം സൂത്രത്തിൽ ഉച്ചയ്ക്കുശേഷം ക്ലാസിൽനിന്ന് മുങ്ങുക. ശിവരാമൻ പുറത്തുപോയി ആർട്വർക്കുകൾ ചെയ്യുമായിരുന്നു. *ജയകേരള*ത്തിലും മറ്റും വരച്ചിരുന്നു.

മദിരാശിയിലെത്തുന്ന എഴുത്തുകാരും കലാകാരന്മാരുമൊക്കെ ഒത്തുചേരുന്ന ഗ്രൂപ്പിൽ ഞാനും സുഹൃത്തുക്കളും കാര്യമായി പങ്കെടുത്തിരുന്നു. പക്ഷേ, ശിവരാമൻ ഇതിലൊന്നും ഉണ്ടായിരുന്നില്ല. ശിവരാമന്റെ ലോകം മറ്റെന്തൊക്കെയോ ആയിരുന്നു.

എം വി ദേവൻ പഠനം പൂർത്തിയാക്കി പോയതിന് ശേഷമാണ് ഞങ്ങൾ മദിരാശിയിലെത്തുന്നത്. അപ്പോഴേക്കും ദേവൻ *മാതൃഭൂമി*യിൽ ചേർന്നിരുന്നു. പഠിക്കുന്ന കാലത്തുതന്നെ ശിവരാമൻ തൃക്കിടീരി സഹോദരന്മാരിലെ ടി എസ് നമ്പൂതിരിയുടെ പഞ്ചതന്ത്രകഥകൾക്ക് ചിത്രം വരച്ചിരുന്നു. *മാതൃഭൂമി* വാരാന്തപ്പതിപ്പിലാണ് അത് പ്രസിദ്ധീകരിച്ചിരുന്നത്. വി എം കൊറാത്തിനായിരുന്നു വാരാന്തപ്പതിപ്പിന്റെ ചുമതല.

ദേവന്റെ നേതൃത്വത്തിൽ കുട്ടികളുടെ പുസ്തകത്തിനു ചിത്രങ്ങൾ വരയ്ക്കുന്നതിനുവേണ്ടി പത്തുദിവസത്തെ ഒരു ക്യാമ്പ് എന്റെ ഇല്ലമായ കരുവാട്ടുമനയിൽ നടത്തിയിരുന്നു. ദേവൻ, ഞാൻ, ശിവരാമൻ, അക്കി

വര: നമ്പൂതിരി

മാതൃഭൂമി വാർഷികത്തിലെ തായമ്പക കടപ്പാട്: *ഭാഷാപോഷിണി*

ത്തം നാരായണൻ – ഞങ്ങളൊക്കെ ഒത്തുകൂടിയ ക്യാമ്പ് ദിനങ്ങൾ വളരെ രസകരമായിരുന്നു. ശിവരാമന്റെ തമാശ പൊട്ടിച്ചിരിയായി ഒഴുകി. ഇല്ലത്തെ കുളത്തിൽ കുളിച്ച്, ഇല്ലത്തുണ്ടാക്കിയ ഭക്ഷണം കഴിച്ച് വെടിപറഞ്ഞുള്ള ഒരു ഒത്തുചേരൽ. കറന്റൊന്നുമില്ലാത്ത കാലം. രാത്രിയിൽ നിലവിളക്കിന്റെ വെളിച്ചത്തിൽ ശിവരാമന്റെ ഏകാംഗാഭിനയം കൗതുകകരവും ഹാസ്യാത്മകവുമായിരുന്നു. അതിനിടയിൽ ചിത്രങ്ങളും വരച്ചു.

അതുപോലെ മറ്റൊരു ക്യാമ്പിന്റെ ഓർമയും തെളിഞ്ഞു നിൽക്കുന്നു, ദേവന്റെ നേതൃത്വത്തിൽത്തന്നെ. ചെർപ്പുളശ്ശേരി ഹൈസ്കൂളിൽ വെച്ചായിരുന്നു. അതിന്റെ ചുമതലക്കാരൻ ശിവരാമനും. തൃക്കിടീരി വാസു

ദേവൻ, ജാതവേദൻ എന്നിവരൊക്കെ ഉണ്ടായിരുന്നു. അന്നേ ശിവരാമൻ നാട്ടിൽ ഏവർക്കും പ്രിയങ്കരനായിരുന്നു. തൃശൂർ നടന്ന മറ്റൊരു ക്യാമ്പിന്റെ ഓർമ ലഹരിപിടിപ്പിക്കുന്നതാണ്. സന്ധ്യ കഴിഞ്ഞാൽ തേക്കിൻകാടു മൈതാനത്തിലൊക്കെ ചുറ്റിയടിച്ച് വർത്തമാനവും പാട്ടും ചിരിയുമായി. ചെറുപ്പവുമാണല്ലോ. ഏത് കാര്യത്തിനും ശിവരാമൻ നാടൻ മട്ടിൽ മുൻപന്തിയിലുണ്ടാവും.

ദേവൻ പോയ ഒഴിവിൽ ശിവരാമൻ *മാതൃഭൂമി*യിലെത്തുന്നു. ഞാൻ ദേവനോടൊപ്പം ജോലി ചെയ്യുകയായിരുന്നു. അങ്ങനെ ഞാനും എ എസും സഹപ്രവർത്തകരായി. അന്നത്തെ *മാതൃഭൂമി* സെറ്റ്, ഒഴിവു വേളകൾ കളിയും ചിരിയും തമാശയുമൊക്കെയായി സമയം പോക്കിയിരുന്നു. ശിവരാമൻ നന്നായി ചെസ് കളിക്കും. വേണുക്കുറുപ്പ് കൂട്ടത്തിലുണ്ടാവും. ഞാൻ പലപ്പോഴും കാഴ്ചക്കാരനായിരുന്നു.

ഒരു തവണത്തെ *മാതൃഭൂമി* വാർഷികാഘോഷം ഞങ്ങളുടെ ചുമതലയിലായിരുന്നു. പതിവുവിട്ടുള്ള ചില പരിപാടികൾ പ്ലാൻ ചെയ്തു. ഭൂതം കളി ആലോചിച്ചെങ്കിലും തായമ്പകയാണ് അരങ്ങേറിയത്. ഞാൻ മദ്ദളം, ശിവരാമൻ ഇലത്താളം, വേണുഗോപാലമാരാര് ചെണ്ട. ആർക്കും ഇതിലൊന്നും പിടിപാടില്ലായിരുന്നു. എൻ വി കൃഷ്ണവാരിയരുടെ പാഠകവും ഉണ്ടായിരുന്നു. അതിന്റെ കോസ്റ്റ്യൂം ഞാനാണ് തയാറാക്കിയത്. ആകെക്കൂടി രസമയം.

ഞാനും ശിവരാമനും കുടുംബമായി അടുത്തടുത്ത വീടുകളിൽ താമസിച്ചിരുന്നു, നാലാംഗേറ്റിനു സമീപത്തായി. അപ്പോഴേക്കും ശിവരാമൻ മദിരാശിയിൽ തന്റെ സംരക്ഷകനായിരുന്ന കൃഷ്ണൻനായരുടെ മകളെ വിവാഹം കഴിച്ചിരുന്നു. ഭാര്യക്കുണ്ടായ മാനസികാസ്വാസ്ഥ്യവും മറ്റ് പ്രശ്നങ്ങളിലൊക്കെ കുടുങ്ങി എ എസ് വലഞ്ഞിരുന്നുവെങ്കിലും ആഴ്ചപ്പതിപ്പിലെ ജോലിക്ക് കൃത്യനിഷ്ഠ പുലർത്തി. മദിരാശി പഠനകാലത്തെ

ഒരു കഥാചിത്രീകരണം (1987)

എന്റെ ശിവരാമൻ

തൃക്കിടീരി വാസുദേവൻ നമ്പൂതിരി

ശിവരാമനെപ്പറ്റി എന്താണ് എഴുതുക അഥവാ എന്തൊക്കെ എഴുതാനുണ്ട്? ഒറ്റ ആലോചനയിൽ അല്ലെങ്കിൽ ഒരു പ്രബന്ധവിഷയത്തിൽ ഒതുക്കേണ്ട വ്യക്തിത്വമല്ല ശിവരാമന്റേത്. ഞങ്ങൾ തമ്മിലുള്ള ബന്ധവും അങ്ങനെ ആയിരുന്നില്ല. എ എസ് എന്ന ചിത്രകാരനാവുന്നതിനു മുമ്പെയുള്ള ശിവരാമൻ, പിന്നീടുള്ള ശിവരാമൻ എല്ലാം എനിക്ക് ഒരുപോലെയാണ്. ഇല്ലത്തെ ഒരാൾ എന്ന നിലയ്ക്കേ ശിവരാമനെ എനിക്ക് കാണാൻ സാധിച്ചിട്ടുള്ളൂ. ഇപ്പോൾ ഓർമിക്കാനും അങ്ങനെയേ സാധിക്കൂ.

കാറൽമണ്ണ തൃക്കിടീരി മനയിലാണ് ശിവരാമൻ വളർന്നത്. വളർച്ച എന്നു പറയുമ്പോൾ ഇല്ലത്തെ ഒരു കുട്ടിയെപ്പോലെ അവിടെ ഉണ്ടും ഉറങ്ങിയും കളിച്ചും വളർന്ന കുട്ടി. ഇല്ലത്തെ ആശ്രിതയായിരുന്ന ദേവകിയുടെ മകൻ. ഒതുക്കമുള്ള കുട്ടി. വിനയമുള്ളവൻ. കുടുംബത്തിൽ ദാരിദ്ര്യമായിരുന്നു. പഠിക്കാൻ മോഹമുണ്ട്. ആദ്യം കാറൽമണ്ണ സ്കൂളിൽ, പിന്നെ ചെർപ്പുളശ്ശേരി ഹൈസ്കൂളിൽ. ശിവരാമന്റെ വിദ്യാഭ്യാസച്ചെലവ് ഇല്ലത്തുനിന്ന് എന്റെ ഉത്സാഹത്തിൽ നിവൃത്തിച്ചു. ചിത്രം വരയ്ക്കാനുള്ള താൽപ്പര്യം കുട്ടിക്കാലം മുതൽക്കേ ശിവരാമനിൽ കണ്ടുവന്നു. ആ കാലത്ത് വായനശാല വകയായിട്ടുള്ള മാസികകളിലൊക്കെ ശിവരാമൻ വരച്ചിരുന്നു. ചിത്രംവരയിലുള്ള താൽപ്പര്യം മനസിലാക്കി ഞാൻ ശിവരാമനെ മദിരാശിയിലേക്ക് അയച്ചു. അവിടെ സ്കൂൾ ഓഫ് ആർട്സിൽ കൊമേഴ്സ്യൽ ആർട്ടിൽ പ്രവേശനം കിട്ടി. ആറുകൊല്ലക്കാലം അവിടെ പഠിച്ചു. കെ സി എസ് പണിക്കരായിരുന്നു മുഖ്യ ഗുരുനാഥൻ. ചളവറ സ്വദേശി കൃഷ്ണൻനായരുടെ വീട്ടിൽ താമസിച്ചുകൊണ്ടായിരുന്നു പഠനം. കൃഷ്ണൻനായരുടെ ഹോട്ടലിലും അദ്ദേഹം താമസിച്ചിട്ടുണ്ട്. മദിരാശിയിൽ ശിവരാമന്റെ സംരക്ഷകൻ കൃഷ്ണൻനായരായിരുന്നു. ആവശ്യ

ത്തിനുള്ള പണം ഞാൻ അയച്ചുകൊടുക്കുമായിരുന്നു. പ്രത്യേകമായ ആവശ്യം വരുമ്പോൾ കൃഷ്ണൻനായരും സഹായിക്കും. കൃഷ്ണൻനായരുടെ മകളെയാണ് ശിവരാമൻ വിവാഹം കഴിച്ചിട്ടുള്ളത്.

മദിരാശിയിലെ പഠനം കഴിഞ്ഞ് ശിവരാമൻ കുറച്ചുകാലം വെറുതെയിരുന്നു. വെറുതെ ഇരുന്നു എന്നു പറഞ്ഞുകൂടാ. കാറൽമണ്ണ വായനശാല കേന്ദ്രമാക്കി നാടകസംഘത്തിലും സാംസ്കാരിക പ്രവർത്തനങ്ങളിലും ശിവരാമൻ സജീവമായി പങ്കുകൊണ്ടു. നന്നായി അഭിനയിക്കും. സരസമായി സംസാരിക്കും.

ദേവൻ പോന്നതിന്റെ ഒഴിവിലേക്കാണ് ശിവരാമൻ *മാതൃഭൂമി*യിൽ ചേരുന്നത്. ഞാൻ എൻ വി കൃഷ്ണവാരിയരെയും വി എം നായരെയും കണ്ട് ശിവരാമനെക്കുറിച്ചു പറഞ്ഞു. അവർ സമ്മതിച്ചു. ശിവരാമൻ *മാതൃഭൂമി*യിലെത്തി.

*മാതൃഭൂമി*യിലെത്തിയ ശിവരാമന് വരയ്ക്കാൻ ധാരാളം സന്ദർഭങ്ങളായി. പരീക്ഷണങ്ങൾ നടത്താൻ മാധ്യമമായി. കറുപ്പിന്റെ തന്ത്രം ശിവരാമൻ പരിചയപ്പെടുത്തി. പാവക്കൂത്തിന്റെ സ്റ്റൈലാണ് ഇതിന്. ഇത് മുമ്പില്ലാത്ത ഒരു പ്രവണതയായിരുന്നു. ഇതിൽ ആരുടെയും സ്വാധീനം പറയാൻ വയ്യ. ശിവരാമന്റെ ചിത്രങ്ങളെക്കുറിച്ച് പറയേണ്ടയാൾ ഞാനല്ല.

ഞാൻ കാറൽമണ്ണ വിട്ടതിനുശേഷം ഞാനുള്ളിടത്തൊക്കെ ശിവരാമൻ വരും. കരുവാരക്കുണ്ടിൽ പലപ്പോഴും വരും. എന്നാൽ ഇവിടത്തെ ഒരാളെപ്പോലെതന്നെ. ശിവരാമൻ ഇല്ലാതെ ഇല്ലത്ത് ഒരു ആഘോഷസന്ദർഭം ഉണ്ടായിട്ടില്ല എന്നു പറയാം. വന്നാൽപ്പിന്നെ സരസമായ വർത്തമാനമാണ്. ആരെയും അധിക്ഷേപിച്ചു പറയുകയോ കുറ്റപ്പെടുത്തുകയോ ഇല്ല. അങ്ങനെ ഒരു സ്വഭാവമേ ശിവരാമന് ഉണ്ടായിരുന്നില്ല. ചിലപ്പോൾ അസലായി തമാശ പറയും. പിന്നീട് ആലോചിക്കുമ്പോഴാണ് ശിവരാമൻ അങ്ങനെ പറഞ്ഞതിന്റെ രസികത്തം മനസിലാവുക.

പത്തിരുപതുകൊല്ലം മുമ്പ് കരുവാരക്കുണ്ടിൽ ഇല്ലത്തുവെച്ച് ഒരു ചിത്രകലാ ക്യാമ്പ് നടക്കുകയുണ്ടായി. അന്ന് എ സി കെ രാജ, നമ്പൂതിരി എന്നിവരോടൊപ്പം ശിവരാമനും സജീവമായി പങ്കെടുക്കുകയുണ്ടായി. *മാതൃഭൂമി* ഓഫീസിൽ വച്ചാണല്ലോ ശിവരാമൻ മരിച്ചത്. മരിക്കുന്നതിനു രണ്ടുദിവസം മുമ്പ് ഞങ്ങൾ തമ്മിൽ കണ്ടതാണ്. അപ്രതീക്ഷിതമായ മരണം....

അടുപ്പമുള്ളവരെക്കുറിച്ച് അധികം എന്ത് എങ്ങനെ പറയും? ശിവരാമനും ഞാനും, എന്റെ കുടുംബവും തമ്മിലുണ്ടായ ബന്ധം വിശകലനാതീതമാകുന്നു.

എന്റെ ശിഷ്യൻ

കുറുമാപ്പള്ളി ശ്രീധരൻ നമ്പൂതിരി

എന്റെ ഇല്ലപ്പറമ്പിന്റെ കിഴക്കുവശത്തായിരുന്നു ശിവരാമന്റെ പൂർവികർ വസിച്ചിരുന്നത്. തൊടുവേലി. എന്റെ തറവാട്ടിൽ പണ്ടൊരു കാരണവർക്ക് ദീനം മാറിയതിൽ സന്തോഷിച്ച് പ്രസ്തുത സ്ഥലം പര്യാനംപറ്റ ദേവസ്വത്തിലേക്ക് ചാർത്തിക്കൊടുത്തുവത്രേ. ആ ഭാഗം ദേവസ്വം ഭൂമിയായി. ഇന്നും ആ വീട് ഇവിടെ നിൽപ്പുണ്ട്. പല ഉടമസ്ഥതയ്ക്കും കൈമാറി പോയിട്ടുണ്ടെങ്കിലും ആ പേരിൽ മാറ്റമില്ല. 'അത്തിപ്പറ്റ.'

കാറൽമണ്ണയിലെ തൃക്കിടീരി മനയിലെ ആശ്രിതരായിരുന്നു ശിവരാമന്റെ കുടുംബം. മനയിലെ വാസുദേവനും അനുജൻ അന്തരിച്ച ജാതവേദനും ശിവരാമന്റെ കൂട്ടുകാരായിരുന്നു.

അക്കാലത്ത് വാസുദേവൻനമ്പൂതിരിയെ ചിത്രകല പഠിപ്പിക്കാനായി ഒറ്റപ്പാലം യുണൈറ്റഡ് സ്റ്റുഡിയോ ഉടമ പി ആർ പൊതുവാൾ മനയിലെത്തി. പൊതുവാളിന്റെ ചിത്രരചനയുടെ ബാലപാഠങ്ങൾ കൃശഗാത്രനായ ഒരു ബാലൻ മറഞ്ഞുനിന്ന് നോക്കിയിരുന്നതായി പൊതുവാൾ പറഞ്ഞിരുന്നു. അകത്തേക്ക് വരാൻ ആ കുട്ടിക്ക് ധൈര്യമുണ്ടായിരുന്നില്ല. ആ കൊച്ചു ബാലനാണ് അത്തിപ്പറ്റ ശിവരാമൻ നായർ എന്ന എ എസ് നായർ.

ശിവരാമന്റെ വരയുടെ ആദ്യ സമ്പ്രദായം ചുമരിൽ കരിക്കട്ടകൊണ്ടുള്ള കരവിരുതായിരുന്നു. അതിൽനിന്ന് കടലാസിലേക്ക് ആ രചനാപാടവം കൂടുതൽ ഓജസോടെ ആലേഖനം ചെയ്യാൻ തുടങ്ങി. താമസിയാതെ വാട്ടർകളറും മറ്റും ഉപയോഗിച്ചുള്ള ചിത്രരചന ആരംഭിച്ചു; നമ്പൂതിരിമാരോടൊപ്പം.

ചെർപ്പുളശ്ശേരി ഹൈസ്കൂളിൽ പഠിക്കാൻ വന്നപ്പോഴാണ് ശിവരാമൻ എന്റെ ശിഷ്യനായത്. ഇംഗ്ലീഷായിരുന്നു ഞാനെടുത്തിരുന്നത്. ആ

ഭാഷയിൽ വലിയ പ്രാഗത്ഭ്യമൊന്നും ശിവരാമനുണ്ടായിരുന്നില്ലെന്ന് മനസിലാക്കി കൂടുതൽ ശ്രദ്ധിച്ചു. അതിനു ഫലം ഉണ്ടാവുകയും ചെയ്തു.

ഇംഗ്ലീഷ് പഠിപ്പിക്കുമ്പോൾ ഞാൻ ബോഡിൽ ചില സ്കെച്ചുകൾ വരയ്ക്കാറുണ്ടായിരുന്നു. വേർഡ്സ്വർത്തിന്റെ ഒരു കവിതാപാഠത്തിൽ കൊയ്ത്തുകാരിപ്പെണ്ണ് കൊയ്ത് കറ്റയാക്കുന്ന ചിത്രം വരച്ചിട്ടു. മറ്റ് കുട്ടികൾ ശ്രദ്ധിച്ചില്ല. എന്നാൽ ശിവരാമൻ അതെല്ലാം ശ്രദ്ധയോടെ വീക്ഷിച്ചിരുന്ന മുഖഭാവം ഇന്നും എന്റെ മനസിൽ തെളിയുന്നു.

സ്കൂളിലെ സാംസ്കാരിക പരിപാടികളിൽ പങ്കെടുക്കുന്നതിലും ശിവരാമൻ എപ്പോഴും അതീവ തൽപ്പരനായിരുന്നു. നാടകം അന്നേ ഒരാവേശമായിരുന്നു. ഹാസ്യകഥാപാത്രങ്ങളെ അവതരിപ്പിക്കുന്നതിലായിരുന്നു അധികം മമത. സ്കൂൾ വാർഷികവേളകളിൽ വേണമെങ്കിൽ പന്തൽപണിക്കുകൂടി സന്നദ്ധനായിരുന്നു ആ കൃശഗാത്രൻ. ക്ലാസ് മാസികകളുടെ കവർച്ചിത്രം മറ്റാരും വരച്ചിരുന്നില്ല. അതൊക്കെ ശിവരാമന്റെ കരവിരുതായിരുന്നു.

ഒരിക്കൽ ചിത്രകലാ പരിഷത്തിന്റെ നേതൃത്വത്തിൽ ചെർപ്പുളശ്ശേരി ഹൈസ്കൂളിൽ വെച്ച് ചിത്രകലാക്യാമ്പ് നടത്തുകയുണ്ടായി. എം വി ദേവൻ, പി ടി ഭാസ്കരപ്പണിക്കർ, നമ്പൂതിരി, എ എസ് എന്നിവരൊക്കെ ഉണ്ടായിരുന്നു. എ എസ് മദിരാശിയിൽ പഠിക്കുന്ന കാലം. ഞാനന്ന് ആക്ടിങ് ഹെഡ്മാസ്റ്ററായിരുന്നു. ക്യാമ്പിൽ ആളെ നോക്കി വരയ്ക്കുന്ന രീതി ഉണ്ടായിരുന്നു. എന്നെ മോഡലാക്കിയാണ് ശിവരാമൻ വരച്ചത്. കുറേക്കാലം സൂക്ഷിച്ചിരുന്ന ആ ചിത്രം എനിക്ക് കൈമോശം വന്നു. അതിന്റെ ഖേദം ഇപ്പോഴുമുണ്ട്.

വല്ലപ്പോഴും കോഴിക്കോട് പോകേണ്ടിവന്നാൽ ഞാൻ *മാതൃഭൂമി*യിൽ പോയി എ എസുമായി രണ്ടുവാക്ക് കുശലം പറഞ്ഞേ മടങ്ങുമായിരുന്നുള്ളൂ. സഹപ്രവർത്തകരോട് "ഇദ്ദേഹം എന്റെ മാഷാണ്" എന്നു പറഞ്ഞ് എന്നെ പരിചയപ്പെടുത്തുമായിരുന്നു. അതിൽ ഞാൻ അഭിമാനിച്ചിരുന്നു. ശിവരാമന്റെ അപ്രതീക്ഷിത മരണം എനിക്ക് താങ്ങാൻ പറ്റുന്നതായിരുന്നില്ല. സ്കൂൾ കാലത്തെ ശിവരാമന്റെ രൂപമാണ് ഇപ്പോഴും മനസിൽ.

(തയാറാക്കിയത്: ജോണി താണിക്കൽ)

ഒരു കഥാചിത്രീകരണം (1988)

എ എസിന്റെ കീർത്തിമുദ്ര

കോട്ടയ്ക്കൽ ശിവരാമൻ

സ്വർണം ധരിക്കുന്നത് എനിക്ക് ഇഷ്ടമല്ല. എന്നാൽ ഒരു സുവർണ ഹാരം ഞാൻ കുറേക്കാലം ധരിച്ചു നടന്നിരുന്നു. എന്റെ ഗ്രാമമായ കാറൽമണ്ണയിൽ വച്ച് ഇവിടത്തുകാർ എനിക്ക് ഒരു സ്വർണമാല ഉപഹാരമായി തരികയുണ്ടായി, ഇരുപത്തഞ്ചുകൊല്ലം മുമ്പ്. ജന്മദേശത്തിന്റെ അംഗീകാരം എന്നൊരു സന്തോഷം ഒരുഭാഗത്ത്. വിലപിടിപ്പുള്ള മറ്റൊരു സന്തോഷവും ആ കീർത്തിമുദ്രയ്ക്കുണ്ട്. ആ മാലയുടെ ലോക്കറ്റ്, കഥകളിമുഖം, കിരീടമടക്കമുള്ള ലോക്കറ്റ് ഡിസൈൻ ചെയ്ത് തട്ടാന്റെ അടുത്തിരുന്ന് പണിയിപ്പിച്ചത് എനിക്കു പ്രിയപ്പെട്ട എ എസായിരുന്നു. ആ മാല ധരിച്ചു നടന്നിരുന്ന കാലത്ത് ഞാൻ കഥകളിക്കാരനാണെന്ന് എല്ലാവർക്കും മനസിലാവും; ആ ലോക്കറ്റു കണ്ടാൽ. എ എസ് ഉദ്ദേശിച്ചതും അതുതന്നെയാണ്. ഇപ്പോഴും അത് അപൂർവ മാതൃകയായി നോക്കിക്കാണണം. ഇപ്പോൾ ആ ലോക്കറ്റ് എന്റെ പത്നി ഭവാനിയാണ് ധരിക്കുന്നത്. എന്നും എ എസിനെ ഓർമിക്കാൻ, അദ്ദേഹം എനിക്കായി ഉണ്ടാക്കിത്തന്ന കഥകളിത്തമുള്ള മുദ്ര.

ഞങ്ങൾ ഒരേ നാട്ടുകാരാണ്. ചെറുപ്പംമുതലേ എ എസിനെ അറിയാം. ഞാൻ സ്കൂളിൽ പഠിക്കുന്ന കാലത്ത് അദ്ദേഹം എന്നെ ഒരു നാടകത്തിൽ അഭിനയിപ്പിച്ചിട്ടുണ്ട്. അങ്ങനെ എന്റെ അഭിനയജീവിതത്തിലും എ എസിന്റെ സ്പർശമുണ്ടെന്നു പറയാം. എ എസിന് നാടകത്തോടും നല്ല മമതയുണ്ടായിരുന്നു. നാടകത്തെക്കുറിച്ച് ഞങ്ങൾ ധാരാളം ചർച്ച ചെയ്യുകയുണ്ടായിട്ടുണ്ട്. കഥകളിയിൽ ശബ്ദമില്ലല്ലോ. മുദ്ര മുഖഭാവത്തിലൂടെ വരണം. നാടകത്തിൽ ശബ്ദത്തിൽനിന്ന് ഭാവം സൃഷ്ടിക്കാം. ഇങ്ങനെ കഥകളിയും നാടകവും തമ്മിലുള്ള പൊരുത്തക്കേടുകളും പൊരുത്തങ്ങളും ഞങ്ങൾ ചർച്ചചെയ്യാറുണ്ടായിരുന്നു. എ എസ് അദ്ദേഹ

ത്തിന്റെ നാടകാനുഭവങ്ങൾ പറയാറുണ്ട്. നാടകത്തിൽ ഒരു മിത്തിനെ എങ്ങനെ സാക്ഷാത്കരിക്കാം എന്നതിനെച്ചൊല്ലിയൊക്കെ ഞങ്ങൾ സംസാരിച്ചിരുന്നു. എ എസ് ബഹു തമാശയായിട്ട് നാടകമെഴുതിയിട്ടുണ്ട്.

എ എസ് കോഴിക്കോടുള്ള കാലത്ത് ഞാൻ അദ്ദേഹത്തിന്റെ താമസസ്ഥലത്ത് ചെല്ലുമായിരുന്നു. പിന്നെ വർത്തമാനം തന്നെ. എ എസ് തിരുവനന്തപുരത്തുള്ള കാലത്ത് ഞാനും ഗോപിയും പല പ്രാവശ്യം അവിടെ താമസിച്ചിട്ടുണ്ട്. വൈകുന്നേരം കഞ്ഞിയാണ് എ എസിന്റെ ഇഷ്ടപ്പെട്ട ഭക്ഷണം. കഞ്ഞിക്ക് ഒരു കൂട്ടാനും പിന്നെ നാളികേര ചമ്മന്തിയുമുണ്ടാകും. മൂന്നിനും ബഹുരുചിയാണ്. അതു കഴിക്കാൻവേണ്ടി മാത്രം ആ ദിക്കിൽ കളിയുള്ള ദിവസങ്ങളിൽ എ എസിന്റെ വാസസ്ഥലത്ത് എത്തുമായിരുന്നു.

എ എസ് *യയാതി*ക്ക് ചിത്രം വരയ്ക്കാൻ തുടങ്ങിയ കാലത്ത് ഞാൻ അദ്ദേഹത്തിന്റെ ഒപ്പമുണ്ടായിരുന്നു. വരയ്ക്കാനുള്ള പദ്ധതിയേ ആയിട്ടുള്ളൂ. ഞങ്ങൾ അതിനെപ്പറ്റി പല പ്രകാരത്തിൽ ചർച്ചചെയ്യുകയുണ്ടായി. കഥകളി വേഷങ്ങളുടെ രൂപകൽപ്പനയായാലോ കഥാപാത്രങ്ങൾക്ക് എന്നൊരു ആലോചന വന്നതാണ്. അപ്പോൾ ഒരു പ്രായോഗിക പ്രശ്നം വരും. രാജകുമാരിയോ മുനികന്യകയോ എന്നു വേർതിരിച്ചറിയാൻ കഴിയില്ല. കഥകളിവേഷമട്ടിലാവുമ്പോൾ മാറ്റമുണ്ടാകില്ലല്ലോ. ഒടുവിൽ ആ ശ്രമം വേണ്ടെന്നു വച്ചു. *യയാതി* ചിത്രങ്ങളുടെ വര ഞാൻ നേരിൽ കണ്ടിട്ടുണ്ട്. വര പെട്ടെന്നു കഴിയും. പിന്നെ വർത്തമാനമാണ്. കുറെ കഴിഞ്ഞ് നേരത്തെ വരച്ചത് എടുത്തു വേണ്ട മിനുക്കുപണി ചെയ്യും. ഇരുന്നു മെനക്കെട്ട് വരയ്ക്കൽ കഷ്ടിയാണ് എന്നാണ് എന്റെ അനുഭവം. താമസസ്ഥലത്തുവെച്ചും എ എസ് ധാരാളം വരച്ചിരുന്നു.

ഞങ്ങൾ കഥകളിയിലെ ആഹാര്യത്തെക്കുറിച്ച് ചർച്ചചെയ്തിരുന്നു. അദ്ദേഹം യുക്തമായ ചില നിർദേശങ്ങൾ തരും. അജന്ത, ഖജുരാവോ ചിത്രങ്ങളൊക്കെ എ എസിന്റെ വർത്തമാനങ്ങളിൽ വന്നിരുന്നു. കൂട്ടിമുട്ടിക്കാതെയുള്ള പുരികമെഴുത്ത് എന്റെ മുഖത്തെഴുത്തിൽ വന്നതിനു പിന്നിൽ എ എസിന്റെ സ്വാധീനമുണ്ട്.

അതങ്ങനെയൊരു സ്വാധീനം. കാറൽമണ്ണ വന്നാലോ? പിന്നെ ഞങ്ങൾക്കൊരു കൂടലുണ്ട്. അപ്പോൾ ചിത്രവും നാടകവും കഥകളിയുമൊക്കെ വിഷയമാവും. എ എസിനെപ്പറ്റി ഓർമിക്കാൻ ഏറെ. എന്നും ഓർമിക്കാൻ അദ്ദേഹം തന്നിട്ടുപോയ ഈ കീർത്തിമുദ്ര; ശിവരാമന്റെ മനസിൽ എ എസ് ഇന്നുമുണ്ട്.

(തയാറാക്കിയത്: എൻ പി വിജയകൃഷ്ണൻ)

അറിയുന്തോറും അറിയാതെ പോയ എ എസ്

മുണ്ടൂർ കൃഷ്ണൻകുട്ടി

എ എസിന്റെ ചിത്രങ്ങൾക്ക് വല്ലാത്ത മാർദവമുണ്ടായിരുന്നു. വിനയമാർന്ന ഒരു വള്ളുവനാടൻ നാടൻ മാർദവം. ആ മാർദവത്തിനകത്ത് പരുപരുത്ത എന്തോ ഉള്ളപോലെ അദ്ദേഹത്തിന്റെ ചിത്രങ്ങൾ വീണ്ടും വീണ്ടും നോക്കുമ്പോൾ എനിക്കു തോന്നിയിട്ടുണ്ട്. എ എസിന് ജീവിതത്തിൽ വിനയം പ്രകടിപ്പിക്കാനറിയില്ല. ഉള്ളിൽ സൂക്ഷിക്കാനേ അറിയൂ. എന്നാൽ വരകളിലാവട്ടെ, മാർദവമാർന്ന വിനയം അദ്ദേഹം കാണിച്ചു. വരകൾക്കകത്ത് മറ്റെന്തോ ഉള്ളതായും ധ്വനിപ്പിച്ചു. അടപ്പൂരാത്ത ഒരു ഉള്ള് ഓരോ ചിത്രത്തിനുമുണ്ട്. ഇത് എ എസിനെ കുറെയൊക്കെ അറിയാമെന്നതുകൊണ്ട് എനിക്ക് തോന്നിയതായിരിക്കാം.

ഒ എസ് നാരായണൻ എന്ന കാറൽമണ്ണക്കാരനാണ് എ എസിനെ എനിക്കു പരിചയപ്പെടുത്തിത്തന്നത്. തൃക്കിടീരി സഹോദരങ്ങൾ വളരെ മുമ്പ് ഉദയ എന്ന പേരിൽ ഒരു ബുക്സ്റ്റാൾ പാലക്കാട് നടത്തിയിരുന്നു. അതിന്റെ നടത്തിപ്പുകാരനായിരുന്നു ഒ എസ് നാരായണൻ. ഉദയയിൽ വെച്ചാണ് ഞങ്ങളുടെ അടുപ്പം ആരംഭിക്കുന്നത്. കളിയരങ്ങിൽ നാണു നായരുടെ ആട്ടത്തെക്കുറിച്ച് ഒരു നേരമ്പോക്ക് പറഞ്ഞുകൊണ്ടായിരുന്നു തുടക്കം. ഉണ്ണിക്കൃഷ്ണക്കുറുപ്പിന്റെ ശൈലിയിൽ രണ്ടുവരി മൂളുകയും ചെയ്തു. പൂരങ്ങളും ഉത്സവങ്ങളും എ എസിന്റെ ഇഷ്ടങ്ങൾ. വാദ്യമേളങ്ങൾ ഒരു ലഹരിയും.

തൃക്കിടീരി ജാതവേദൻനമ്പൂതിരി അന്നുതന്നെ പേരെടുത്ത ഒരു ചിത്രകാരനും ചിന്തകനുമായിരുന്നു. കഥകളിവേഷങ്ങൾ നൽകുന്ന അസാധാരണമായ നിറച്ചേരുവകളെപ്പറ്റി ആഴത്തിൽ വിചാരം നടത്തിയ ആളായിരുന്നു അദ്ദേഹം. ജാതവേദനും എ എസും ഈ ചായപ്പൊലിമയെക്കുറിച്ച് സംസാരിച്ചുകൊണ്ടിരിക്കുമ്പോൾ എ എസിന്റെ കലാധാരണ

കളിൽ ഞാൻ അത്ഭുതപ്പെട്ടിട്ടുണ്ട്.

കാണുന്നവർക്കെല്ലാം എ എസ് പരുക്കനാണ്. ജീവിതത്തിലെ പരുക്കുകളാവാം കാരണം എന്നു പറയുക വയ്യ. ആ മുഖരീതി തന്നെ അങ്ങനെയായിരുന്നു. പക്ഷേ, അടുപ്പമുള്ളവരുടെകൂടെ മാർദവപ്പെട്ട ഒരു എ എസിനെയാവും നിങ്ങൾ കണ്ടിട്ടുണ്ടാവുക.

തലയുയർത്തി നെഞ്ഞൂക്കോടെയുള്ള നടത്തം. ധൃതികൂട്ടിയുള്ള ആ നടത്തംപോവൽ എ എസിന്റെ പ്രകൃതം. ആ പ്രകൃതത്തിൽ എന്തിൽനിന്നോ കുതറി രക്ഷപ്പെടാനുള്ള ചോദനയുണ്ടായിരുന്നോ? തെളിച്ചു പറയാൻ വയ്യ. ആ പോക്കിൽ ചിലപ്പോൾ എതിരെ വരുന്ന പരിചയക്കാരെ കണ്ടില്ലെന്നു വരും. പലപ്പോഴും അദ്ദേഹം സ്വന്തം ഉള്ളിലേക്കു നോക്കി നടന്നു. അതുകൊണ്ട് പരിചയക്കാരെ കാണാതെ പോവുകയാണ്. അദ്ദേഹത്തിന് ഒരു പരിചയക്കാരനെയും മനഃപൂർവം അവഗണിക്കാൻ വയ്യ.

എന്നോട് എ എസിന് വല്ലാത്തൊരടുപ്പമായിരുന്നു എന്നു പറയുമ്പോൾ ഇതുപോലെ പറയാവുന്ന പലരും ഉണ്ടാവും എന്ന് എനിക്കറിയാം. ചങ്ങാതിമാരെ ഉണ്ടാക്കാനുള്ള ഒരു തന്ത്രവും എ എസ് പയറ്റിയില്ല. ചില സമാന മനസ്കരുമായി ചങ്ങാത്തം കൂടുകയാണ്. അതിന് ചില മനസിനിണങ്ങിയ സന്ദർഭങ്ങൾ നിമിത്തങ്ങളായിത്തീരുന്നു. ഒ എസ് നാരായണനെപ്പോലുള്ള ചിലരോട് വല്ലാതെ അടുത്തുപോയിരുന്നു. അടുപ്പമുള്ളവരുമായി നേരമ്പോക്ക് പറഞ്ഞും വല്ലതും കുടിച്ചും തിന്നും പുലരുവോളമിരിക്കുക പലപ്പോഴും അദ്ദേഹത്തിന് അത്യാവശ്യമായിരുന്നു എന്നു തോന്നുന്നു. പല കുണ്ഠിതങ്ങളിൽനിന്നും ആ ജീവിതത്തിന് രക്ഷപ്പെടാനുണ്ടായിരുന്നു.

അതുകൊണ്ട് അടുപ്പക്കാരെ വിളിച്ചുവരുത്തി അദ്ദേഹം ജീവിതം ആഘോഷിച്ചു. സുഹൃദ് സന്ധിപ്പുകളെ രസം പറഞ്ഞ് ഉന്മേഷിപ്പിക്കാൻ എ എസിന് ഒരു പ്രത്യേക കഴിവുണ്ടായിരുന്നു. ഫലിതം കലർത്തി അനുഭവങ്ങൾ പറയാൻ അദ്ദേഹത്തിന് പ്രത്യേകമായൊരു വൈഭവമുണ്ടായിരുന്നു. പക്ഷേ, ഒരിക്കലും അദ്ദേഹം സ്വന്തം മനസ്സ് ആരുടെ മുമ്പിലും മുഴുവൻ തുറന്നില്ല. തന്റെ സ്വകാര്യ കുണ്ഠിതങ്ങൾ അടുത്ത സുഹൃത്തുക്കളോടെങ്കിലും പറയാൻ അദ്ദേഹം താൽപ്പര്യപ്പെട്ടില്ല.

അതുകൊണ്ടാണ് തൃക്കിടീരി ശങ്കരനാരായണൻ നമ്പൂതിരി എ എസിനെക്കുറിച്ച് ഏതാണ്ട് ഇങ്ങനെ പറഞ്ഞത്:

"അയാൾ ജീവിതത്തെ ഒരു നേരമ്പോക്കിൽ ഒതുക്കാൻ ശ്രമിച്ചു. അഥവാ അങ്ങനെ നമ്മെ ധരിപ്പിച്ചു. എ എസിന്റെ ഉള്ള് നാം അറിഞ്ഞ വിധമൊന്നുമല്ലായിരിക്കാം. അല്ലെങ്കിൽ മെലിഞ്ഞ ദേഹപ്രകൃതിയും കാര്യമായ രോഗങ്ങളൊന്നും തീണ്ടാത്ത അവസ്ഥയും ഉല്ലാസങ്ങൾ തിരുകി നിറച്ച ജീവിതവും ഉണ്ടായിരുന്ന ഒരാൾക്ക് ഹൃദയം പിടഞ്ഞ് മരിക്കേണ്ടി വരുമോ?"

എന്തോ.

ഞാൻ ഒരിക്കൽ *മാതൃഭൂമി* ആഴ്ചപ്പതിപ്പിലെ സബ് എഡിറ്ററുടെ ഒരു ഒഴിവിലേക്ക് ഇന്റർവ്യൂവിന് പോയിരുന്നു. ഏറെ മുമ്പാണ്. ഇന്റർവ്യൂ കഴിഞ്ഞ് മടങ്ങുമ്പോൾ ഞാൻ എ എസിനെ കണ്ടു. എന്നെയാണ് നിയമിക്കുക എന്ന് അദ്ദേഹത്തിന് ഉറപ്പുണ്ടായിരുന്നു. അതിന്റെ തൃപ്തി ആ മുഖത്ത് ഞാൻ കണ്ടു. ഒരാഴ്ചകഴിഞ്ഞ് ഒരുദിവസം പാലക്കാട് ഉദയയിൽ അദ്ദേഹം എന്നെ കാത്തിരിക്കുന്നുണ്ടായിരുന്നു. എന്നെ നിശ്ചയിക്കാൻ ഓർഡറായെന്നും നാലഞ്ചുദിവസത്തിനുള്ളിൽ വിവരം കിട്ടുമെന്നും എന്നെ അറിയിക്കാൻ അദ്ദേഹത്തിന് എന്തൊരു ധൃതിയായിരുന്നു! കസാലക്കയ്യിൽ താളമിട്ടുകൊണ്ട് എ എസ് ഒരു ആലോചനയിൽ ഇരുന്നു.

"താൻ വാടോ. എനിക്ക് ഒരു കൂട്ടായി."

എന്നാൽ അങ്ങനെ ഒരു കൂട്ടുണ്ടാക്കാൻ എനിക്ക് പറ്റാതെ പോയി. ഞാൻ ഒരു സജീവ ഇടതുകമ്യൂണിസ്റ്റുപാർട്ടിക്കാരനാണെന്ന് *മാതൃഭൂമി*യുടെ അന്നത്തെ ഡയറക്ടർ ബോഡിന് പാലക്കാട്ടുനിന്നും ഒരു വിവരം കിട്ടിയതോടെ ഓഡർ റദ്ദാക്കിയത്രെ. ഇതറിഞ്ഞ് എ എസ് വളരെ നിരാശനായിപ്പോയത് ഞാൻ ഇപ്പോഴും ഓർക്കുന്നു.

തൃക്കിടീരി മനയ്ക്കൽ വാസുദേവൻ നമ്പൂതിരിയാണ് എ എസിന് ഒരു ജീവിതം കാണിച്ചുകൊടുത്തത്. വാസുദേവൻനമ്പൂതിരിയുടെ സഹോദരന്മാർക്കും അതിൽ ഏറെ താൽപ്പര്യമുണ്ടായിരുന്നു. തമ്പുരാൻ–കീഴാളൻ ബന്ധമായിരുന്നില്ല അത്. അതുകൊണ്ട് എ എസിലെ ചിത്രകാരനെ അദ്ദേഹംതന്നെ അറിയും മുമ്പ് വാസുദേവൻ നമ്പൂതിരി കണ്ടെത്തി. അങ്ങനെയാണ് മദിരാശിയിലെ സ്കൂൾ ഓഫ് ആർട്ട്സ് അന്ന് എട്ടും പൊട്ടും തിരിയാത്ത എ എസ് കാണുന്നത്. ആ കുടുംബത്തോട് അതിനാൽ ജീവിതകാലം മുഴുവൻ എ എസ് നന്ദി കാണിച്ചു.

മദിരാശിയിൽ പഠിക്കുന്ന കാലത്ത് വാസുദേവൻനമ്പൂതിരിയുടെ താൽപ്പര്യപ്രകാരം കൃഷ്ണൻനായർ എന്ന ചെർപ്പുളശേരിക്കാരനായിരുന്നു എ എസിന് താമസവും ഭക്ഷണവും സൗകര്യപ്പെടുത്തിയത്. കൃഷ്ണൻനായർ അവിടെ ഹോട്ടൽ നടത്തുകയായിരുന്നു.

ഇനി ഞാൻ സ്വൽപ്പം ഊഹിച്ചെഴുതട്ടെ.

എ എസിന് യഥാസമയങ്ങളിൽ ഭക്ഷണം വിളമ്പാൻ ഒരാൾ കാത്തിരുന്നു. തങ്കം, കൃഷ്ണൻനായരുടെ മകൾ. സംസാരിക്കാൻ വയ്യ, കേൾക്കാൻ വയ്യ, ഭക്ഷണവും വെച്ച് തൃപ്തിയോടെയുള്ള ആ കാത്തിരിപ്പ് എ എസിനെ വല്ലാതെ ഉലച്ചു. അതുവരെ ആരും അങ്ങനെ കാത്തിരുന്നിട്ടില്ല. എ എസിന് വാത്സല്യം കൊടുക്കാൻ മനയ്ക്കൽ പിടിപ്പതു പണിയുണ്ടായിരുന്ന അമ്മയ്ക്ക് നേരം കിട്ടിയിരുന്നില്ല. അച്ഛൻ അച്ഛന്റെ പാട്ടിന് പോയി. വാത്സല്യം അന്യമായിരുന്ന ഒരു ജീവിതത്തിലേക്കായിരുന്നു തങ്കത്തിന്റെ സ്നേഹതാരുണ്യം കടന്നുവന്നത്. എ എസ് ആ സ്നേഹം സ്വീകരിച്ചു. പഠിപ്പിന്റെ രണ്ടാം വർഷം കഴിയുമ്പോഴേക്കും അന്ന് പ്രശസ്തമായ *ജയകേരളം* ആഴ്ചപ്പതിപ്പിൽ ചിത്രം വരയാൻ സൗകര്യം കിട്ടി

യത് ആ സ്നേഹം സ്വീകരിക്കാൻ ധൈര്യം കൊടുത്തു. അതിനു മാത്ര മല്ല തലയുയർത്തി കൈവീശി നടക്കാനും അങ്ങനെ ധൈര്യം കിട്ടി.

ഒ എസ് നാരായണനും ആർട്ടിസ്റ്റ് നമ്പൂതിരിയുടെ മകൻ ദേവനും ആ ബന്ധത്തെക്കുറിച്ച് പറഞ്ഞത് ഞാൻ ഇപ്പോഴും ഓർത്തുപോവുന്നു. അവർക്ക് ഊഹിച്ചു പറയാനേ പറ്റിയിരുന്നുള്ളൂ. തന്നിഷ്ടങ്ങളുടെ സ്വകാ ര്യങ്ങൾ എ എസ് തന്നിൽത്തന്നെ മൂടിവയ്ക്കുകയായിരുന്നല്ലോ.

മാതൃഭൂമി ആഴ്ചപ്പതിപ്പ് തിരുവനന്തപുരത്തുനിന്നും പ്രസിദ്ധീക രിക്കുന്നകാലം. ഒരു പത്തുദിവസം ഞാൻ തിരുവനന്തപുരത്തുണ്ടായി രിക്കുമെന്നും ഒരുദിവസം എ എസിനെ കാണാൻ വരുമെന്നും ഞാൻ ഫോണിൽ അറിയിച്ചു. എന്നാൽ ഞാൻ എ എസിനെ കാണാൻ ഓഫീസി ലെത്തുന്ന ഏതോ ഒരുദിവസംവരെ കാത്തിരിക്കാൻ അദ്ദേഹത്തിന് ക്ഷമ യില്ലായിരുന്നു. ഞാൻ താമസിച്ചിരുന്ന മുറിയിലേക്ക് അതേദിവസം വൈകുന്നേരം ആറുമണിക്ക് ഒരു ആവേശംപോലെ അദ്ദേഹം കടന്നു വന്നു.

"പുറപ്പെടടോ. എന്റെ താമസസ്ഥലത്താണ് ഇന്നു രാത്രി തന്റെ വാസം" – എ എസ് പറഞ്ഞു.

വളരെ അടുപ്പമുള്ള ഒരാളെ സന്ധിച്ചപോലെ എ എസ് ഉല്ലാസപ്പെ ട്ടിരുന്നു. തമ്പാനൂരിലെ പാതയോരത്തുനിന്നും കൊറിക്കാനും തിന്നാനും പലതും വാങ്ങിക്കൂട്ടി. കുടിക്കാനുള്ളത് വാങ്ങാൻ ഞാൻ തിടുക്കപ്പെട്ട പ്പോൾ എന്നെ തട്ടിമാറ്റി – "ഇന്നത്തെ ധൂർത്ത് എന്റെ വക!"

എ എസിന്റെ സ്വകാര്യ വേദനകളുടെ ഒരു ഘട്ടമായിരുന്നു അതെ ന്നു തോന്നുന്നു. രാത്രികൾ സുഹൃത്തുക്കളുമൊത്ത് ആഘോഷിച്ചു. അപ്പോൾ ആലിപ്പറമ്പ് ശിവരാമന്റെ വാദ്യമിടുക്കിനെക്കുറിച്ച് സംസാരി ച്ചു. അദ്ദേഹത്തിന് എപ്പോഴും ഹരമായിരുന്ന നാടകമെഴുത്തിനെപ്പറ്റി പറ ഞ്ഞു. സ്വകാര്യങ്ങൾ ഒന്നും പറഞ്ഞതുമില്ല. ഒരു സ്വകാര്യവുമില്ലാത്ത പരസ്യത്തിൽ കഴിയാനായിരുന്നു എ എസ് ആഗ്രഹിച്ചത്.

ഇരുട്ടു വെളിച്ചം വിഴുങ്ങുന്നു എന്ന നാടകം കണ്ടുകഴിഞ്ഞ് വെളിച്ച ത്തെ ഇരുട്ടു വിഴുങ്ങുന്ന അവസ്ഥ ഞങ്ങൾ ശരിക്കും അനുഭവിച്ചു എന്ന് ഞാനും സേതുമാധവനും പറഞ്ഞപ്പോൾ എ എസ് വല്ലാതെ വികാരാ ധീനനായി. അതിൽ ഒരു പ്രധാന കഥാപാത്രത്തെ അവതരിപ്പിച്ചത് ഒ എസ് നാരായണനായിരുന്നു. നാടകം കഴിഞ്ഞ് ആ രാത്രി മുഴുവൻ ഞങ്ങൾ കാറൽമണ്ണയിൽ എ എസിന്റെ കുടുംബവീട്ടിൽ കൂടി. കൂടി എന്നല്ല പറയേണ്ടത് ഞങ്ങളെ അങ്ങോട്ടു നിർബന്ധിച്ച് കൊണ്ടുപോവു കയായിരുന്നു. നാടകത്തെക്കുറിച്ച് പിന്നെയും പിന്നെയും കേൾക്കാൻ വേണ്ടിയായിരുന്നു ആ ക്ഷണം. സ്വന്തം ചിത്രങ്ങളെക്കുറിച്ച് സംസാരി ക്കാൻ എ എസ് വലിയ ഉത്സാഹം കാണിച്ചിരുന്നില്ല. പക്ഷേ, സ്വന്തമായി എഴുതി ആവിഷ്കരിച്ച നാടകങ്ങളെക്കുറിച്ച് അദ്ദേഹം നിർത്താതെ സംസാരിക്കുകയും കേൾക്കുകയും ചെയ്തു.

ഈ നാടകത്തിനുപുറമെ *മരണം, മരിച്ചവർ ജീവിക്കുന്നു* എന്ന രണ്ടു

നാടകങ്ങൾ കൂടി എ എസ് എഴുതുകയുണ്ടായി എന്നാണ് ഞാൻ ധരിച്ചു വെച്ചിട്ടുള്ളത്. ഇവ രംഗത്തവതരിപ്പിച്ചു കാണാൻവേണ്ടി മറ്റെല്ലാ തിരക്കുകളും മാറ്റിവെച്ച് എത്രയോ ദിവസങ്ങൾ ഓടി നടക്കാനും എ എസ് തയാറായിരുന്നു. അന്ന് എ എസിന് വലിയ തുണയായി നിന്നത് ഒ എസ് നാരായണനായിരുന്നു.

തിരക്കുകൾ ഉണ്ടാക്കി അതിൽ മുഴുകുക എ എസിന്റെ ശീലം. സ്വയം മറക്കാനുള്ള ആഗ്രഹം കൊണ്ടായിരിക്കുമോ ഇങ്ങനെയൊരു ശീലം വളർന്നു വന്നത്? അതോ അത് ജന്മസിദ്ധമോ?

ഒരു പരിഭവവുമില്ലാതെ അദ്ദേഹം കിട്ടിയ ജീവിതത്തെ സ്വീകരിച്ചതായി നാം ധരിക്കുന്നു. പക്ഷേ, നമ്മുടെ ധാരണ ശരിയായിരുന്നുവോ? അദ്ദേഹം എത്രയോ തവണ സ്വകാര്യമായിരുന്ന് കരഞ്ഞിട്ടുണ്ടാവില്ലേ? ചിലപ്പോഴെങ്കിലും സ്വകാര്യ ജീവിതത്തിലെ ഊരാക്കുടുക്കുകൾ പൊട്ടിക്കാൻ വയ്യാതെ വിഷമിച്ചിട്ടുണ്ടാവില്ലേ?

ജീവിതത്തിൽ കാണിച്ച ധൃതിപോലെ മരണത്തിലും അദ്ദേഹം ധൃതി കാണിച്ചു.

അതെ, എനിക്കും എ എസിനെ ഇത്തിരിമാത്രം അറിയാനേ കഴിഞ്ഞിട്ടുള്ളൂ.

കെ സുരേന്ദ്രന്റെ കഥയുടെ ചിത്രീകരണം

സ്നേഹത്തിന്റെ മുഖം

കൈതപ്രം ദാമോദരൻ നമ്പൂതിരി

'ഭ്രഷ്ടി'നുവേണ്ടി *മാതൃഭൂമി*യിൽ എ എസ് വരച്ച രേഖാചിത്രങ്ങളാണ് ഇപ്പോഴും എന്റെ ഓർമയിൽ. വിജയന്റെ ഖസാക്കിന്റെ ചിത്രങ്ങളും 'ഭ്രഷ്ടി'ലെ വരകളിലെ ആളുകളൊക്കെ കാറൽമണ്ണക്കാരാണെന്നു തോന്നും. നമ്പൂതിരിസ്ത്രീകളുടെ രൂപം ഇത്ര ആദരവോടെ മനസിൽ നിറച്ച വേറൊരാളുണ്ടോ എന്നുതന്നെ സംശയം. എന്നോട് എ എസ് പറഞ്ഞ കാറൽമണ്ണ കഥകളിലൊക്കെ നമ്പൂതിരിമാരാണ് നിറഞ്ഞിരുന്നത്. തൃക്കിടീരി ജാതവേദേട്ടൻ, വാസുദേവേട്ടൻ, നരിപ്പറ്റയിലെയും തെക്കുംപറമ്പത്തെയും അഗ്നിഹോത്രികൾ, വാഴേങ്കട, കഥകളി, കൂത്ത്, കൂടിയാട്ടം, നാട്ടരങ്ങുകൾ, നാടകം, കവിത – എ എസിന്റെ മനസു നിറഞ്ഞ വ്യക്തികളും സംരംഭങ്ങളും സംഭവങ്ങളും ഏറെ.

തലയുയർത്തി നടന്ന എ എസിൽ പക്ഷേ, വ്യക്തിദുഃഖങ്ങളുടെ, ജന്മദുഃഖങ്ങളുടെ കനൽക്കൂമ്പാരങ്ങളുണ്ടായിരുന്നു. ചാരം പുതഞ്ഞ ചെങ്കനൽ. ഒന്നും ആരെയും അറിയിക്കാതെ, ഒന്നുമോർക്കാനിഷ്ടമില്ലാതെ, എ എസ് ചിരിക്കുമായിരുന്നു. കയർക്കുമായിരുന്നു. സാഹിത്യവിഷയത്തിൽ എ എസിന്റെ കമന്റുകൾ പരുക്കനായിരുന്നു. ആസ്വാദനം കേമവും.

എ എസിനെ ഏറ്റവും വേദനിച്ചു കണ്ടത് ചിത്രരംഗത്തെ കൂട്ടുകാരനായിരുന്ന തൃക്കിടീരി ജാതവേദേട്ടന്റെ മരണത്തിലാണ്. രാത്രി അസമയത്തു *മാതൃഭൂമി*യിലെത്തിയ ആ വാർത്തയിൽ എ എസിന്റെ ഉള്ളു വിറച്ചു തുടിക്കുന്നത് ഞാൻ കണ്ടു. നേരിൽ കാണുന്ന എ എസ് അല്ലായിരുന്നു അത്.

എന്തും നിസ്സാരവും ആഹ്ലാദകരുമായിരുന്നു എ എസിന്. മുഷിഞ്ഞ് സംസാരിക്കുകയേയില്ല. കൂടെ ജോലിചെയ്യുന്ന കോഴിക്കോടൻ സുഹൃ

ത്തുക്കൾക്ക് മുഴുവൻ പങ്കുവെക്കാൻ പാകത്തിന് തുറന്നതായിരുന്നു എ എസിന്റെ മടിശ്ശീല. വാക്കും പ്രവൃത്തിയുമെല്ലാം സഹായകരം.

തിരുവനന്തപുരത്ത് തിരുവരങ്ങുമുതൽ നാട്ടുവട്ടത്തെ അമ്പലങ്ങളിലെ ഉത്സവക്കച്ചേരിവരെ തലയിലേറ്റുകയും തുച്ഛമായ വരുമാനവും *മാതൃഭൂമി*യിലെ കൊച്ചുശമ്പളവുംകൊണ്ട് കുടുംബകാര്യങ്ങൾ ഇരുകര മുട്ടാൻ ബുദ്ധിമുട്ടുകയായിരുന്നു ഞാൻ. എ എസ് എന്നെ വിളിച്ചുപദേശിച്ചു. "താൻ ഇവിടെ ഇനീം നട്ടം തിരിയരുത്. കോഴിക്കോട്ടേക്ക് ഇപ്പൊ ശ്രമിച്ചാ സ്ഥലംമാറ്റം കിട്ടും. *മാതൃഭൂമി* വീക്കിലി കോഴിക്കോട്ടേക്ക് പോണു. എന്താ." ഞാൻ മടിച്ചപ്പോൾ എ എസ് വീണ്ടും പറഞ്ഞു: "തനിക്ക് കുറച്ചുകൂടി പറ്റുന്ന തട്ടകം കോഴിക്കോടാണ്. സംശയിക്കേണ്ട."

എന്റെ അനുഭവം മറിച്ചായിരുന്നില്ല. വാഴേങ്കടയും കോട്ടക്കൽ ശിവരാമനും നരിപ്പറ്റയും പിറന്ന മണ്ണ്. എന്റെ എ എസിന്റെ ജന്മഗ്രാമം. ശിരസുയർത്തി നിന്ന ആ മഹാകലാകാരന്റെ സ്നേഹമായിരുന്നു എ എസിന്റെ മനസ്സ് നിറയെ. കളിയോഗം മുതൽ യാഗം വരെ എ എസിന്റെ പ്രവർത്തന മണ്ഡലമായിരുന്നു. എന്നെ സംബന്ധിച്ച് എ എസ് ഒരു വികാരമായിരുന്നു. മദ്യപിക്കുമായിരുന്നുവെന്ന് കേട്ടിട്ടുണ്ടെങ്കിലും എ എസിനെ ആ അവസ്ഥയിൽ ഞാൻ കണ്ടിട്ടേയില്ല. അത്തരം സദസിലേക്ക് ഒരിക്കലും ചേർത്തിട്ടുമില്ല. സദ്യയും സംഗീതവും ചിത്രവും കവിതയും നൃത്തവും സിനിമയുമൊക്കെ എ എസിനു ആസ്വാദനത്തിന്റെ തനിമയുടെ സങ്കേതങ്ങൾ മാത്രം. സ്നേഹം തൂലികയും.

സേതുവിന്റെ നോവൽ
നിയോഗം (1988)

എ എസ് നായർ ചില ഓർമകൾ

ഇ വാസു

എല്ലാ കലാകാരന്മാരെയുംപോലെ വികാരജീവികളാണ് ചിത്രകാരന്മാർ. *മാതൃഭൂമി* ആഴ്ചപ്പതിപ്പിൽ വരച്ചിരുന്ന നമ്പൂതിരി ദുഃഖിതനായി എന്തു ചെയ്യണം എന്ന തേങ്ങലോടെ ഒരുനാൾ വിങ്ങിനിന്നതോർക്കുന്നു. അദ്ദേഹം കഥകൾക്ക് വരച്ചുചേർത്ത രേഖാചിത്രങ്ങൾ കൊള്ളില്ലെന്ന് ഒരു വായനക്കാരൻ അന്നത്തെ പത്രാധിപർ കെ പി കേശവമേനോനയച്ച കത്തു വായിച്ചാണ് ആർട്ടിസ്റ്റ് നമ്പൂതിരി വര നിർത്തിയാലോ എന്നാലോചിച്ചത്. അതൊരു പഴയ കഥ.

എ എസ് നായരുടെ കലാസപര്യയുടെ മാനങ്ങൾ വിശദമാക്കാനുള്ള വാസന എനിക്കില്ല. *മാതൃഭൂമി*യിൽ പ്രസിദ്ധീകരിച്ച എന്റെ ആദ്യത്തെ കഥയ്ക്ക് (കഥാസമാഹാരത്തിനും) എം വി ദേവനാണ് ചിത്രം വരച്ചത്. എന്റെ *ചുവപ്പുനാട, ചക്രം* എന്നീ നോവലുകൾ എ എസ് തന്റെ വരകളിലൂടെ വ്യാഖ്യാനിച്ചത് വളരെ ബുദ്ധിമുട്ടിയാണ്. പ്രേമത്തിന്റെ അഭാവം വരയ്ക്കുന്നവർക്ക് വെല്ലുവിളി തന്നെ, സ്ത്രീ കഥാപാത്രങ്ങളുടെ കുറവ് കാരണം.

"എന്നാൽ തന്റെ സഹോദരിയെയോ ഏട്ടത്തിയമ്മയെയോ അവതരിപ്പിച്ചുകൂടെ" എന്ന് എ എസ് അന്വേഷിക്കാൻ കാരണമുണ്ടായി. കോഴിക്കോട് ബീച്ച് ആശുപത്രിയിൽ ഹൃദ്രോഗചികിത്സയ്ക്ക് പ്രവേശിപ്പിച്ച എന്റെ പെങ്ങളെ ശുശ്രൂഷിക്കാൻ വന്നു നിൽക്കുന്ന ജ്യേഷ്ഠത്തിയമ്മമാർക്ക് കുളിക്കാനും മറ്റും സൗകര്യം എ എസിന്റെ വീട്ടിലാണുണ്ടായിരുന്നത്.

അത് അങ്ങോട്ടു ചോദിക്കാതെ ചെയ്തുതന്ന സഹായമായിരുന്നു. അത്തരം വൃത്തികൾക്കാണല്ലോ സ്നേഹപ്രചോദനത്തിന്റെ ആർദ്രത. എ എസിന്റെ ഭാര്യ ഒന്നും സംസാരിക്കുന്നില്ല എന്ന അറിവ് അങ്ങനെ

ലഭിച്ചു.

മാതൃഭൂമി ആഴ്ചപ്പതിപ്പ് തിരുവനന്തപുരത്തേക്കു മാറ്റിയപ്പോൾ പെരുന്താന്നിയിൽ ഒരു വീട് വാടകയ്ക്കെടുത്ത് മകൾക്കൊപ്പം താമസിക്കുമ്പോഴേക്ക് എ എസിന് ഭാര്യ നഷ്ടപ്പെട്ടുകഴിഞ്ഞിരുന്നു. സ്വന്തം അനുഭവങ്ങൾ അദ്ദേഹം എഴുതിയത് വായിച്ചാണ്, കുടുംബചിത്രം ഒന്നും നേരിട്ടു ചോദിച്ചറിയാതെ ഞാൻ ഇഴ പിരിച്ചെടുത്തത്.

പെരുന്താന്നിയിലെ വീട്ടിൽ ഓണാഘോഷത്തിനും മറ്റും സർക്കാർ പരിപാടി 'ചെയ്യാൻ' നാട്ടിൽനിന്നും വന്നെത്തുന്ന നാടൻ കലാകാരന്മാരുടെ തിരക്കായിരുന്നു. അവസാനനിമിഷത്തിലാണ് എ എസ് തന്റെ ജോലി പൂർത്തിയാക്കുക. എന്തെങ്കിലും കാരണം പറഞ്ഞ് നീട്ടിക്കൊണ്ടുപോകും. പരിഭവവും പരാതിയും ഏശുന്ന പ്രകൃതമല്ല എപ്പോഴും നിശ്ശബ്ദതയുടെ സുഖത്തിലിരിക്കുന്ന ആൾക്ക്. മറ്റുള്ളവർക്ക് സ്വന്തം വീട് അത്താണിയാക്കുക ആ സുഖത്തിന്റെ വശമായി.

റൂറൽ ഇൻഫർമേഷൻ ബ്യൂറോ എന്ന സർക്കാർ സ്ഥാപനത്തിന് എ എസിനെപ്പോലെയുള്ള ഒരു കലാകാരന്റെ സേവനം ഉപയോഗിച്ചാലോ എന്ന ആലോചന വന്നു. പോസ്റ്ററും കലണ്ടറും ചെയ്യാൻ ഏൽപ്പിച്ചു. നിലവാരമുള്ള ഒരു പബ്ലിസിറ്റി മെറ്റീരിയൽ സർക്കാർ ചുവയില്ലാതെ ചെയ്തു കിട്ടുകയായിരുന്നു ആവശ്യം. സർക്കാർ സ്ഥാപനം ഏൽപ്പിച്ചതുകൊണ്ട് കലാകാരൻ ഏറ്റെടുക്കണമെന്നില്ല. കൂട്ടിക്കൊണ്ടുവരാൻ വണ്ടി അയയ്ക്കുമ്പോൾ ഒഴിഞ്ഞുമാറാനുള്ള ശ്രമമായി. സ്റ്റാൻഡേർഡ് കമ്പനിയുടെ വാൻ ഓഫീസിന്റെ മുന്നിലെത്തുമ്പോൾ കയറാതെ നിവൃത്തിയില്ലല്ലൊ.

"തന്റെ പത്തായംപോലുള്ള വണ്ടി."

നഗരത്തിൽ കുറെ ചുറ്റിക്കഴിയുമ്പോൾ കീഴടങ്ങുകയായി. കാലം തെറ്റി കലണ്ടർ ഇറക്കുന്നതുകൊണ്ട് കാര്യമില്ലാത്തതിനാൽ ഒരു ഫോൾഡർ ഡിസൈൻ ചെയ്യുന്നതിനു സമ്മതിച്ചു. ഡൽഹിയിലെ ഇന്റർ നാഷണൽ ട്രേഡ് ഫെയറിനോടനുബന്ധിച്ച് പുറത്തിറക്കിയ 'A Rural Saga' സർക്കാർ സ്ഥാപനങ്ങൾക്ക് അതേവരെ പരിചയപ്പെടാൻ കഴിയാത്ത അത്ര മെച്ചപ്പെട്ടതായിരുന്നു. ഡിസൈനർ പി വി കൃഷ്ണനുമൊത്ത് പല തവണ വീട്ടിൽ വരുന്നത് "സാധനം" തയാറായിട്ടില്ലെന്ന സന്തോഷവാർത്ത അറിയിക്കാനാണെങ്കിലും ഒടുവിൽ അദ്ദേഹം കനിഞ്ഞു. മറ്റ് സംസ്ഥാനങ്ങൾക്കൊന്നും സാധിക്കാത്തത് കേരളം സാധിച്ചു.

വര ചെയ്യും എന്നല്ലാതെ സംസാരം ചെയ്യലില്ല. മുനിയെപ്പോലെ ഒരു ചിരി അടക്കിപ്പിടിച്ച് തുറന്ന കണ്ണുമായിരിക്കും. സഹപ്രവർത്തകനായ എം ടി യുടെ സ്വാധീനമാവാം അത് എന്ന് സമാധാനിച്ചു. ആരെ പറ്റിയും ഒരു പരാതിയും പറയാത്ത എ എസ് ആഴ്ചപ്പതിപ്പ് കോഴിക്കോട്ടേക്കെടുത്തപ്പോൾ നിസ്സംഗതയോടെ അങ്ങോട്ടു മടങ്ങി. തന്റെ കാർട്ടൂണിനെയോ മറ്റ് കലാരചനകളെയോ പറ്റി ഊറ്റം കൊള്ളാത്തതിനാലാവണം, മറ്റുള്ളവർ എന്തു പറയുന്നു എന്നതിൽ തികഞ്ഞ അനാസ്ഥ

പുലർത്തിയിരുന്നു എ എസ്.

കോട്ടയത്തുവെച്ചാണ് പത്രത്തിലൂടെ എ എസ് നിര്യാതനായതറിയുന്നത്. അങ്ങനെ അദ്ദേഹം ക്ഷണിക്കാതെ തന്നെ ജന്മഗൃഹം കാണാനായി. അന്ത്യകർമങ്ങളൊക്കെ അപ്പോഴേക്കും കഴിഞ്ഞിരുന്നു.

ഒരു കാവ്യചിത്രം

ഉപയോഗിക്കാതെ പോയ ഒരു കവർച്ചിത്രം

ബാലകൃഷ്ണൻ മാങ്ങാട്

എന്റെ ഓർമകളിൽ അതിശക്തനായ ഒരു മനുഷ്യനായി എ എസ് ഇന്നും ജീവിക്കുന്നു. അതിശക്തൻ എന്ന വിശേഷണം ഉള്ളിൽ എങ്ങനെ കുടിയേറി എന്ന് അറിയില്ല. കോഴിക്കോട് ബിലാത്തിക്കുളം ഹൗസിങ് കോളനിയിൽ ഞങ്ങൾ അടുത്തടുത്ത ബ്ലോക്കുകളിലെ കുടിവെപ്പുകാരായിരുന്നു. തുടക്കം മുതൽക്കേ ഞങ്ങൾ അവിടെ ഉണ്ടായിരുന്നു. അതിന് എത്രയോ വർഷം മുമ്പുതന്നെ ഞങ്ങൾ പരിചയക്കാരായിരുന്നു.

പകൽ ഡ്യൂട്ടി ദിവസങ്ങളിൽ വൈകിട്ട് സ്കൂട്ടറിൽ കോളനിക്കു മുന്നിലെത്തുമ്പോൾ ഷട്ടിൽ ബാറ്റ്മിന്റൺ കോർട്ടിനരികിൽ ആകാശച്ചെരിവിലേക്ക് കണ്ണുംനട്ട് നിശ്ചലനായി നിൽക്കുന്ന എ എസ് എനിക്ക് വിസ്മയക്കാഴ്ചയായിരുന്നു. ചെറുതായ മന്ദഹാസം. സ്നേഹം പുരണ്ട ഏതാനും വാക്കുകൾ. അത്രയേ ഉണ്ടാവൂ എ എസിൽനിന്ന്. പിന്നെ പിരിയുന്നു.

സായാഹ്നത്തിൽ പടിഞ്ഞാറൻ ആകാശത്തേക്കു ചെരിഞ്ഞു നോക്കിക്കൊണ്ട് ഏറെനേരം അനങ്ങാതെയുള്ള ആ നിൽപ്പു കാണുമ്പോഴൊക്കെ എനിക്കു തോന്നുമായിരുന്നു, എന്തൊരു തലയെടുപ്പ്. എന്തൊരു ആരോഗ്യം. കാഴ്ചയിൽ അതിശക്തനെന്നു തോന്നിച്ച ആ മനുഷ്യൻ ഏറെ വൈകാതെ ഒരുനാൾ കുഴഞ്ഞു വീണു. പൊരുതാതെ മരണത്തിന്റെ ക്രൂരതയ്ക്ക് കീഴടങ്ങി.

ചിത്രരചനയിലൊഴികെ മറ്റൊരു കാര്യത്തിലും പ്രത്യേക താൽപ്പര്യമൊന്നും എ എസിൽ കണ്ടിട്ടില്ല. ഞാൻ ഗ്രൗണ്ട് ഫ്ളോറിലെ ഫ്ളാറ്റിനുചുറ്റും പൂന്തോട്ടം വളർത്തിയെടുത്തപ്പോൾ എ എസ് ഫ്ളാറ്റിനു പുറകിൽ അത്യുൽപ്പാദനശേഷിയുള്ള രണ്ടു തെങ്ങിൻ തൈകൾ എവിടെനിന്നോ സംഘടിപ്പിച്ചു കൊണ്ടുവന്നു നടുകയുണ്ടായി.

നിഗൂഢമായ ചിരിയോടെ അദ്ദേഹം പറയുമായിരുന്നു. നല്ല കാലത്ത് നാലു തേങ്ങ വിളയിച്ചെടുക്കാമല്ലോ.....

ഇടയ്ക്ക് എപ്പോഴെങ്കിലും ഞങ്ങൾ ഷട്ടിൽ കളിക്കുമ്പോൾ അദ്ദേഹം നോക്കി നിൽക്കും. അദ്ദേഹം കളിക്കളത്തിലിറങ്ങില്ല. അസോസിയേഷൻ കാര്യങ്ങളിലും അദ്ദേഹത്തിനു ശ്രദ്ധ കണ്ടിട്ടില്ല. എല്ലാറ്റിലും സഹകരിക്കുമെന്നു മാത്രം. ഞാൻ തോട്ടപ്പണിയിൽ വ്യാപൃതനാവുമ്പോൾ പൂച്ചെടികളെക്കുറിച്ച് അന്വേഷിക്കാൻ അദ്ദേഹം വരുമായിരുന്നു. അക്കാലത്ത് 12 തരം റോസുകൾ ഞാൻ നട്ടു വളർത്തിയിരുന്നു. എ എസ് താൽപ്പര്യം കാണിക്കുമ്പോൾ ഞാൻ പറയും:

"ഞാനൊരു കർഷകന്റെ മകനാ എ എസേ–"

"എല്ലാവരും അതുതന്നെയാണ്. ചിലർ ചെടികൾ നടന്നു. ചിലർ ചിത്രങ്ങൾ നടുന്നു....."

ചിത്രകലയെക്കുറിച്ച് അദ്ദേഹം ഒരിക്കലും വാചാലനായിട്ടില്ല. തന്റെ ചിത്രങ്ങളെക്കുറിച്ച് അദ്ദേഹം സംസാരിക്കയുമില്ല. എന്തെങ്കിലും പറഞ്ഞാൽ വെറുതെ മൂളിക്കേൾക്കും. വി എസ് ഖണ്ഡേക്കറുടെ *യയാതി*ക്ക് അദ്ദേഹം വരച്ച രേഖാചിത്രങ്ങളെക്കുറിച്ചായിരുന്നു എനിക്ക് കൂടുതൽ പറയാനുണ്ടായിരുന്നത്. ഒരിക്കലും അതിനെക്കുറിച്ച് വിശദീകരിക്കാൻ അദ്ദേഹം തയാറായിട്ടില്ല. തനിക്ക് അർഹിക്കുന്ന അംഗീകാരം ലഭിച്ചില്ല എന്ന തോന്നൽ ആദ്യകാലത്ത് അദ്ദേഹത്തിന് ഉണ്ടായിരുന്നു. എന്നാൽ *യയാതി*യുടെ ചിത്രങ്ങൾ പുറത്തുവന്നതോടെ എല്ലാ ഭാഗത്തുനിന്നും എ എസിന് അഭിനന്ദനങ്ങൾ ഒഴുകിയെത്തി. അതിലെ ഓരോ കഥാമുഹൂർത്തങ്ങളും അത്ര അർഥപൂർണമാക്കിയിരിക്കുന്നു അദ്ദേഹം. എ എസി ന്റെ ചിത്രങ്ങൾ ഇല്ലായിരുന്നുവെങ്കിൽ *യയാതി* ഹൃദയത്തെ കീഴടക്കിയ അനുഭവമാകുമായിരുന്നോ എന്ന് സന്ദേഹമുണ്ട്.

യയാതിയുടെ, ധർമിഷ്ഠയുടെ, പുരുവിന്റെ, കച ദേവയാനിമാരുടെ രൂപങ്ങൾ എത്ര മനോഹരവും ഇതിഹാസകഥാനുയോജ്യവുമായാണ് എ എസ് പകർത്തിവച്ചത്. മനുഷ്യന്റെ അനാട്ടമി നന്നായി ഹൃദിസ്ഥമാക്കി അതിന് തന്റേതായ രൂപ വൈശിഷ്ട്യം വരുത്തിത്തീർക്കുകയായിരുന്നു എ എസ്. അദ്ദേഹത്തോളം വ്യുൽപ്പത്തിയുള്ള ഒരു രേഖാചിത്രകാരൻ നമ്പൂതിരിയല്ലാതെ മറ്റൊരാളെ ഇന്ത്യൻ സാഹിത്യ പ്രസിദ്ധീകരണങ്ങളിലെങ്ങും എനിക്ക് കണ്ടെത്താനായിട്ടില്ല. *യയാതി* ചിത്രങ്ങൾ വന്നിട്ടും എ എസ് പഴയ നിസ്സംഗതയോടെ തന്നെ ചിത്രരചനയിൽ ഏർപ്പെട്ടു.

ഒരു കാര്യത്തിൽ എ എസ് അൽപ്പം കൂടുതൽ സംസാരിക്കുമായിരുന്നു, മകളുടെ കാര്യത്തിൽ. മകൾക്കുവേണ്ടിയാണ് താൻ ജീവിക്കുന്നതെന്ന് ഒരിക്കൽ അദ്ദേഹം സൂചിപ്പിക്കുകയും ഉണ്ടായി. മകളെക്കുറിച്ച് അൽപ്പം ആശങ്കകലർന്ന ആകാംക്ഷയും അദ്ദേഹത്തിനുണ്ടായിരുന്നു. മകളെ നല്ല നിലയിൽ എത്തിക്കണമെന്ന് അമിത താൽപ്പര്യം കാരണമായിരുന്നു അത്.

മാതൃഭൂമി ആഴ്ചപ്പതിപ്പിൽ എന്റെ കഥകൾക്ക് ചിത്രം വരച്ചു തുട

ങ്ങിയപ്പോൾ മുതൽ ഞാനും എ എസും തമ്മിൽ പരിചയക്കാരാണ്. നമ്പൂതിരിയെക്കാൾ എന്റെ കഥയ്ക്ക് കൂടുതൽ ചിത്രങ്ങൾ വരച്ചത് എ എസ് ആയിരുന്നു. 72 ൽ *മാതൃഭൂമി*യിൽ പ്രസിദ്ധീകരിച്ച ആദ്യ കഥയ്ക്കും (*ഒന്നും പറയണ്ട*) എ എസിന്റെ ചിത്രങ്ങളായിരുന്നു. നമ്പൂതിരിയുടെ എല്ലാ ചിത്രങ്ങളും എനിക്കിഷ്ടമാണെങ്കിലും എ എസിന്റെ അപൂർവം ചില ചിത്രങ്ങളോട് എനിക്ക് വല്ലാത്ത ഭ്രമമായിരുന്നു. ഞാനതു പറയാറും ഉണ്ടായിരുന്നു.

സാഹിത്യ അക്കാദമി പ്രസിദ്ധീകരിച്ച മറാഠിയിൽനിന്നുള്ള ഒരു ഇതിഹാസ നോവലിന് എ എസ് ഏതാനും ചിത്രങ്ങൾ വരച്ചു ചേർത്തിരുന്നു. അതിന്റെ കവറും എ എസിന്റേതാണ്. ആ പുസ്തകം എന്റെ കൈയിലെത്തിയപ്പോൾ ഞാൻ ചോദിച്ചു: “സാഹിത്യപ്രവർത്തക സഹകരണ സംഘത്തിന്റെ പുസ്തകങ്ങൾക്ക് കവർ വരയ്ക്കാമോ എ എസേ?”

“വരയ്ക്കാമല്ലോ.”

“എന്നാൽ ഞാൻ അയയ്ക്കാൻ പറയാം.”

ഏതാനും പുസ്തകങ്ങൾക്ക് അദ്ദേഹം കവർ വരച്ചു. പിന്നെ വരനിലച്ചു.

പിന്നീട് എപ്പോഴോ സാഹിത്യ സഹകരണ സംഘംവഴി പുതിയ കഥാസമാഹാരം പുറത്തിറക്കാൻ ഞാൻ ആഗ്രഹിച്ചു. *മാതൃഭൂമി* ആഴ്ചപ്പതിപ്പിൽ വന്ന *ഋതുഭേദങ്ങൾ* എന്ന കഥയുടെ തലക്കെട്ട് സമാഹാരത്തിനു നൽകാൻ തീരുമാനിച്ചു. കവർച്ചിത്രം എ എസിന്റേതാവണമെന്നു മോഹമുണ്ടായി. മടിച്ചുകൊണ്ട് ഞാനിക്കാര്യം ഒരു നാൾ എ എ സിന്റെ ശ്രദ്ധയിൽപ്പെടുത്തി.

അദ്ദേഹം സ്ഥിരം നിസ്സംഗതയോടെ പറഞ്ഞു:

“അതിനെന്താ? വരച്ചുതരാമല്ലോ, എപ്പോഴേക്ക് വേണം?”

“എ എസിന് ഇഷ്ടമുള്ളത്ര സമയമെടുക്കാം.”

ഞാൻ കഥയുടെ കോപ്പി അദ്ദേഹത്തെ ഏൽപ്പിച്ചു. രണ്ടു ദിവസത്തിനകം അദ്ദേഹമുണ്ട് കവർച്ചിത്രം എനിക്കു നീട്ടുന്നു. ഞാൻ വിസ്മയിച്ചുപോയി. ഇത്ര വേഗത്തിലോ?

എ എസ് മരിക്കുന്നതിന് ഏതാനും മാസങ്ങൾക്കു മുമ്പായിരുന്നു അത്. എനിക്ക് ഋതുഭേദങ്ങൾ പുസ്തകമാക്കാൻ കഴിഞ്ഞില്ല. കവർച്ചിത്രം എന്റെ ഫയലിൽ ഭദ്രമായി കിടന്നു. വർഷങ്ങൾ കഴിഞ്ഞു. *ഋതുഭേദങ്ങൾ* സമ്മോഹനം എന്ന പേരിൽ സിനിമയായി.

ലോകകഥാമാലിക

എ എസ് നായരും രോഗികളും

പുനലൂർ രാജൻ

മാ*തൃഭൂമി* ആപ്പീസിന്റെ പഴയ മുഖച്ഛായ ഇന്ന് ഓർമയിൽ മാത്രം. സെൻട്രൽ മാർക്കറ്റിന്റെ ഇരുവശവുമുള്ള ഓടിട്ട കെട്ടിടങ്ങളുടെ കൂട്ടത്തിൽ ഇന്നത്തെ *മാതൃഭൂമി*യുടെ പ്രധാന കെട്ടിടത്തിന്റെ കവാടസ്ഥാനത്തുണ്ടായിരുന്ന *മാതൃഭൂമി* ബുക്സ്റ്റാളിനു മുകളിൽ ആർട്ടിസ്റ്റുകളുടെ മുറികൾ, ഫോട്ടോഗ്രാഫി വിഭാഗത്തിന്റെ ഡാർക്കു റൂം സ്റ്റുഡിയോ. കോണിപ്പടികയറി മുകളിലെത്തിയാൽ ആദ്യം കാണുക എ എസ് നായരെ, അല്ലെങ്കിൽ നമ്പൂതിരിയെ.

എഴുപതുകളുടെ ആദ്യം *മാതൃഭൂമി*യിൽനിന്നു തുടങ്ങിയ എ എസ് നായരുമായുള്ള ബന്ധം സൗഹൃദത്തിനുമുപരി മറ്റെന്തൊക്കെയോ തലങ്ങളിൽ വ്യാപിച്ചു നിന്നിരുന്നു. കോഴിക്കോട് മെഡിക്കൽകോളേജിൽ ഫോട്ടോഗ്രാഫി വിഭാഗത്തിൽ വന്നെത്തിയ എനിക്ക് ഈ ചെറുപട്ടണത്തിലെ കലാ—സാംസ്കാരിക സുഹൃത്തുക്കളിൽ നിന്നൊക്കെ വേറിട്ടൊരു വ്യക്തിബന്ധം നായരുമായുണ്ട്.

ഞാനെടുത്ത ഫോട്ടോകൾ പലതും എ എസ് *മാതൃഭൂമി* ആഴ്ചപ്പതിപ്പിന്റെ മുഖചിത്രങ്ങളാക്കിയിരുന്നു. അന്ന് ബ്ലാക്ക് ആന്റ് വൈറ്റ് ചിത്രങ്ങൾ കളർ ചെയ്ത് ബ്ലോക്കെടുത്ത് പ്രിന്റു ചെയ്യുകയായിരുന്നു. കളർ ചെയ്ത ചിത്രത്തിൽ നായർ ആഴ്ചപ്പതിപ്പിന്റെ പേര് ഭംഗിയായി എഴുതിച്ചേർക്കുന്നു. കഥയ്ക്കും കവിതയ്ക്കും ചിത്രങ്ങൾ വരയ്ക്കുന്നു. ചാർമിനാർ സിഗരറ്റ് വലിക്കുന്നു.

എ എസ് നായർക്ക് വ്യക്തിപരമായ ഏറെ ദുഃഖങ്ങളും വിഷമതകളും ഉണ്ടായിരുന്നുവെങ്കിലും അതൊന്നും പുറമെ കാണിക്കാതെ എല്ലാവർക്കും ഒരു സഹായിയായി നിന്നു. നായരെത്തേടി പാലക്കാട് ജില്ലക്കാരായ സാധാരണക്കാർ പലരും വരുമായിരുന്നു. അവർ ശരണം തേടു

ന്നത് നായരുടെ വാടകവീട്ടിലും. ചെർപ്പുളശ്ശേരി, കാറൽമണ്ണ, മണ്ണാർക്കാട് ഭാഗത്തുനിന്നുള്ള രോഗികളായ കർഷകത്തൊഴിലാളികൾ, പാട്ടുകാർ, കഥകളിക്കാർ, സംഗീതജ്ഞർ, കലാകാരന്മാർ തുടങ്ങിയവരൊക്കെ മെഡിക്കൽ കോളേജാശുപത്രിയിൽ പോകുന്നതിനുമുമ്പ് നായരുടെ താമസസ്ഥലത്താണെത്തുക. നാട്ടുകാരായ രോഗികളെയും കൂട്ടി നായർ എന്നെത്തേടി ചേവായൂരിലെത്തും. ഞാനും നായരും കൂടിയാണ് രോഗിയെ ഡോക്ടറെ കാണിക്കാൻ കൊണ്ടുപോവുക.

രോഗികൾക്ക് ഭക്ഷണം, മരുന്ന്, താമസസൗകര്യം എല്ലാം നായരൊരുക്കിയിരിക്കും. പലപ്പോഴും പലരെയും സ്വന്തം ശമ്പളംകൊണ്ട് പോറ്റിയിരുന്നു. നായർ പറയുമായിരുന്നു, കാറൽമണ്ണയിലെ വിശാല ഹൃദയരാണ് തന്നെയും പോറ്റിയിരുന്നതെന്ന്. തിരുവനന്തപുരത്ത് താമസിക്കുമ്പോഴും ഇതേ അവസ്ഥയായിരുന്നുവെന്ന് കേട്ടിട്ടുണ്ട്.

വലിയ ചിത്രകാരനായ എ എസ് നായരുടെ കാരുണ്യവും മനുഷ്യസ്നേഹവും മറ്റൊരു കലാകാരനിലും ഞാൻ കണ്ടിട്ടില്ല. രോഗികളുമായി മെഡിക്കൽ കോളേജാശുപത്രിയിലെ തിരക്കിനിടയിൽ എന്നെ തേടി വരുന്ന എ എസ് നായരുടെ രൂപം ഇപ്പോഴും മായാതെ മനസിൽ നിറഞ്ഞു നിൽക്കുന്നു.

ബാബു പോകുന്നു - കഥ
ഉറൂബ് (1972)

സ്വപ്നംപോലെ മനസിൽ ഒരു സുഹൃത്ത്

ജി ഭാർഗവൻപിള്ള

കോഴിക്കോട് ആകാശവാണിയിൽ വന്നിട്ട് ഒരു മാസം കഴിഞ്ഞ ഒരു ദിവസം (1976). കക്കാട് ഉച്ചയൂണിനിറങ്ങിയപ്പോൾ എന്നോടു പറഞ്ഞു, "എ എസ് നായര് വരും. റിക്കാർഡ് ചെയ്യിക്കണം. ഞാനൽപ്പം താമസിക്കും."

രണ്ടരയായപ്പോൾ ഒരാൾ റൂമിലേക്ക് കടന്നു വന്നു. അൽപ്പം സ്പീഡിലാണ്. "കക്കാടില്ലേ.....?" കുറേയേറെ കടലാസിൽ എഴുതിയതെല്ലാം മടക്കിപ്പിടിച്ചുകൊണ്ട് എന്നോടു ചോദിച്ചു. എനിക്ക് ആളിനെ മനസിലായി.

"എ എസ് നായരല്ലേ?" ഒന്നു ചിരിക്കുക മാത്രം ചെയ്തു.

"ഇരിക്കൂ, നമുക്ക് റിക്കാർഡ് ചെയ്യാം. ഞാൻ ഭാർഗവൻപിള്ള."

"നിങ്ങളാ.... ഇപ്പോ... തിരുവനന്തപുരത്തൂന്ന് വന്നത്. കക്കാട് ഇന്നലെ നിങ്ങളെപ്പറ്റി പറഞ്ഞു."

ഞാൻ സ്ക്രിപ്റ്റ് വാങ്ങി വായിച്ചു നോക്കി. വായിക്കാൻ അൽപ്പം പ്രയാസംതന്നെ. എങ്കിലും വായിച്ചു. സ്റ്റുഡിയോവിൽ പോയി. റിക്കാർഡിങ് കഴിഞ്ഞു. ചെക്കും വാങ്ങി, ധൃതിയിൽ പിരിഞ്ഞു. കൂടുതൽ സംസാരിക്കാനൊന്നുമുള്ള തഞ്ചം കണ്ടില്ല.

രണ്ടുമൂന്നുമാസം കഴിഞ്ഞുകാണും. ഒരു ദിവസം വൈകിട്ട് ഞാൻ ആപ്പീസിൽനിന്ന് വൈ എം സി എ യിലേക്കു വരുന്നു. നാലാം ഗേറ്റിലെത്തി. പിന്നിൽനിന്ന് ഒരു കൈയടിയും വിളിയും.

"പിള്ളസാറേ."

ഞാൻ തിരിഞ്ഞുനോക്കി. എ എസ് നായർ.

കൂടെ കൊടക്കൊളുത്തുപോലെ മുടി നീട്ടിയ ഒരാളും.

"നിങ്ങളിങ്ങനെ പയ്യെപ്പയ്യെ പോകുന്നതുകണ്ട് ഞങ്ങൾ ഇവിടെ

നിൽക്കുകയായിരുന്നു."

എ എസ് നായർ ഉത്സാഹവാനാണ്. സ്പീഡില്ല. തെരക്കില്ല. വളരെ അയഞ്ഞമട്ടിൽ. "ഇത് ജി എൻ പിള്ള. *മാതൃഭൂമി വീക്‌ലി*യിൽ അസിസ്റ്റന്റ് എഡിറ്റർ." ഞാൻ തൊഴുതു. "കേട്ടിട്ടുണ്ട്. കണ്ടതിൽ വളരെ സന്തോഷം." ഏവർക്കും ആപ്പീസ് ഭാരങ്ങൾ ഒഴിഞ്ഞതിന്റെ സന്തോഷവും സുഖവുമുണ്ട്.

"എന്റെ താമസം ഇവിടെ വളരെ അടുത്താണ്. വരാമെങ്കിൽ വല്ലതുമൊക്കെ പറഞ്ഞിരിക്കാം."

ഞങ്ങൾ മൂവരും എ എസിന്റെ വീട്ടിലെത്തി. ആ ചെറിയ വീടിനടുത്ത് വേറെയും മൂന്ന് നാല് വീടുണ്ട്.

കതക് തുറന്ന് അകത്തു കയറിയപ്പോൾ ഒരു സ്ത്രീ നിന്ന് തല ചീവുകയും പൗഡറിടുകയും ചെയ്യുന്നു. ഞങ്ങളെ കണ്ടതുകൊണ്ടൊന്നും അവരുടെ പരിപാടിക്ക് തടസമുണ്ടായില്ല. അവർ കണ്ണാടിയിലേക്ക് തന്നെ നോക്കുന്നു.

"ഇജ്ജ് പോയില്ലാരുന്നോ. ന്താത്രേം താമസിച്ചേ" അവർ മേക്കപ്പിൽ ശ്രദ്ധിച്ചുകൊണ്ടുതന്നെ മറുപടി പറഞ്ഞു.

"നാളത്തേക്ക് പച്ചക്കറി വാങ്ങാൻ പോയി."

"അങ്ങനൊന്നും വേണ്ടാ, അഞ്ച്മണിക്ക് പോയില്ലെങ്കിൽ ന്റെ വീട്ടിലെത്തുമ്പോ ഇരുട്ടില്ലേ...."

അവർ പെട്ടെന്ന് പോകാനൊരുങ്ങി.

ഞങ്ങൾ മുൻവശത്തെ മുറിയിലിരുന്നു.

"ചായയിടണ്ടേ" ആ സ്ത്രീ ചോദിക്കുന്നുണ്ടായിരുന്നു. "ഒന്നും വേണ്ടാ. ഞങ്ങളിട്ടോളാം." അവർ വേഗം പോയി.

"നിങ്ങളവിടെയിരിക്കിൻ. ഞാൻ ചായയിട്ടു കൊണ്ടുവരാം" എ എസ്.

ചായകുടികഴിഞ്ഞ് ജി എൻ പിള്ള എന്തോ ഓർത്തതുപോലെ ധൃതിയിൽ പോയി.

എ എസും ഞാനും ഏറെ നേരം സംസാരിച്ചിരുന്നു. കൂടുതലും ജോലിക്കാരിയെപ്പറ്റിയായിരുന്നു വിവരണം. നല്ലതുപോലെ പാചകം ചെയ്യും, പത്തിരിയും മീൻകറികളും ഉഗ്രൻ. ഉമ്മയാണ്. കല്യാണം കഴിഞ്ഞ മകളുണ്ട്. എ എസിന്റെ വീട്ടുകാരിയാണെന്ന് ധരിച്ചുപോയ ചില സുഹൃത്തുക്കളുടെ കഥയും പറഞ്ഞു ചിരിച്ചു.

ഞങ്ങൾ കൂട്ടുകാരായി. സായാഹ്നപരിപാടികൾ ഫോണിലൂടെ പ്ലാൻ ചെയ്യും.

1976 ൽ ലളിതകലാ അക്കാദമിയുടെ വാർഷികം നടന്നത് കോഴിക്കോട് വച്ചായിരുന്നു. ഇ എം ജെ വെണ്ണിയൂർ ചെയർമാൻ, ടി കെ സി വടുതല സെക്രട്ടറി. അവരുടെ ഒരു തീരുമാനം പിന്നീട് എനിക്കു കിട്ടി. "കളമെഴുത്തിനെപ്പറ്റി ഒരു ആധികാരിക ഗ്രന്ഥമെഴുതുന്നതിന് ജി ഭാർഗവൻപിള്ളയെ ചുമതലപ്പെടുത്തിയിരിക്കുന്നു. അതിനുള്ള നിർദേശങ്ങളും എസ്റ്റിമേറ്റും മുൻകൂട്ടി അയയ്ക്കണം."

ഇതൊരു വലിയ ജോലിയാണെന്ന് എനിക്കു തോന്നി. ലളിതകലാ അക്കാദമിക്ക് ഞാനയച്ച മറുപടി ഇപ്രകാരമായിരുന്നു.

"എൻ എൻ കക്കാട്, എ എസ് നായർ എന്നിവരെക്കൂടി ഉൾപ്പെടുത്തിയുള്ള മൂന്നംഗ കമ്മിറ്റിക്കു മാത്രമേ അങ്ങനെയൊരു ആധികാരിക ഗ്രന്ഥം കളമെഴുത്തിനെപ്പറ്റി തയാറാക്കാൻ പറ്റുകയുള്ളൂ."

എന്റെ നിർദേശം അക്കാദമി അംഗീകരിച്ചു. മറുപടി കിട്ടിയതിനു ശേഷമാണ് കക്കാടിനോടും എ എസിനോടും ഞാൻ വിവരം പറഞ്ഞത്. ഞങ്ങൾ പ്രവർത്തനമാരംഭിച്ചു. കേരളത്തിലുള്ള വിവിധ കളങ്ങളെപ്പറ്റി ഒരു സർവെ നടത്തണം. അതിനുശേഷം കളങ്ങളുടെ സാഹിത്യം, ചരിത്രം, നിറങ്ങളുടെ പ്രത്യേകത, രചന, അനുഷ്ഠാനങ്ങൾ, കാവ്യഭംഗി എന്നിങ്ങനെ വിഷയങ്ങൾ തിരിച്ച് ഓരോരുത്തരും പ്രവർത്തിക്കണം. മൂന്നുപേരും വളരെ ഊർജിതമായിത്തന്നെ ജോലിചെയ്തു. ആറുമാസം കൊണ്ട് സർവെ റിപ്പോർട്ടും, റിക്കാർഡ് ചെയ്ത അഭിമുഖങ്ങളും പാട്ടുകളും എല്ലാം ശേഖരിച്ച് തൃശൂരിൽ കൊണ്ടു ചെന്നു കൊടുത്തു. അപ്പോഴേക്കും ഇ എം ജെ യുടെയും വടുതലയുടെയും ഭരണകാലം കഴിഞ്ഞു.

അതങ്ങനെ അവസാനിച്ചു. ഇന്നുവരെ കളമെഴുത്തിനെപ്പറ്റി ഒരു ഗ്രന്ഥം അക്കാദമി പ്രസിദ്ധപ്പെടുത്തിയിട്ടില്ല.

ഇതിവിടെ പറയാൻ കാരണം ഈ വിഷയത്തിൽ എ എസിനുണ്ടായിരുന്ന താൽപ്പര്യവും ആത്മാർഥതയും സൂചിപ്പിക്കാനാണ്. ചെർപ്പുളശ്ശേരിയിൽനിന്നും ഒരുസംഘം കുറുപ്പന്മാരെ കോഴിക്കോട്ടു കൊണ്ടുവന്ന് ഒന്നു രണ്ടു ദിവസം താമസിപ്പിച്ച് പാടിച്ചും അഭിമുഖ സംഭാഷണം നടത്തിയും കളമെഴുത്തിന്റെ ആത്മസത്ത മുഴുവനും ഞങ്ങൾ രേഖപ്പെടുത്തി. അതൊന്നും ഫലവത്താകാതെ പോയതിൽ ഞങ്ങളെക്കാളേറെ നിരാശ എ എസിനായിരുന്നു.

എ എസിനെ തിരുവനന്തപുരത്തേക്കു മാറ്റിയപ്പോൾ കടുത്ത നിരാശയോടെയാണ് യാത്ര പറഞ്ഞത്. സുധയുടെ പഠിത്തക്കാര്യവും തിരുവനന്തപുരത്തെ താമസവും മറ്റും വിഷമമുണ്ടാക്കുമെന്ന് ഭയന്നു. പക്ഷേ, പെരുന്താന്നിയിൽ ആപ്പീസിനടുത്ത് തന്നെ വീടുകിട്ടി. തിരുവനന്തപുരത്തെ ജീവിതം പരമസുഖമാണെന്നും പലപ്രാവശ്യം പറഞ്ഞിട്ടുണ്ട്. "കറണ്ട് പോയാൽ അഞ്ചുമിനിട്ടിനകം വരും. പൈപ്പുവെള്ളം നിന്നാലോ ഉടനേ വരും. എന്താ കാര്യം? ആ വഴിക്ക് ഒരു സെക്രട്ടറിയോ, ഡി ഐ ജിയോ, മന്ത്രിയുടെ പ്രൈവറ്റ് സെക്രട്ടറിയോ കാണും. പരമസുഖം. നമുക്ക് ചുമ്മാതിരുന്നാൽ മതി." ഇത്രയും പറഞ്ഞിട്ട് ഉച്ചത്തിൽ ചിരിക്കുക!

എന്നെക്കാൾ വലിയ വലിയ സുഹൃത്തുക്കളെത്രയോ എ എസിനുണ്ട്. പൊതുവിൽ പറയാവുന്നത്, ഞങ്ങളുടെയെല്ലാം ഹൃദയത്തിൽ എ എസ് പതിഞ്ഞിരിക്കുന്നു എന്ന് മാത്രമാണ്.

വര: സി എൻ കരുണാകരൻ

മൂന്ന്

കാഴ്ചകൾ

എ എസ് വരകളിലെ നൈർമല്യം

എം മുകുന്ദൻ

ദരിദ്രമായ ഒരു കാഴ്ചാസംസ്കാരമാണ് നമ്മുടേതെന്ന് എനിക്ക് പലപ്പോഴും തോന്നിയിട്ടുണ്ട്. നമ്മുടെ രാജ്യത്തെ മറ്റു പല ഭാഷാ സംസ്ഥാനങ്ങളിലുള്ളവർക്ക് സാധിച്ചതുപോലെ ദൃശ്യകലാരൂപങ്ങളെ വളർത്തിയെടുക്കാൻ നമുക്ക് കഴിഞ്ഞിട്ടില്ല. മലയാളികൾക്ക് കൂടുതൽ താൽപ്പര്യം കാഴ്ചകളിലല്ല ആലോചനകളിലാണ് എന്നതാവാം ഒരു കാരണം. നമ്മുടെ കലാ—സംസ്കാരത്തിന്റെ ഭൂപടം അതാണ് വരച്ചു കാണിക്കുന്നത്.

ഈ അവസ്ഥയ്ക്ക് മാറ്റം സംഭവിക്കുന്നത് കഴിഞ്ഞ മൂന്നോ നാലോ പതിറ്റാണ്ടുകൾക്കിടയിലാണ് എന്നു പറയാം. ചോളമണ്ഡലം ആസ്ഥാന മാക്കിയ ഒരു കൂട്ടം ചിത്രകാരന്മാർ വർണകലയിൽ ഒരു കുതിപ്പുതന്നെ നടത്തി. ഈ ഒരു കുതിപ്പിന്റെ ഭാഗമായാണ് രേഖീയചിത്രകല എന്ന ഒരു ശാഖ ഇവിടെ വളർന്നുവന്നത്. നമ്മുടെ വർണകലയിൽനിന്നും ശിൽപ്പകലയിൽനിന്നും വേർതിരിച്ച് രേഖീയ ചിത്രകലയെ കാണാൻ സാധിക്കുകയില്ല.

ഈ ഒരു പരിസരത്തിൽ എ എസും നമ്പൂതിരിയും നിർമിച്ചെടുത്ത രേഖീയചിത്രകലയുടെ പിതാവ് ഒരു ചിത്രകാരനാണ് എന്ന വസ്തുത നമ്മുടെ പ്രത്യേകം ശ്രദ്ധയർഹിക്കുന്നു. ആഴ്ചപ്പതിപ്പുകളിൽ വരുന്ന കഥകൾക്കും നോവലുകൾക്കും ചിത്രങ്ങൾ വരച്ച് അതിനെ ഒരു കലാ ശാഖയാക്കി മാറ്റിയത് എം വി ദേവൻ എന്ന ചിത്രകാരനാണല്ലോ. പണ്ട് *മാതൃഭൂമി ആഴ്ചപ്പതിപ്പു*കളിൽ ബഷീറിന്റെയും ഉറൂബിന്റെയും മറ്റും കഥകൾക്ക് ദേവൻ വരച്ചു ചേർത്ത ചിത്രങ്ങൾ ഈ ശാഖയിലെ ക്ലാസി ക്കുകളാണ്. സാഹിത്യകാരന്മാർ വാക്കുകളിൽ ആവിഷ്കരിക്കുന്ന കഥാ പാത്രങ്ങൾക്ക് ഒരു ദൃശ്യഭാഷ്യം നൽകി നോവലിനും കഥയ്ക്കും ഒരു

തീരങ്ങൾ (1973)

പുതിയ മാനം നൽകുകയാണ് രേഖാചിത്രകാരന്മാർ ചെയ്യുന്നത്. എഴുത്തുകാർ ഒരിക്കലും സ്വന്തം കഥാപാത്രങ്ങൾക്ക് പൂർണമായ ഒരു ശരീരം നൽകുന്നില്ല. എല്ലാ ബാഹ്യാവയവങ്ങളെയും ഉൾപ്പെടുത്തി സമഗ്രമായ ഒരു ശരീര സാന്നിധ്യം കഥാപാത്രങ്ങൾക്ക് നൽകുന്നത് രേഖീയ ചിത്രകാരന്മാരാണ്. കഥാപാത്രങ്ങളെക്കുറിച്ച് മാത്രമല്ല, അവരുടെ ഭൂമികയെ കുറിച്ചും ഇതുതന്നെ പറയാം.

ഞാൻ കഥകൾ എഴുതിത്തുടങ്ങുമ്പോഴേക്കും എം വി ദേവൻ ആഴ്ചപ്പതിപ്പുകളിൽ പതിവായി ചിത്രങ്ങൾ വരയ്ക്കുന്നതും നിർത്തിയിരുന്നു. ക്രമേണ ദേവന്റെ സ്ഥാനം നമ്പൂതിരിയും എ എസും ഏറ്റെടുക്കുകയാണുണ്ടായത്. ജി അരവിന്ദന്റെ മുറിയിൽവെച്ചും മറ്റും നമ്പൂതിരിയെ കാണാനും പരിചയപ്പെടാനും എനിക്ക് കഴിഞ്ഞെങ്കിലും എ എസിനെ കാണാൻ എനിക്ക് വളരെ കാലം കാത്തു നിൽക്കേണ്ടി വന്നു. പൊതുവേദികളിൽനിന്നും സുഹൃദ്സംഘങ്ങളിൽനിന്നും മാറിനിൽക്കുന്ന സ്വഭാവക്കാരനാണ് എ എസ് എന്ന് ഞാൻ സംശയിച്ചു തുടങ്ങിയിരുന്നു.

ഞാൻ അദ്ദേഹവുമായി മാനസികമായി അടുക്കുന്നത് *മാതൃഭൂമിയിൽ* ഖണ്ഡശ പ്രസിദ്ധീകരിക്കുന്ന *മയ്യഴിപ്പുഴയുടെ തീരങ്ങൾക്ക്* എ എസ് ചിത്രങ്ങൾ വരച്ചു തുടങ്ങിയപ്പോഴാണ്. *മാതൃഭൂമി ആഴ്ചപ്പതിപ്പിൽ* 'മയ്യഴിപ്പുഴ' വരുന്ന വിവരം എം ടിയിൽനിന്നു അറിഞ്ഞതുമുതൽ അതിന്റെ ചിത്രീകരണം ആരുടേതായിരിക്കും എന്നറിയാനുള്ള ഉൽക്കണ്ഠ എന്നിൽ

വളർന്നു വന്നു. അന്ന് എന്റെ കഥകൾക്ക് പൊതുവെ ചിത്രങ്ങൾ വരച്ചത് നമ്പൂതിരിയായിരുന്നു. കഥകളിലെ ആധുനികത ഉൾക്കൊള്ളാനും അതിന് ദൃശ്യഭാഷ്യം നൽകാനും നമ്പൂതിരിക്ക് ഒരു പ്രത്യേക സിദ്ധിയുണ്ടായിരുന്നു. അതുകൊണ്ട് അദ്ദേഹം തന്നെയായിരിക്കും *മയ്യഴിപ്പുഴയുടെ തീരങ്ങൾക്ക്* ചിത്രങ്ങൾ വരയ്ക്കുക എന്ന് ഞാൻ വിശ്വസിച്ചു.

അന്ന് ഖണ്ഡശഃ പ്രസിദ്ധീകരിക്കുന്ന നോവലുകളുടെ ഒഴിച്ചുകൂടാൻ കഴിയാത്ത ഒരു ഭാഗമായിരുന്നു ചിത്രങ്ങൾ. നമ്പൂതിരിയും എ എസും എഴുതിയ ചിത്രങ്ങൾകൂടാതെ നോവലുകൾ *മാതൃഭൂമി ആഴ്ചപ്പതിപ്പി*ൽ വരുമായിരുന്നില്ല. വായനക്കാരുടെ കണ്ണിൽ അവരുടെ ചിത്രങ്ങൾ ഇല്ലെങ്കിൽ വി കെ എന്നിന്റെയും വിജയന്റെയും കാക്കനാടന്റെയും കഥകളും നോവലുകളും അപൂർണമായിരുന്നു. നമ്മുടെ സാഹിത്യത്തിലെ ആധുനികതയെ വളർത്തുന്നതിൽ ഈ രണ്ടു രേഖാചിത്രകാരന്മാരും വഹിച്ച പങ്ക് നമ്മൾ എന്തുകൊണ്ടോ കാണാതെ പോയി.

എഴുത്തുകാരുടെ രചനകളെ ചിത്രകാരന്മാർ പൂർത്തീകരിക്കുന്ന ഈ അവസ്ഥ മറ്റേതെങ്കിലും ഭാഷകളിൽ ഉണ്ടെന്ന് തോന്നുന്നില്ല. മറ്റു പല ഭാഷകളിലും ചിത്രകാരന്മാർ കഥകൾക്കും നോവലുകൾക്കും ചിത്രങ്ങൾ വരച്ചു ചേർക്കുന്നത് ഒരു ചടങ്ങ് എന്ന നിലയിൽ മാത്രമാണ്. എഴുത്തും ചിത്രീകരണവും വേർപെടുത്താൻ കഴിയാത്തവിധം ഒന്നിക്കുമ്പോൾ എഴുത്തുകാരും ചിത്രകാരന്മാരും തമ്മിൽ ഒരു ആത്മബന്ധം

മയ്യഴിപ്പുഴയുടെ തീരങ്ങൾ

എം മുകുന്ദന്റെ കഥ
സുമിത്ര (1975)

ഉണ്ടാകുന്നു. ഈ അവസ്ഥ ഇപ്പോഴും നമ്മുടെ ആഴ്ചപ്പതിപ്പുകളിലും വിശേഷാൽപ്രതികളിലും തുടരുന്നു. പുതിയ രേഖാചിത്രകാരന്മാർ നവീനമായ ശൈലികൾ കണ്ടെത്തുകയും ചെയ്യുന്നു.

പാഠവും ചിത്രവും തമ്മിലുള്ള ഒരു ബന്ധം മാത്രമല്ല അത്. ദേവന്റെയും നമ്പൂതിരിയുടെയും രേഖാചിത്രങ്ങൾക്ക് ഒരു ബൗദ്ധികതലമുണ്ടായിരുന്നു. നമ്പൂതിരിയുടെ ചിത്രങ്ങളില്ലാതെ വി കെ എന്നിന്റെ കഥാപാത്രങ്ങളെ സങ്കൽപ്പിക്കാൻ ഒരു കാലത്ത് നമുക്ക് സാധിക്കുമായിരുന്നില്ല.

എ എസാണ് *മയ്യഴിപ്പുഴയുടെ തീരങ്ങളി*ലെ കഥാപാത്രങ്ങൾക്ക് ദൃശ്യഭാഷ്യം നൽകിയത്. അദ്ദേഹം വരച്ച കുറമ്പിയമ്മ വായനക്കാരെ ആഹ്ലാദം കൊള്ളിച്ചു. *മാതൃഭൂമി ആഴ്ചപ്പതി*പ്പിൽ കുറമ്പിയമ്മയെ വരയ്ക്കുവാൻ എന്നോട് ആവശ്യപ്പെട്ടിരുന്നെങ്കിൽ, എ എസ് വരച്ചതുപോലെ വരയ്ക്കാനായിരിക്കും ഞാൻ ശ്രമിക്കുക, എനിക്ക് ദൃശ്യഭാഷ അറിയില്ലെങ്കിലും. എ എസിന്റെ ചിത്രങ്ങളുടെ ഒരു പ്രത്യേകത, ആ ചിത്രങ്ങളിൽ അദ്ദേഹത്തിന്റെ സാന്നിധ്യം ഇല്ല എന്നതാണ്. മറിച്ച് നമ്പൂതിരിചിത്രങ്ങളിൽ അദ്ദേഹത്തിന്റെ സാന്നിധ്യം നിറഞ്ഞു നിൽക്കുന്നതും കാണാം. പലപ്പോഴും ആ ചിത്രങ്ങൾ അവ പ്രതിനിധാനം ചെയ്യുന്ന കഥാപാത്രങ്ങളെ നിഷ്പ്രഭമാക്കുന്നതായി കാണാം. പയ്യനും ഡിഫൻസ് കോളനി

യും, വി കെ എന്നിന്റെ സൃഷ്ടിയല്ലെന്നും നമ്പൂതിരിയുടേതാണെന്നും പലപ്പോഴും എനിക്ക് തോന്നിപ്പോയിട്ടുണ്ട്. എഴുത്തുകാർ ഭയപ്പെടുന്ന ഒരവസ്ഥയാണ് അത്.

എ എസിന്റെ ചിത്രങ്ങളെക്കുറിച്ച് ഒരെഴുത്തുകാരനും അങ്ങനെ ആശങ്കപ്പെടേണ്ടിവന്നിട്ടില്ല. ആ ചിത്രങ്ങളിൽ ഒരിടത്തും അദ്ദേഹം ഉണ്ടാകില്ല. 'മയ്യഴിപ്പുഴ'യിലെ ചന്ദ്രികയെ എ എസ് വരച്ചത് കണ്ടപ്പോൾ, അതും എന്റെ സ്വന്തം വരകളാണ് എന്ന് എനിക്ക് തോന്നിപ്പോയി. താൻ വരയ്ക്കുന്ന കഥാപാത്രങ്ങളുടെമേൽ ധൈഷണികമോ ദൃശ്യപരമോ ആയ ഒരു അധിനിവേശത്തിനും എ എസ് ഒരിക്കലും ശ്രമിക്കുന്നില്ല. എഴുത്തുകാരുടെ പുറകിൽ മറഞ്ഞിരുന്ന് തൂലികയുടെ ഒരു മർമരംപോലും കേൾപ്പിക്കാതെയാണ് എ എസ് ചിത്രങ്ങൾ വരച്ചത്. അദ്ദേഹം എഴുത്തുകാരുടെ മനസിൽ കടന്നുചെന്ന് കഥാപാത്രങ്ങളെ ഒരു അരിപ്രാവിനെപോലെ മൃദുവായി കൊത്തിയെടുക്കുകയാണ് ചെയ്തത്. മലയാളി സ്‌ത്രൈണ ഭാവനയുടെ ആത്മാവ് അദ്ദേഹം വരച്ചിട്ട സ്ത്രീരൂപങ്ങളിലുണ്ടായിരുന്നു. അദ്ദേഹം കോറിയിട്ട നിരത്തുകളും അങ്ങാടികളും മരങ്ങളും നാട്ടുമ്പുറങ്ങളും മലയാളി മനസിന്റെ ഭൂമിക തന്നെയായിരുന്നു.

എഴുത്തുകാരും ചിത്രകാരന്മാരും തമ്മിലുള്ള, അക്ഷരക്കൂട്ടും രേഖക്കൂട്ടും തമ്മിലുള്ള, ഒരു സമ്പന്നമായ സൗഹൃദം ഇന്നും നമ്മുടെ ഇടയിലുണ്ട്. അപൂർവമായ ഈ സങ്കലനത്തിന്റെ വികാസത്തിനു എ എസ് നൽകിയ സംഭാവന വളരെ വലുതാണ്. എ എസ് ദൃശ്യരൂപം നൽകിയ പല കഥാപാത്രങ്ങളും മറവിയിലേക്ക് താഴ്ന്നുപോയാലും അദ്ദേഹത്തിന്റെ ചിത്രങ്ങൾ വിസ്മരിക്കപ്പെടുകയില്ലെന്നു വരാം.

എം മുകുന്ദന്റെ കഥ
സിറ്റിക്ലബ്ബിൽ ഒരു സായാഹ്നം (1982)

എ എസ് നായരുടെ രേഖാചിത്രങ്ങൾ

സേതു

സാഹിത്യരചനകളിൽ ചിത്രങ്ങളുടെ പ്രസക്തിയെക്കുറിച്ച് നമ്മെ ആദ്യം ബോധ്യപ്പെടുത്തിയത് സാക്ഷാൽ എം വി ദേവൻ തന്നെയാണ്. ഞങ്ങളൊക്കെ സ്കൂളിൽ പഠിച്ചിരുന്ന കാലത്താണ് *ആനവാരിയും പൊൻകുരിശും, സ്ഥലത്തെ പ്രധാന ദിവ്യൻ, ഉമ്മാച്ചു, സുന്ദരികളും സുന്ദരന്മാരും* തുടങ്ങിയ നോവലുകൾ *മാതൃഭൂമി ആഴ്ചപ്പതിപ്പിൽ* പ്രത്യക്ഷപ്പെടുന്നത്. അതിലെ ചിത്രങ്ങൾ കണ്ടപ്പോൾ ആദ്യം തോന്നിയത് വിചിത്രമായ രൂപഭാവങ്ങളുള്ള ഇത്രയേറെ കഥാപാത്രങ്ങൾക്ക്, അവർക്ക് ഇണങ്ങുന്ന തരത്തിൽ വ്യത്യസ്തമായ മുഖങ്ങൾ കൊടുക്കാൻ ഒരു ചിത്രകാരന് എങ്ങനെ കഴിയുന്നു എന്നതാണ്. ആനവാരി രാമൻ നായരും പൊൻകുരിശ് തോമയും തൊട്ട് എട്ടുകാലി മമ്മൂഞ്ഞിനും കണ്ടമ്പറയനും വരെ തനിമയുള്ള മുഖങ്ങൾ. ഉമ്മാച്ചുവിന്റേതുപോലുള്ള, ഒരിക്കലും മറക്കാനാവാത്ത, ചന്തമുള്ള മുഖം ചാർത്തിക്കിട്ടുകയെന്ന സൗഭാഗ്യം മലയാള നോവലുകളിലെ പല നായികമാർക്കും കിട്ടിയിട്ടില്ല എന്നതാണ് നേര്.

കഥാകൃത്തും വായനക്കാരനുമായുള്ള സഫലമായ സംവാദത്തിൽ, ഗാഢമായ ആത്മബന്ധത്തിൽ, ചിത്രകാരനും കാര്യമായൊരു പങ്കുണ്ടെന്ന് സ്ഥാപിക്കാൻ ദേവന് കഴിഞ്ഞു. അതുകൊണ്ടുതന്നെ ദേവൻ തുടങ്ങിവച്ച ആ മഹത്തായ പാരമ്പര്യത്തിന്റെ പിന്തുടർച്ചക്കാരായി മാത്രമേ എ എസ് നായരെയും നമ്പൂതിരിയെയുമൊക്കെ നമുക്ക് കാണാൻ കഴിയൂ. ഒരുപക്ഷേ, മറ്റു ഭാഷകളിലെ എഴുത്തുകാരെ അപേക്ഷിച്ച് ഇക്കാര്യത്തിൽ മലയാളത്തിലെ എഴുത്തുകാർ ഭാഗ്യവാന്മാരാണ്. കാരണം, കഴിഞ്ഞ ഏതാണ്ട് അര നൂറ്റാണ്ടുകാലത്തെ മൗലികമായ ഒട്ടു മിക്കവാറും എല്ലാ കഥകളും നോവലുകളും കടന്നുപോയിട്ടുള്ളത് മേൽ

പ്പറഞ്ഞ മൂന്നു മഹാരഥന്മാരിലൂടെ ആയിരുന്നുവെന്നതാണ് സത്യം.

ശിവരാമൻ എന്ന് സുഹൃത്തുക്കൾ വിളിച്ചിരുന്ന എ എസ് നായരെ ഞാൻ രണ്ടോ മൂന്നോ പ്രാവശ്യം മാത്രമേ കണ്ടിട്ടുള്ളൂ. അടുത്തിരിക്കുമ്പോഴും അകലം കാക്കുന്ന, താൻ അപ്പോഴും മറ്റേതോ ലോകത്തുകൂടെ സഞ്ചരിച്ചുകൊണ്ടിരിക്കുകയാണെന്ന് തോന്നിക്കുന്ന പ്രകൃതക്കാരനായ മൂപ്പരെകൊണ്ട് എന്തെങ്കിലും കാര്യമായി സംസാരിപ്പിച്ചു കിട്ടാനും വലിയ വിഷമമായിരുന്നു. പക്ഷേ, സംസാരിച്ചപ്പോഴെല്ലാം ഞങ്ങളുടെ തലമുറയിലെ എഴുത്തുകാരുടെ കഥകളെ നല്ല ഉൾക്കാഴ്ചയോടെ സമീപിക്കാൻ അദ്ദേഹത്തിന് കഴിഞ്ഞിരുന്നുവെന്നത് വളരെ വ്യക്തമായിരുന്നു. ഒരുപക്ഷേ, മുൻ തലമുറയിലെ കഥപറച്ചിലിന്റെ രീതിയിൽനിന്ന് വഴിമാറി, ചിത്രകലയിൽനിന്നുപോലും പ്രചോദനം ഉൾക്കൊണ്ട്, പലപ്പോഴും അമൂർത്തമായ ബിംബങ്ങൾ ഉപയോഗിച്ചുകൊണ്ട് എഴുതപ്പെട്ട ചില കഥകൾ ഒരേ സമയം ചിത്രകാരന്മാർക്ക് വെല്ലുവിളിയും, സാധ്യതയുമായിരുന്നു. ഫാന്റസിയുടെ സമൃദ്ധമായ ഉപയോഗവും, കഥാപാത്രങ്ങളുടെ മനോവ്യാപാരങ്ങളെ ശക്തമായി അവതരിപ്പിക്കാനായി അയഥാർഥമായ തലങ്ങളിലേക്കുള്ള കടന്നുകയറ്റവും, ആധുനിക ചിത്രകലയിലെ പുതിയ സങ്കേതങ്ങളെ ഇത്തരം കഥകളുടെ ചിത്രീകരണങ്ങളിൽ കൊണ്ടുവരാൻ അന്നത്തെ ചിത്രകാരന്മാരെ പ്രേരിപ്പിച്ചു. ഒരുപക്ഷേ, കഥയിലെയും ചിത്രകലയിലെയും പുതിയ പ്രവണതകൾ സഫലമായി ഇണക്കുകവഴി സംവേദനത്തിന്റെ തലത്തിൽ പുതിയ മാനങ്ങൾ കണ്ടെത്താൻ അന്നത്തെ ആർട്ടിസ്റ്റുകൾക്ക് കഴിഞ്ഞു.

സേതുവിന്റെ കഥ – *കുലത്തൊഴിൽ* (1975)

ഒരുപാട് ആകസ്മികതകൾ നിറഞ്ഞതായിരുന്നു *പാണ്ഡവപുര*ത്തിന്റെ പിറവി. ഇരുപത്തഞ്ച് വർഷങ്ങൾക്കുമുമ്പ് നടന്ന കാര്യങ്ങൾ.

ചെറിയൊരു ഇടവേളയ്ക്കുശേഷം എം ടി വാസുദേവൻനായർ *മാതൃഭൂമി ആഴ്ചപ്പതിപ്പി*ന്റെ പത്രാധിപരായി തിരിച്ചെത്തിയ കാലം. അന്തർജനത്തിന്റെ *അഗ്നിസാക്ഷി* ഏതാണ്ട് തീരാറായി കഴിഞ്ഞിരുന്നു. അന്നത്തെ വായനക്കാരെ ഒരു മോഹവലയംപോലെ ചുറ്റി നിന്നിരുന്ന *അഗ്നിസാക്ഷി*ക്കുശേഷം

സേതുവിന്റെ നോവൽ
പാണ്ഡവപുരം

കൊടുക്കാനായി ഒരു നോവൽ എഴുതാൻ വ്യക്തിപരമായ അടുപ്പവും സൗഹൃദവും ഉപയോഗിച്ച് എം ടി എന്നോട് ആവശ്യപ്പെടുകയായിരുന്നു. അദ്ദേഹത്തിന്റെ സ്നേഹപൂർവമായ നിർബന്ധമില്ലായിരുന്നുവെങ്കിൽ അന്ന് *പാണ്ഡവപുരം* എഴുതപ്പെടുകയില്ലായിരുന്നു എന്നതാണ് നേര്. ഒരുപക്ഷേ, പിന്നീടൊരിക്കൽ മറ്റൊരു മാനസികാവസ്ഥയിൽ, മറ്റൊരു രൂപത്തിൽ, ഞാൻ ആ നോവൽ എഴുതുമായിരുന്നിരിക്കണം.

ഇപ്പോൾ, ഒരു കാൽ നൂറ്റാണ്ടിനുശേഷം, ആദ്യമായി തുറന്ന് പറയുകയാണ്. അന്ന് എന്റെ ചിത്രവുമായി നോവലിന്റെ പരസ്യം ആഴ്ചപ്പതിപ്പിൽ വരുമ്പോൾ അവരുടെ കൈയിൽ പാതിയോളം മാത്രം പൂർത്തിയായ നോവലിന്റെ കൈയെഴുത്തുപ്രതിപോലും എത്തിയിരുന്നില്ല. ആകെക്കൂടി ഞാൻ അയച്ചുകൊടുത്തിരുന്ന കഥയുടെ ഏകദേശ രൂപം മാത്രം. ഒരുപക്ഷേ, *മാതൃഭൂമി ആഴ്ചപ്പതി*പ്പിന്റെ ചരിത്രത്തിൽത്തന്നെ ഇത്തരമൊരു വിട്ടുവീഴ്ച ആദ്യമായിട്ടാവാം. അതും അന്നത്തെ കാലത്ത് *മാതൃഭൂമി*യിൽ വരികയെന്നത് ഒരു നോവലിനെ സംബന്ധിച്ചിടത്തോളം അംഗീകാരത്തിന്റെ ഏറ്റവും വലിയ മുദ്രയായിരുന്നുതാനും. എന്തായാലും, എം ടിക്ക് എന്നിലുള്ള വിശ്വാസത്തിന്റെ അളവ് ഞാനതിൽ കണ്ടു. അല്ലെങ്കിൽ മലയാളത്തിലെ വ്യത്യസ്തമായൊരു കൃതിയുടെ പിറവിക്ക് അദ്ദേഹം നിമിത്തമാകുകയായിരുന്നു.

എന്തായാലും പിന്നീട് ഞാനയച്ചുകൊടുത്ത ആദ്യത്തെ ചില

പാണ്ഡവപുരം

അധ്യായങ്ങളുടെ ചുവടുപിടിച്ച് ചിത്രം വരയ്ക്കുകയെന്ന ശ്രമകരമായ പണി ഏറ്റെടുക്കേണ്ടി വന്നു എ എസ് നായർക്ക്. അന്നത്തെ ചുറ്റുപാടുകളിൽ പുതിയൊരു വായനയ്ക്ക് കളമൊരുക്കിയ ഇത്തരമൊരു കൃതിയെ പൂർണമായി ഉൾക്കൊള്ളാനുള്ള തയാറെടുപ്പ് നടത്താൻ മേൽപ്പറഞ്ഞ കാരണങ്ങൾകൊണ്ട് അദ്ദേഹത്തിന് കഴിഞ്ഞിരിക്കില്ല എന്നത് നേരാണ്. തികച്ചും മൗലികമായൊരു കൃതിയുടെ ചിത്രീകരണം ചിത്രകാരനെ സംബന്ധിച്ചിടത്തോളം വലിയൊരു ബാധ്യതയായതിനാൽ ആ കൃതി മുഴുവനായി വായിക്കാനും തന്റെ സ്വകാര്യതയിൽ അതിന്റെ ശക്തിയും ചൈതന്യവും പൂർണമായും ഉൾക്കൊള്ളാനും അയാൾക്ക് കഴിയണം. നോവലിന്റെ ചിത്രീകരണത്തെപ്പറ്റി അദ്ദേഹത്തോട് ഒന്ന് ചർച്ച ചെയ്താലോ എന്നാലോചിച്ചതാണ് ആദ്യം. ഉടനെ തന്നെ അത് വേണ്ടെന്നു വച്ചു. കാരണം ഏത് ചിത്രീകരണവും ഒരു ചിത്രകാരനെ സംബന്ധിച്ചിടത്തോളം അയാളുടേതായ തനതായ വ്യാഖ്യാനവും പുനഃസൃഷ്ടിയുമാ

കണമെന്ന് ഞാൻ വിശ്വസിക്കുന്നു. ഇതിൽ കഥാകാരന് യാതൊരു പങ്കുമില്ല തന്നെ. *പാണ്ഡവപുര*ത്തിലെ ദേവിയെന്ന പ്രധാന കഥാപാത്രത്തെ എം വി ദേവനും നമ്പൂതിരിയും എ എസും വരച്ചിട്ടാൽ മൂന്നും മൂന്ന് വിധമായിരിക്കുമെന്നതിൽ സംശയംവേണ്ട. ചിത്രകാരന്റെ തനതായ സിദ്ധികൾക്കും കലാപാരമ്പര്യത്തിനുമൊക്കെ അപ്പുറമായി ഒരു മൗലികമായ സാഹിത്യകൃതിയെ അതിന്റേതായ എല്ലാ സവിശേഷതകളോടും കൂടി ഉൾക്കൊള്ളാനും, അതിന്റെ രചനാസൗഭാഗ്യങ്ങളുമായി സഫലമായി സംവദിക്കാനുമുള്ള കെൽപ്പ് ചിത്രകാരനുണ്ടാകണം. അതത്ര എളുപ്പമുള്ള കാര്യമല്ലതാനും. ഏതർഥത്തിലും അതൊരു സഫലമായ കൂട്ടായ്മയായി മാറുകയാണ്. ചിത്രങ്ങളെ കഥയെ പൊലിപ്പിച്ച് കാണിക്കാനുള്ള വെറുമൊരു ഉപാധി മാത്രമായി കാണുന്ന പല ചിത്രകാരന്മാരും വെറും ഒഴുക്കനായൊരു വായനയുടെ പിൻബലത്തോടെ വരയ്ക്കാനിരിക്കുമ്പോൾ, സാഹിത്യകൃതികളുടെ കരുത്തും സൗന്ദര്യവും ചോർന്നുപോകുന്നത് സ്വാഭാവികമാണ്. വിശിഷ്ടമായൊരു കൃതിയെ ഏതാണ്ട് അതോടൊപ്പംതന്നെ നിൽക്കുന്ന ഒരു സംവേദനതലത്തിൽ സമീപിക്കാൻ ചിത്രകാരന് കഴിഞ്ഞാലേ കഥാപാത്രങ്ങളുടെയും കഥാസന്ദർഭങ്ങളുടെയും ചിത്രകലയിലൂടെയുള്ള പുനരാഖ്യാനം എന്ന സങ്കൽപ്പം സാധ്യമാകുകയുള്ളൂ.

ഇവിടെ ചിത്രകാരന്റെ സ്വകീയമായ ഇഷ്ടാനിഷ്ടങ്ങൾക്ക് വലിയൊരു പങ്കുണ്ടെന്നത് നേരാണ്. പ്രതിഭാശാലിയായ ഒരു ചിത്രകാരൻ ഒരു നല്ല സാഹിത്യാസ്വാദകനാകണമെന്നില്ല. അയാളുടെ ആസ്വാദനശീലങ്ങളും സൗന്ദര്യശാസ്ത്രപരമായ സമീപനങ്ങളും താൻ കൈകാര്യം ചെയ്യുന്ന രചനയുടെ അടിസ്ഥാന ഘടകങ്ങളുമായി പൊരുത്തപ്പെട്ട് പോകണമെന്നുമില്ല. ഓരോ ചിത്രകാരനും അയാൾക്ക് പ്രിയപ്പെട്ട എഴുത്തുകാരും രചനാരീതികളും ഉണ്ടാകുന്നത് സ്വാഭാവികമാണ്. അത്തരം രചനകളോടുള്ള മാനസികാഭിമുഖ്യം ചിത്രരചനയുടെ മുഹൂർത്തത്തിൽ കുറെക്കൂടി മെച്ചപ്പെട്ട ഒരു സർഗാത്മക പങ്കാളിത്തത്തിന് അയാളെ പാകപ്പെടുത്തിയേക്കാം. എ എസിന്റെ മറക്കാനാവാത്ത ചില ചിത്രങ്ങൾ കാണാനായത് *ഖസാക്കിന്റെ ഇതിഹാസ*ത്തിലും *യയാതി*ലുമാണെന്ന് തോന്നുന്നു. അതുപോലെതന്നെ ചില ബംഗാളി നോവലുകളിലെ മനോഹരമായ സ്ത്രീരൂപങ്ങളും.

*പാണ്ഡവപുര*ത്തെ സംബന്ധിച്ചിടത്തോളം, ആ കൃതിയുടെ പ്രത്യേകമായ അന്തരീക്ഷവുമായി ഇണങ്ങിപ്പോകുന്ന തരത്തിൽ ചിത്രങ്ങൾ വരയ്ക്കാൻ ഏറ്റവും യോജിച്ച ആൾ എ എസ് തന്നെയാണെന്ന് എനിക്ക് തോന്നിയിരുന്നു. ദുരന്തസ്വഭാവമുള്ള, ഇരുണ്ട പ്രതലങ്ങളിലൂടെയുള്ള ദേവിയെന്ന കഥാപാത്രത്തിന്റെ മനസിന്റെ അന്തമില്ലാത്ത യാത്രകളെ, മറ്റാരെക്കാൾ നന്നായി ഉൾക്കൊള്ളാൻ കെൽപ്പുള്ളയാൾ തികച്ചും അന്തർമുഖനായ എ എസ് തന്നെയായിരുന്നു. ഏറക്കുറെ അദ്ദേഹത്തിന്റെ പ്രകൃതവുമായി ഇണങ്ങിപ്പോകുന്ന, കാറ് മൂടിക്കെട്ടിയ, വിങ്ങിനിൽക്കുന്ന

അന്തരീക്ഷം. ഉൾവലിഞ്ഞ്, തങ്ങളുടേതായ സ്വകാര്യലോകത്തിൽ അഭിരമിക്കുന്ന കഥാപാത്രങ്ങൾ. ഒരു അന്തമില്ലാത്ത മായാവലയംപോലെ പരന്നുപോകുന്ന മനസിന്റെ ചക്രവാളം. അയഥാർഥമായ വഴിത്താരകളിലൂടെയുള്ള മനസിന്റെ യാത്രയിൽ തെളിഞ്ഞുകിട്ടുന്ന വിചിത്രമായ ഭൂഭാഗങ്ങൾ.

ഒരുപക്ഷേ, ഒരു ചിത്രകാരനെ സംബന്ധിച്ചിടത്തോളം ഏറെ സാധ്യതകൾ ഒരുക്കുന്ന ഒരു കൃതിയാണ് *പാണ്ഡവപുര*മെന്ന് ഞാൻ വിശ്വസിക്കുന്നു. കഴിഞ്ഞ ഇരുപത്തഞ്ച് വർഷങ്ങൾക്കുള്ളിൽ ഈ കൃതിയുടെ ആസ്വാദകരും നിരൂപകരും നടത്തിയ തികച്ചും വ്യത്യസ്തമായ വായനകൾ അത്തരം ഒട്ടേറെ വ്യതിരിക്തമായ വായനകൾക്ക് വഴങ്ങുന്ന ഒരു കൃതിയാണത് എന്ന് തെളിയിച്ച് കഴിഞ്ഞിട്ടുണ്ട്. ആ നിലയ്ക്ക് ഒരു ചിത്രകാരന്റെ കാഴ്ചപ്പാടിലൂടെയുള്ള വായനയ്ക്ക് ഏറെ പ്രസക്തിയുണ്ട്. പൊതുവെ പ്രകൃതിയെ അതിന്റെ എല്ലാ വന്യമായ തീവ്രതകളോടുംകൂടി ആവിഷ്കരിക്കാനുള്ള അവസരങ്ങൾ പാഴാക്കുന്ന ആളായിരുന്നില്ല എ എസ് നായർ. പക്ഷേ, *പാണ്ഡവപുര*ത്തെ സംബന്ധിച്ചിടത്തോളം അത്തരം കഥാസന്ദർഭങ്ങൾ ധാരാളമുണ്ടായിരുന്നിട്ടും അദ്ദേഹം കഥാപാത്രങ്ങളുടെ സവിശേഷമായ ചിത്രീകരണത്തിലാണ് ശ്രദ്ധ പതിപ്പിച്ചു കണ്ടത്. ദേവിയുടെ മുഖം നേരെ കാണിക്കാതെ, ഏറക്കുറെ പാർശ്വഭാഗചിത്രങ്ങളായാണ് വരഞ്ഞിട്ടിരുന്നതെന്നാണ് ഓർമ. നീണ്ട മുടിയും നീണ്ട മൂക്കും ഒതുങ്ങിയ ശരീരവുമുള്ള ദേവി. ഒരു സാധാരണ വീട്ടമ്മയായ ടീച്ചറുടെ ഭാവം. റെയിൽവേ സ്റ്റേഷനിലെ ബഞ്ചിൽ അജ്ഞാതനായ സഞ്ചാരിയുടെ വരവും കാത്തിരിക്കുന്ന ദേവിയുടെ പിൻഭാഗ ചിത്രം മറക്കാനാവാത്ത ഒരു ഓർമയാണ്. ദേവിയുടെ അന്തസംഘർഷങ്ങളുടെ സൂചന നൽകുന്ന, അവളും ജാരനുമായുള്ള ആദ്യ സമാഗമരംഗങ്ങളുടെ ചിത്രീകരണം ശ്രദ്ധേയമായിരുന്നു. പക്ഷേ, അവസാന ഭാഗത്തിൽ ജാരനുമായി ഏറ്റുമുട്ടി ഒരു പ്രതികാര ദുർഗയായി അവൾ മാറുന്ന ഭാഗത്തെ ചിത്രീകരണത്തിൽ എന്തോ പ്രതീക്ഷിച്ചത്ര കരുത്ത് കാണാനായില്ല.

എന്തായാലും ദേവി ടീച്ചറിനും ശ്യാമളയ്ക്കും രഘുവിനും മുത്തശ്ശിക്കും നാട്ടു പ്രമാണിയായ ഉണ്ണിമേനോൻ മാഷ്ക്ക് വരെ തനി ഗ്രാമ്യമായൊരു പരിവേഷവും തനിമയും കൊടുക്കാൻ അദ്ദേഹം ശ്രദ്ധിച്ചിട്ടുണ്ട്. നാടൻ അന്തരീക്ഷം തികച്ചും അനായാസമായി സൃഷ്ടിക്കുന്നതിൽ അദ്ദേഹം കാണിക്കാറുള്ള കരവിരുത് ഈ ചിത്രങ്ങളിലും തെളിഞ്ഞു നിന്നിരുന്നു.

ഒരു സാഹിത്യകൃതിക്ക് കാലത്തെ അതിജീവിക്കാൻ കഴിയുന്നതുപോലെ പ്രതിഭാശാലികളായ ചില ചിത്രകാരന്മാരുടെ ചിത്രീകരണങ്ങൾക്കും കാലത്തെ അതിജീവിക്കാൻ കഴിയുമെന്ന് വിശ്വസിക്കുന്ന ആളാണ് ഞാൻ. ആ പട്ടികയിൽ എന്തുകൊണ്ടും തന്റെ ഇരിപ്പിടം ഉറപ്പിക്കാൻ കെൽപ്പുള്ള മഹാനായ കലാകാരനായിരുന്നു എ എസ് നായർ.

എ എസിന്റെ ദൃശ്യകൽപ്പന

കെ എൽ മോഹനവർമ്മ

ഞാൻ കഥ എഴുതാനിരിക്കുമ്പോൾ എന്റെ മനസിൽ ഒരു കഥയുണ്ട്. പശ്ചാത്തലമുണ്ട്. കഥാപാത്രങ്ങളുണ്ട്. എല്ലാം ഏറക്കുറെ പൂർണമാണെന്നാണ് എന്റെ വിശ്വാസം.

ഞാൻ കഥ എഴുതാൻ തുടങ്ങുന്നു.

എന്റെ രചനയുടെ രീതി ഞങ്ങളുടെ പൂഞ്ഞാറ്റിലെ കുടുംബക്ഷേത്രത്തെ ചുറ്റി ഒഴുകുന്ന കാട്ടാറുപോലെയാണ്. നൂറായിരം പ്രതിബന്ധങ്ങളാണ് വഴിയിൽ. കൂറ്റൻ പാറയും മിനുസമുള്ള വെള്ളാരങ്കല്ലും മരക്കുറ്റിയും ചപ്പും ചവറും എന്നോ എവിടെയോ ചത്ത ഒരു കാട്ടുപന്നിയുടെ എല്ലും. എല്ലാറ്റിനെയും തട്ടിമാറ്റി ചിരിയും കരച്ചിലും മുങ്ങാങ്കുഴിയുമായി ഒഴുകുമ്പോൾ കാട്ടാറിന് തനതായ സ്വത്വം ലഭിക്കുന്നു, രൂപവും. ഒരു ഗ്യാപ്പുമിടാതെ ധൃതിയിൽ അത് ഒഴുകിക്കൊണ്ടിരിക്കും. എനിക്കുപോലും പിടിച്ചുനിർത്താൻ വയ്യാത്തവിധം അത് പ്രവഹിക്കും. പക്ഷേ, കഥാഗതിയിൽ ലേശമെങ്കിലും അസ്വാഭാവികതയോ അവ്യക്തതയോ സംവേദനക്ഷമതയില്ലായ്മയോ ഉണ്ടാകുകയാണെങ്കിൽ ആ ഒഴുക്കിന് താനെ മട വീഴും.

റൈറ്റേഴ്സ് ബ്ലോക്ക്.

ഞാൻ ഏറെ ശ്രമിച്ച്, കഥാപാത്രങ്ങൾക്ക്, പശ്ചാത്തലത്തിന്, കഥാഗതിക്ക് ഒക്കെ മാറ്റം വരുത്തുന്നു. ആ ബ്ലോക്കിൽനിന്നും രക്ഷപ്പെടുന്നു. എന്നിട്ടും പലപ്പോഴും എനിക്കു സംതൃപ്തി ലഭിക്കുന്നില്ല. എന്തോ എവിടെയോ പൂർണമായില്ലല്ലോ.

കഥയെ വായനക്കാരന് ഞാൻ ഉദ്ദേശിച്ച രീതിയിൽ പറഞ്ഞുകൊടുക്കാൻ എനിക്ക് സാധിച്ചോ?

ഒരു കലാസൃഷ്ടിയും പൂർണമല്ല, ലോകത്തിലെ ഏതു കഥയും

ഋതുസന്ധി (1972)

ഇനിയും നന്നാക്കാവുന്നതേയുള്ളൂ എന്ന് ഞാൻ സമാധാനിക്കുന്നു.

ഈ അനുഭവം എന്റെ കഥയെഴുത്തിന്റെ ആദ്യകാലത്ത് മിക്കപ്പോഴും ഇപ്പോഴും ചിലപ്പോഴൊക്കെയും എനിക്കുണ്ടാകുമായിരുന്നു.

നോവലിലാണ് ഇതു കൂടുതൽ അനുഭവപ്പെടുക. നോവലിന്റെ ക്യാൻവാസ് വിശാലമാണ്.

കഥാപാത്രങ്ങളുടെ അന്തർ-ബാഹർ സംഘർഷങ്ങൾക്കും ഇന്റർ ആക്ഷനും ഉള്ള സന്ദർഭങ്ങൾ ഏറെയാണ്. സ്വാഭാവികമായും തീരെ പ്രതീക്ഷിക്കാത്തവിധം അവ കഥയിൽ താന്തോന്നിത്തം കാട്ടാൻ തുടങ്ങും. ഞാൻ നിസ്സഹായനാണ്. എന്റെ അബോധമനസാണ് അവർക്ക് വളം ഇടുന്നത്. പക്ഷേ, നിവൃത്തിയില്ല.

എന്റെ എല്ലാ നോവലുകളും വാരികകളിൽ സീരിയലൈസ് ചെയ്തിട്ടേ ഞാൻ പുസ്തകമാക്കാറുള്ളൂ. കൂടുതൽ ആൾക്കാർ വായിക്കാൻ അത് ആവശ്യമാണ് എന്നാണ് എന്റെ വിശ്വാസം.

അതുകൊണ്ട് ഞാൻ ആകാംക്ഷയോടെ, ടെൻഷനോടെ എന്റെ

നോവലുകളുടെ ഓരോ അധ്യായവും വരുന്നത് കാത്തിരിക്കുമായിരുന്നു.

എന്റെ ആദ്യത്തെ നോവൽ, *ഋതുസന്ധി.*

എന്നിലെ ക്രാഫ്റ്റ്സ്മാൻ കഥാപാത്രങ്ങളെ വരുതിക്കു നിർത്താനുള്ള കഴിവ് കൈവരിച്ചു വരുന്നതേയുള്ളൂ (ഇന്നും അത് അപൂർണമാണ്). ഞാൻ നെർവസ് ആണ്.

1971 ഒക്ടോബർ – നവംബറിൽ ഞാൻ ജബൽപ്പൂർ വിട്ട് ഗ്വാളിയോറിൽ ജോയിൻ ചെയ്യുന്നതിനിടയ്ക്കുള്ള നീണ്ട അവധിക്കാലത്ത് പൂഞ്ഞാറിൽ ഇരുന്നാണ് *ഋതുസന്ധി* എഴുതിയത്. നോവലിലെ കഥാപാത്രങ്ങൾ മിക്കപ്പോഴും എന്റെ ഭാവനയ്ക്കതീതമായി സ്വന്തം രീതിയിൽ പ്രവർത്തിക്കാൻ തുടങ്ങിയത് എനിക്ക് അത്ഭുതമായിരുന്നു. ഒരു വാശിയോടെ, ഏഴു തവണ കൈയെഴുത്തുപ്രതി തിരുത്തി എന്നാണെന്റെ ഓർമ. തീവ്രമായ മാനസിക സംഘർഷങ്ങൾ ഞാനുദ്ദേശിച്ച രീതിയിൽ, വാക്കുകളിൽ പകർത്താൻ എന്റെ ഭാഷാജ്ഞാനത്തിലെ പരിമിതികൾ എന്നെ അനുവദിച്ചിരുന്നില്ല. കഥാപാത്രങ്ങൾ ചിലപ്പോൾ എനിക്ക് അപരിചിതമായി എന്നും തോന്നലുണ്ടായി.

നോവലിലെ ഏറ്റവും സങ്കീർണവും തീവ്രവുമായ ഒരു മുഹൂർത്തമായിരുന്നു, റാം മോഹൻ രാത്രിയിൽ മദ്യപിച്ചു വീട്ടിലെത്തി വേലക്കാരിയെന്നു തെറ്റിദ്ധരിച്ച് ഉറങ്ങിക്കിടന്ന സ്വന്തം മകളെ പ്രാപിക്കാൻ അടുക്കുന്ന രംഗം (മകൾ പിന്നീട് ആരണ്യ ഫ്ളാറ്റ് കോംപ്ലക്സിലെ എല്ലാറ്റിനും സാക്ഷിയായ കിണറ്റിൽ ചാടി ആത്മഹത്യ ചെയ്യുന്നു. നമ്മുടെയൊക്കെ ജീവിതത്തിലെ ഏറ്റവും പ്രധാന സംഭവങ്ങളുടെ കാരണം മിക്കപ്പോഴും ആരും അറിയുന്നില്ലല്ലോ. അതുപോലെ ഈ ആത്മഹത്യയുടെയും കാരണം ആരും അറിയുന്നില്ല).

എന്റെ വാക്കുകൾ.

കിടന്നുറങ്ങുന്ന സ്ത്രീരൂപം. ബാത്ത്റൂമിലെ പാതിയടഞ്ഞ വാതിൽപ്പാളികൾക്കിടയിൽക്കൂടി രക്ഷപ്പെട്ട പ്രകാശത്തിന്റെ നീണ്ട വര അവ

കെ എൽ മോഹനവർമ്മയുടെ കഥ
ആനത്തമ്പാൻ (1982)

ളുടെ തുടയിൽക്കൂടി കയറി എതിരെയുള്ള ഭിത്തിയലമാരിയെ ചുംബിക്കുന്നു. റാംമോഹൻ അവളെത്തന്നെ നോക്കി നിന്നു. കണ്ണടച്ചു. തുറന്നു. ചെവിയോർത്തു. എല്ലാം നിശ്ശബ്ദം. സാവധാനം സ്റ്റോർമുറിയുടെ കതകു തുറന്നു.

എനിക്ക് എന്റെ വാക്കുകൾ രംഗത്തിന്റെ തീവ്രത കുറയ്ക്കുകയാണ് എന്നു തോന്നി. പക്ഷേ, ഞാൻ നിസ്സഹായനായിരുന്നു.

1972 ജനുവരി 30 ലെ ലക്കത്തിലാണ് *മാതൃഭൂമി ആഴ്ചപ്പതി*പ്പിൽ ഈ രംഗം അച്ചടിച്ചു വന്നത്. ഞാൻ ശരിക്കും സ്തബ്ധനായി.

എ എസിന്റെ എട്ടുപത്തു വരകളും രണ്ടു ഷേയ്ഡുകളും പേജിന്റെ പകുതി നിറഞ്ഞുനിന്ന ചിത്രീകരണം.

ഈ മുഹൂർത്തം.

ഞാൻ മറന്ന (വിട്ടുപോയ) ഏറ്റവും പ്രധാന ദൃശ്യവർണന. സ്ത്രീരൂപം. അവളുടെ ഉറക്കത്തിന്റെ ആകർഷണീയത. വളപ്പൊട്ടുകളിലൂടെ ഇഴയുന്ന പാമ്പിനെപ്പോലെ വീണുകിടക്കുന്ന മുടിയിഴകൾ. താനെ അയഞ്ഞു വീണുകിടക്കുന്ന മടിക്കുത്തിന്റെ അഗ്രം. പാതി കുനിഞ്ഞ് വാതിലിന്റെ ഫ്രെയിമിൽ പിടിച്ചു നിൽക്കുന്ന റാംമോഹന്റെ മുഖം ഷെയ്ഡിലാണ്. നെറ്റിയിലേക്കു വീണ മുടി. കണ്ണോ മുഖമോ ഒന്നും വ്യക്തമല്ല.

വാക്കുകൾക്കു നൽകാൻ കഴിയാത്ത ജീവൻ എ എസ് ഈ വരകളിലൂടെ ആ രംഗത്തിനു നൽകി. ഞാൻ അപ്രധാനമെന്നു കരുതിയിരുന്ന സ്ത്രീകഥാപാത്രത്തിന്റെ പ്രാധാന്യം ഇപ്പോൾ എനിക്കു ബോധ്യമായി.

എന്റെ നോവൽ പൂർണമായത് ഇപ്പോഴാണ്.

എന്നോടു പറയാതെ എ എസ് എന്നെ തന്റെ ശിഷ്യനാക്കി.

പത്തൊമ്പതാം നൂറ്റാണ്ടിലെ പ്രസിദ്ധ ഫ്രഞ്ച് റിയലിസ്റ്റ് ചിത്രകാരനായിരുന്ന ഗസ്റ്റാവ് കോർബറ്റ് പറയുമായിരുന്നു, ചിത്രകാരൻ തനിക്കു വ്യക്തമായി ബോധ്യമില്ലാത്ത എന്തെങ്കിലും കൂടി തന്റെ രചനയിൽ കൊണ്ടുവരുമ്പോഴേ ഉത്തമ കലാകാരനാകുകയുള്ളൂ എന്ന്. ഇപ്പോൾ ഒരു വിശാലമായ പാടം. അതിന്റെ അങ്ങേ മൂലയ്ക്ക് കുറെ കമ്പുകൾ കൂട്ടിക്കെട്ടി വച്ചിരിക്കുന്നു. എന്താണ് ആ കമ്പുകൾ എന്നോ അത് കുറ്റിക്കാടിന്റെ ഭാഗമാണോ അതോ കൂട്ടിക്കുത്തിവച്ചിരിക്കുകയാണോ ഒന്നും ചിത്രകാരനറിഞ്ഞുകൂടാ. പക്ഷേ, നമ്മളിലേക്ക് ആ ദൃശ്യം ശക്തിയോടെ ആവാഹിക്കപ്പെടുന്നു.

എ എസ് തന്റെ ദൃശ്യകൽപ്പനയിൽ ഈ രീതി സമർഥമായി ഉപയോഗിച്ചിരുന്നു എന്ന് എനിക്ക് തോന്നിയിട്ടുണ്ട്. എന്റെ അനവധി ചെറുകഥകളും നോവലുകളും എ എസിന്റെ ചിത്രീകരണത്തോടുകൂടിയാണ് *മാതൃഭൂമി*യിൽ പ്രത്യക്ഷപ്പെട്ടത്. അവയിൽ മിക്കതിലും ഈ ഒരു പ്രത്യേകത കാണപ്പെട്ടിരുന്നു. പശ്ചാത്തലത്തിൽ ഒരു ദീർഘചതുരം. ഫ്രെയിം. ഷെയ്ഡ്. തണൽ. ഇത് എ എസ് മനഃപൂർവം സൃഷ്ടിച്ചതാണോ അതോ ദൃശ്യത്തിന്റെ സ്വാഭാവികമായ പരിണാമമാണോ എന്ന് എനിക്ക് നിശ്ചയമില്ല. പക്ഷേ, ഒന്നെനിക്കറിയാം. എന്റെ കഥകൾക്ക് ഇവ കൂടുതൽ

വ്യക്തത നൽകി. വായനക്കാർക്ക് വാക്കുകളുടെ അപര്യാപ്തത ഒരു ഭാരമായില്ല.

ഇത് കഥയല്ല. നടന്ന സംഭവമാണ്.

1971 ൽ ചക്ക്റോസ് എന്ന ഹൈപ്പർ റിയലിസ്റ്റ് പെയിന്റർ തന്റെ ഭാര്യാപിതാവിന്റെ മുഖം വരച്ചത് ന്യൂയോർക്കിലെ വിറ്റ്നി മ്യൂസിയത്തിൽ പ്രദർശനത്തിനു വച്ചു. അതുകണ്ട ഒരു നേത്രരോഗവിദഗ്ധൻ ക്ലോസി നോടു ചോദിച്ചു. ആ ചിത്രത്തിലെ ആൾക്ക് ഒരു കണ്ണിന് കാർസിനോമാ എന്ന രോഗമുണ്ടോ എന്ന്. റോസിനും അദ്ദേഹത്തിന്റെ ഭാര്യാപിതാവിനും ഇത്തരം ഒരു സംശയമേ ഇല്ലായിരുന്നു. എങ്കിലും അവർ ചെക്ക് ചെയ്യിച്ചു. അപ്പോഴാണ് മനസിലായത് ചിത്രം കണ്ട് സംശയം പ്രകടിപ്പിച്ച ഡോക്ട റുടെ അഭിപ്രായം ശരിയായിരുന്നു എന്ന്.

എനിക്കു തോന്നിയിട്ടുണ്ട്. എ എസിന്റെ വരകൾക്ക് ഈ മാസ്മര ശക്തിയുണ്ട്.

റാംമോഹന്റെ ജീവിതത്തിലെ വിജയപരാജയങ്ങൾ ആ ഷെയിഡിം ങ്ങിൽ ഒളിഞ്ഞു കിടപ്പുണ്ടായിരുന്നു. ഞാൻ ധന്യനാണ്.

എന്റെ വാക്കുകൾക്ക് കൂടുതൽ ശക്തി നേടിത്തന്ന് എന്നെ കൂടു തൽ നന്നായി എഴുതാൻ ഞാനറിയാതെ പ്രേരിപ്പിച്ചുകൊണ്ടിരുന്ന എ എസ് എന്നും എന്റെ മനസിൽ ജീവിക്കുന്നു.

ആ ഗുരുവിന് പ്രണാമം.

ഒരു കവിതാചിത്രം

പുനത്തിൽ
കുഞ്ഞബ്ദുള്ളയുടെ കഥ
നസറുദീന്റെ മകൾ (1984)

എ എസിന്റെ ജാലകം

പുനത്തിൽ കുഞ്ഞബ്ദുള്ള

കഥയോടൊപ്പം ചിത്രങ്ങളും കണ്ടുതുടങ്ങിയത് വൈക്കം മുഹമ്മദ് ബഷീറിന്റെ *സ്ഥലത്തെ പ്രധാന ദിവ്യൻ മാതൃഭൂമി ആഴ്ചപ്പതിപ്പിൽ* പ്രസിദ്ധീകരിച്ചു തുടങ്ങിയപ്പോഴാണ്. ദേവന്റെ ചിത്രങ്ങൾ വരുന്നു എന്നും പറഞ്ഞുകൊണ്ട് ആഘോഷപൂർവം ആഴ്ചപ്പതിപ്പ് പരസ്യങ്ങൾ കൊടുത്തതും ഓർമയുണ്ട്. ദേവന്റെ ചിത്രങ്ങൾ കണ്ടപ്പോൾ അമ്പരപ്പാണുണ്ടായത്. അനാട്ടമിക്കൽ പ്രൊപ്പോഷൻ ഇല്ലാത്ത കുറിയ മനുഷ്യരൂപങ്ങൾ. ശൂലങ്ങൾപോലെ ശരീരത്തിൽ തറച്ചുനിൽക്കുന്ന രോമങ്ങൾ. ഇതാണ് പുതിയ ചിത്രകലയെന്ന് സ്കൂളിൽ ഡ്രോയിങ് പഠിപ്പിക്കുന്ന കൃഷ്ണക്കുറുപ്പ്മാഷ് പറഞ്ഞുതന്നു. നാടകാചാര്യനും ചിത്രകാരനുമായ കൃഷ്ണക്കുറുപ്പ് ദേവന്റെ ആദ്യകാല ഗുരുനാഥനായിരുന്നു. മയ്യഴിയിലും മടപ്പള്ളിയിലുമുള്ള ഹൈസ്കൂളുകളിൽ അദ്ദേഹം ചിത്രരചനയഭ്യസിപ്പിച്ചിരുന്നു.

ആനവാരി രാമൻനായരുടെയും പൊൻകുരിശുതോമായുടെയും മണ്ടൻ മുത്തപ്പയുടെയും അമൂർത്ത രൂപങ്ങൾക്ക് ബഷീർ വരികളിലൂടെ കൊടുത്ത ഭാഷ്യങ്ങൾക്ക് മൂർത്തമായ വരകളിലൂടെ ദേവൻ ജീവൻ കൊടുക്കുന്ന കാഴ്ച അത്ഭുതകരമായാണ് തോന്നിയത്. അങ്ങനെ ആദ്യകാല വിസ്മയ രൂപങ്ങൾ ആവിർഭവിച്ചു.

1965 ലാണ് *ജീവച്ഛവങ്ങൾ* എന്റെ കഥയ്ക്ക് എ എസ് നായർ ആദ്യ

മായി വരച്ച ചിത്രം പുറത്തുവന്നത്. *മാതൃഭൂമി ആഴ്ചപ്പതിപ്പി*ൽ കറുപ്പിലും ചുവപ്പിലും വരച്ച ആദ്യത്തെ കളർച്ചിത്രമായിരുന്നു അത്. അതു കൈയിൽ കിട്ടിയപ്പോൾ ഞാൻ ആഹ്ലാദിച്ചതിന് കണക്കില്ല. അലിഗഡ് മുസ്ലിം യൂണിവേഴ്സിറ്റിയിലെ ജവഹർലാൽ നെഹ്റു മെഡിക്കൽകോളേജിൽ ഞാൻ രണ്ടാം വർഷ വിദ്യാർഥിയായിരുന്നു. എ എസ് നായരെ സ്തുതിച്ചും അഭിനന്ദിച്ചുംകൊണ്ട് ആദരവോടെ ഞാൻ അദ്ദേഹത്തിന് കത്തയച്ചു. രണ്ടുവരി മറുപടിക്കായി കാത്തുനിന്ന ഞാൻ നിരാശനാകുകയാണുണ്ടായത്. സ്തുതിക്കുന്നതും അഭിനന്ദിക്കുന്നതും എ എസിനിഷ്ടമായിരുന്നില്ല എന്ന സത്യം അദ്ദേഹവുമായി വളരെ അടുത്തപ്പോഴാണ് മനസിലായത്.

മാതൃഭൂമി ആപ്പീസിലെ തന്റെ കൊച്ചുമുറിയിലിരുന്നുകൊണ്ട് എ എസ് വരയ്ക്കുന്ന രംഗം ഇപ്പോഴും എന്റെ മനസിലുണ്ട്. കറുപ്പിലും വെളുപ്പിലുമായി രാവും പകലും കലർന്ന ഒരു ലോകമാണ് തന്റെ വരകളിലൂടെ എ എസ് കാഴ്ചവെച്ചത്. തന്റെ ചിത്രങ്ങളെക്കുറിച്ച് ഒരിക്കൽപ്പോലും അദ്ദേഹം അവകാശവാദങ്ങൾ ഉന്നയിക്കുന്നത് കേൾക്കാൻ കഴിഞ്ഞിട്ടില്ല. ഇലസ്ട്രേഷൻ കഥയുടെ പദാനുപദ തർജമയല്ല മറിച്ച്, കഥ കലാകാരന് നൽകിയ അനുഭൂതി വിശേഷമാണെന്ന് അദ്ദേഹം പലപ്പോഴും പറയാറുണ്ടായിരുന്നു.

ഈ കുറിപ്പ് എ എസിനെക്കുറിച്ചുള്ള പഠനമല്ല. അദ്ദേഹം തുറന്നിട്ട കിളിവാതിലിലൂടെ ഒരു എത്തിനോട്ടം മാത്രമാണ്. സജീവമായ അദ്ദേഹത്തിന്റെ വരകൾക്ക് ഒരിക്കൽക്കൂടി സ്തുതി.

പുനത്തിൽ കുഞ്ഞബ്ദുള്ളയുടെ കഥ
കൃഷ്ണന്റെ രാധ

രേഖാരചനയുടെ കറുപ്പും മുഴുപ്പും

യു എ ഖാദർ

നീണ്ടുവിടർന്ന കരിനീലക്കണ്ണുകളും, തെളിമയൂറുന്ന കവിൾത്തടങ്ങളും, ഇമ്പമാർന്ന ഇളംചിരി തുളുമ്പുന്ന ചുണ്ടുകളും, തികവുറ്റ മാറിടങ്ങളും, കൊഴുത്തുരുണ്ട കൈത്തണ്ടകളും, ചീകിമിനുക്കി മാറത്തേക്കലസമായിട്ട നീണ്ട കാർക്കൂന്തലുകളുടെ സമൃദ്ധിയും തികഞ്ഞ 'മലയാളമങ്ക'യുടെ നിറപ്പകിട്ടുള്ള ചിത്രങ്ങൾ അക്കാലത്ത് മദിരാശിയിൽനിന്ന് പ്രസിദ്ധപ്പെടുത്തുന്ന *ജയകേരളം* വാരികയിൽ മുഖച്ചിത്രമായി ഇടയ്ക്കിടെ പ്രത്യക്ഷപ്പെടാറുണ്ടായിരുന്നു. ചിത്രത്തിനടിയിൽ ഇടതോ വലതോ വശങ്ങളിലെവിടെയെങ്കിലും എ എസ് എന്ന ഇംഗ്ലീഷ് അക്ഷരം ഒരു പ്രത്യേക വടിവിൽ കാണാം. ഇതേ 'മലയാളച്ചുവ'യുള്ള തരുണീമണികളുടെ ചിത്രങ്ങൾ വീണ്ടും പ്രത്യക്ഷപ്പെടാറുണ്ട്. ചിത്രത്തിനു താഴെ കാണുക 'ശ്രീധരൻ' എന്ന പേരാണ്. രണ്ടും ഒരാൾ തന്നെയോ എന്നായിരുന്നു എന്റെ ആദ്യ സംശയം. പക്ഷേ, ചിത്രരചനയിൽ രണ്ടു സമ്പ്രദായങ്ങളാണ് ഇരുവരുടേതും. ഒരാൾ നേരിയ കറുത്ത രേഖകൾ ധാരാളമായുപയോഗിച്ച് ആ രേഖകളുടെ സമൂർത്തമായ ഇഴമുറുക്കത്തിലും, അതീവ ലോലമായ കൂടിച്ചേരലുകളിലും, ഇരുട്ടിന്റെയും വെളിച്ചത്തിന്റെയും നിഴൽ സാധ്യതകളിലൂടെ ത്രിമാന സ്വഭാവമുള്ള രചനയാണ് നിർവഹിക്കുന്നത്. സ്ത്രീയുടെ വിടർന്ന കണ്ണുകളിലും വദനത്തിലും നവരസാനുഭൂതികളുടെ ഭാവപ്രപഞ്ചം അലസമെന്നു തോന്നുന്ന രേഖാവിന്യാസങ്ങളിലൂടെ പ്രകടമാക്കുന്നു. സ്റ്റീൽപ്പെൻനിബ്ബിലൂടെ ഊർന്നൊഴുകുന്ന കറുത്ത മഷിരേഖകൾ കൈത്തഴക്കം സിദ്ധിച്ച കലാകാരന്റെ ഭാവാവിഷ്ക്കരണോപാധിയായി മാറുന്നത്, മ്യൂറലുകളിലെ നിഴൽ തെളിച്ചങ്ങൾ പരന്ന ചിത്ര പ്രതലത്തിൽ രേഖകളുടെ സമൃദ്ധിയാൽ വിശദീകരിക്കുന്നത്, അതീവ കൗശലത്തോടെ സ്വരൂപിച്ചെടുക്കുന്നത്, എ എസ്

ജയകേരളത്തിൽ വന്ന
ഒരു കഥാചിത്രീകരണം (1961)

എന്ന ചിത്രകാരന്റെ വിസ്മയകരമായ പാടവമായി അനുഭവിക്കാൻ സാധിക്കുന്നു. ശ്രീധരൻ എന്ന പേരിൽ വരുന്ന മുഖച്ചിത്രങ്ങളധികവും ഇന്ത്യൻ ചിത്രകലാശീലിന്റെ അതീവലോലമായ ഒറ്റരേഖകളുടെ ഒഴുക്കാണ്. കേരളീയ വനിതകളുടെ മുഖച്ചിത്രങ്ങൾ ഇവ്വിധം രണ്ടു സമ്പ്രദായങ്ങളിലൂടെ കാണാറായപ്പോഴാണ് എ എസ് ആരാണെന്നും ശ്രീധരൻ ആരാണെന്നും ഞാനന്വേഷിച്ചുതുടങ്ങിയത്. രണ്ടാളും മദ്രാസ് സ്കൂൾ ഓഫ് ആർട്സിലെ വിദ്യാർഥികൾ. പിൽക്കാലത്ത് എ എസ് *മാതൃഭൂമി*യിലും ശ്രീധരൻ കോഴിക്കോട്ടെ കോമൺവെൽത്ത് കമ്പനിയിൽ ഡിസൈൻ ആർട്ടിസ്റ്റായും

വന്നു ചേർന്നിരിക്കുന്നുവെന്നും അറിഞ്ഞു.

മാതൃഭൂമി വാരികയിൽ പ്രസിദ്ധീകരണത്തിനായി സ്വീകരിക്കപ്പെടുന്ന കഥകൾ വായിച്ച് ചിത്രകാരന്റെ മനസിൽ രൂപപ്പെടുന്ന കഥാസന്ദർഭ ചിത്രങ്ങൾ, കഥാപാത്ര ഭാവങ്ങൾ, അവരുടെ രൂപങ്ങൾ, അവരുൾക്കൊള്ളുന്ന ഭൂവിഭാഗത്തിന്റെ സാംസ്കാരികവും ഭൂമിശാസ്ത്രപരവുമായ പശ്ചാത്തലങ്ങളുടെ പ്രത്യേകതകൾ അവയെല്ലാം ഉൾക്കൊണ്ടുവേണം ചിത്രരചന. അതോടൊപ്പം കഥാകൃത്തിനെപ്പോലെതന്നെ, ആ കഥയിലൂടെ തന്റേതായ രീതിയിലുള്ള ഒരു ചിത്രകഥയും ചിത്രകാരന് രചിച്ചെടുക്കേണ്ടതുണ്ട്. കഥാകൃത്തിന്റെ കഥനകൗതുകത്തിൽ, കഥന വൈഭവത്തിൽ ജിജ്ഞാസുവായ വായനക്കാരന്റെ മനസിൽ രൂപീകൃതമാകുന്ന കഥാലോകം മുൻകൂട്ടി കാണാനും, ആ കഥാലോകത്തിലെ പാത്രങ്ങളുടെ ചലനപ്രതിചലനങ്ങളും രൂപഭാവങ്ങളും പകർത്തുന്നതിലൂടെ മറ്റൊരു കഥാസ്വാദനത്തിന്റെ പരിധി നിർണയം നടത്താനുള്ള അസാമാന്യ വൈഭവം പ്രതിഭാശാലിയായ ചിത്രകാരന് മാത്രമേ സാധിക്കുകയുള്ളൂ. നമ്മുടെയിടയിൽ ഇന്ന് നിലവിലുള്ള ചിത്രകാരന്മാരിൽ പലർക്കും അത് സാധിക്കുന്നില്ല.

എ എസ് താൻ വായിച്ചെടുക്കുന്ന കഥകളിലെ കഥാപാത്രാവിഷ്കരണത്തിന് പ്രത്യേകമായ രൂപമാനങ്ങൾ സങ്കൽപ്പിച്ചാണ് രേഖാസൃഷ്ടി നടത്തുന്നത്. അങ്ങനെ രചിക്കപ്പെടുന്ന ഓരോ ചിത്രവും തികവുറ്റതും മിഴിവുറ്റതുമാക്കാൻ അന്ന് എ എസ് നടത്തിയ പരിശ്രമങ്ങൾ, *മാതൃഭൂമി* വാരികയുടെ താളുകളിൽ പ്രത്യക്ഷപ്പെട്ട അക്കാലത്തെ ചിത്രങ്ങൾ ഒന്നു ശ്രദ്ധിച്ചു നോക്കിയാൽ മതി. രേഖാചിത്രരചനയിൽ എ എസിന്റെ പ്രത്യേക രീതിയും താളക്രമവും, പഴയ സാമ്പ്രദായിക ശൈലികളിൽനിന്ന് വേറിട്ടു നിൽക്കുന്ന തന്റേടവും, കഥാരചനയ്ക്കപ്പുറത്തെ ആസ്വാദനത്തിന്റെ ശീലത്തിലൂടെ കഥാപാത്ര രചനയുടെ ചാരുതയും, ആ ചിത്രകാരന്റെ മൗലികതയായി ഭാവനയുടെ ഉദാത്ത സങ്കൽപ്പങ്ങളായി ഇന്നും സഹൃദയമനസുകളിൽ തെളിഞ്ഞൂറി നിൽക്കുന്നു. ഉദാഹരണങ്ങൾ എത്രയെങ്കിലും എടുത്തു കാണിക്കാനുമുണ്ട്. അനന്തമൂർത്തിയുടെ കന്നട നോവലിനു എ എസ് വരച്ച ചിത്രങ്ങൾ ഡക്കാൺ പീഠഭൂമിയിലെ ഗ്രാമീണാന്തരീക്ഷവും, പൊടിപടലങ്ങൾ നിറഞ്ഞ ഗ്രാമപാതകളും, അവിടത്തെ ഭൂവിശാലതയിൽ അങ്ങിങ്ങ് ഒറ്റപ്പെട്ടു നിൽക്കുന്ന ഗ്രാമീണ ഭവനസങ്കേതങ്ങളും, അവിടത്തെ മനുഷ്യരും, വലിയ ക്യാൻവാസുകളിൽ രചിക്കപ്പെടുന്ന വിശദാംശങ്ങൾ ഉൾക്കൊള്ളുന്ന ഉഗ്രൻ ലാന്റ്സ്കേപ്പുകളായി അനുഭവപ്പെടുമാറ് എ എസ് കോറിവരച്ചത്, *മാതൃഭൂമി വാരികാ* വായനക്കാരും കഥാസ്വാദകരും ഇന്നും *അവസ്ഥ*യെന്ന നോവൽപോലെ ചിലപ്പോൾ അതിനേക്കാൾ വിസ്മയകരമായ 'കാഴ്ചാനുഭവമായി' മനസിൽ സൂക്ഷിക്കുന്നുണ്ടാവും.

വി എസ് ഖണ്ഡേക്കറുടെ *യയാതി* യെന്ന നോവലിന് കറുപ്പിന്റെ തനിമയിലൂടെയും ഇന്ത്യൻ ചിത്രരചനാ സമ്പ്രദായത്തിന്റെ തീക്ഷ്ണ

മായ രൂപാവതരണ ശൈലിയിലൂടെയും പുതിയൊരുൾക്കാഴ്ചയോടെ എ എസ് ചിത്രപ്പെടുത്തിയത് കേരളീയ ചിത്രകാരന്മാരുടെ സാംസ്കാരിക മുതൽക്കൂട്ടുകളിലൊന്നായി എന്നും എടുത്തോതാവുന്ന കലാസൃഷ്ടികളായിരുന്നു. *യയാതി*യെ വായനക്കാർ, മലയാളികൾ വായിച്ചെടുത്തതുതന്നെ എ എസിന്റെ വൈഭവമാർന്ന ഭാവനയിലുരുത്തിരിഞ്ഞ പ്രത്യേക ശീലിലുള്ള ചിത്രവിസ്മയങ്ങളിലൂടെയായിരുന്നു. ഈ ശൈലിയിൽനിന്നും തികച്ചും വ്യത്യസ്തമായ മറ്റൊരു രചനയായിരുന്നു ശ്രീകൃഷ്ണ അലനഹള്ളിയുടെ *പാവത്താൻ* എന്ന നോവലിനു വരച്ച ചിത്രങ്ങൾ.

കഥ: *താപ്പൂടിക്കറ്റകൾ* (1988)

രേഖാചിത്രങ്ങൾ ആസ്വാദനത്തിന്റെ വൈവിധ്യങ്ങൾക്കും ഓരോരോ വ്യക്തിയുടെയും സംവേദനശീലങ്ങൾക്കും തടയിടുന്നുവെന്ന വാദത്തെ എ എസ് എന്ന ചിത്രകാരൻ തന്റെ അസാമാന്യമായ കരവിരുതുകൊണ്ടും ഭാവനയുടെ തിണ്ണബലംകൊണ്ടും എത്ര അനായാസമായാണ് മറി കടക്കുന്നത്. എന്റെ ഏതാനും കഥകൾക്ക് എ എസ് ചിത്രങ്ങൾ രചിച്ചിട്ടുണ്ട്. വടക്കേ മലബാറിലെ ഗ്രാമീണ സ്ത്രീ മകളെക്കൊണ്ടു പോയേടത്തേക്ക് വിരുന്നിനു പോവുന്ന ദൃശ്യം, തുണക്കാരിയെ ഒപ്പം കൂട്ടി പലഹാരച്ചെമ്പുമായി നടന്നകലുന്നത്, നേരിയ രേഖകളുടെ അസാമാന്യമായ കൈയൊതുക്കംകൊണ്ടും ധാരാളിത്തംകൊണ്ടും എത്ര മനോഹരമായാണ് സാധിക്കുന്നത് എന്ന് ആ ചിത്രം വിശദമാക്കുന്നു. കഥ-*ഓർക്കാട്ടേരിയിലേക്ക്.* അതുപോലെ വലിയോര

കഥ: *ഓർക്കാട്ടേരിയിലേക്ക്*

മലയിലെ മന്ത്രവാദിയെ കാണാൻ തൃക്കോട്ടൂരിലെ വിഷഹാരി നാണുവൈദ്യർ ചെല്ലുന്നതും (കഥ-*ഒറ്റക്കാഞ്ഞിരം*) ഒരു വായമുറുക്കാൻ ക്ഷണിക്കുന്നതും അനുഗ്രഹം വാങ്ങുന്നതും നേർരേഖയുടെ അവ്യക്തവും, അസാമാന്യവും അലക്ഷ്യവുമായ സമ്പ്രദായമുപയോഗിച്ചാണ് എ എസ് മുഴുപ്പിച്ചെടുക്കുന്നത്. *താപ്പുടിക്കറ്റകൾ* എന്ന കഥയിലെ ബാല്യകാല സൗഹൃദം കറുപ്പിന്റെ ചടുലവും തിളക്കവുമുള്ള ശൈലിയിലൂടെ ചിത്രീകരിക്കുന്നു. കഥയിൽ വിവരിക്കുന്ന കഥയുടെ വിശദാംശങ്ങളെ മറികടക്കുമാറ് ചിത്രകാരന്റെ ഭാവനയുണരുന്നതിന്റെ ഉത്തമോദാഹരണങ്ങൾ എ എസിന്റെ ഓരോ ചിത്രങ്ങളും പ്രത്യേകം പ്രത്യേകം സൂക്ഷിച്ചു നോക്കുന്നവർക്ക് ബോധ്യമാകും.

കണ്ടാൽ എ എസ് വെറുമൊരു സാധാരണക്കാരൻ. ഒരു ചിത്രകാരന്റെ യാതൊരുവിധ ബാഹ്യലക്ഷണമോ ജാഡയോ സഞ്ചിയോ ജൂബ്ബായോ ഒന്നുമില്ലാത്ത 'കപ്പടാമീശക്കാരൻ.' ഉശിരും പുളിയുമുള്ള ഒരു കെല്ലൻ. എന്നാൽ ആ മനുഷ്യന്റെ ചുരുങ്ങിയ ആയുഷ്ക്കാലത്തിനിടയ്ക്ക് സാധിച്ചെടുത്ത ചിത്രകലയുടെ അസാമാന്യലോകത്തിന്റെ അവിസ്മരണീയ പ്രതിഭാവിലാസങ്ങളോ! കഥയെ തൊട്ടറിഞ്ഞ്, ഉൾക്കൊണ്ട് വായിച്ചെടുത്ത കഥയിൽ തന്റെ ഭാവനയുടെ വൈഭവത്തിലൂടെ ഉയിർപകരാൻ കേരളത്തിൽ എ എസിനെപ്പോലെ മറ്റാരുണ്ട്? മറ്റാരുണ്ട് എന്ന ചോദ്യം മറുപടിയില്ലാതെ ഇന്നും തുടരുകയാണ്.

എ എസിന്റെ അപൂർവ രേഖാചിത്രങ്ങൾ

സി വി ബാലകൃഷ്ണൻ

ആ*യുസിന്റെ പുസ്തകത്തിന്* എ എസ് വരച്ച രേഖാചിത്രങ്ങൾ എന്റെ മനസിനെ കൃതജ്ഞതാ നിർഭരമാക്കാൻ പോന്നവയായിരുന്നു. ഈ വികാരവായ്പ്പ് എ എസിനോട് ഞാൻ പ്രകടിപ്പിക്കയുമുണ്ടായി.

തോമാ തന്റെ അപ്പനായ പൗലോയെ നിലത്തു വീഴ്ത്തി അയാളുടെ നെഞ്ചിൽ കയറിയിരിക്കാൻ തുടങ്ങുന്ന സ്തോഭപൂർണവും ഹിംസാത്മകവുമായ സന്ദർഭമാണ് ആദ്യ അധ്യായത്തിൽ എ എസ് ചിത്രീകരിച്ചത് (*മാതൃഭൂമി ആഴ്ചപ്പതിപ്പ്*, 1983 ഏപ്രിൽ 3). പുതുതായി ആരംഭിക്കുന്ന നോവലിലേക്ക് വായനക്കാരുടെ ശ്രദ്ധയാകർഷിക്കാൻ തികച്ചും പര്യാപ്തമായിരുന്നു ആ വരകൾ. അവ കഥാപാത്രങ്ങളെ എന്റെ മനസിൽ തന്നെയും മൂർത്തമാക്കി. നോവലിന്റെ സവിശേഷമായ അന്തരീക്ഷവും വൈകാരികതയും സൂക്ഷ്മമായി പ്രതിഫലിപ്പിക്കുന്ന ചിത്രങ്ങളുടെ ഒരു പരമ്പരയായിരുന്നു എന്നെ കാത്തിരുന്നത്.

എ എസിനെ കോഴിക്കോട്ടുവെച്ച് കണ്ടിട്ടുണ്ടെങ്കിലും അടുത്തെത്തി സംസാരിക്കുന്നത് തിരുവനന്തപുരത്തെ ഒരു മധ്യാഹ്നത്തിലാണ്. അക്കാലത്ത് *മാതൃഭൂമി ആഴ്ചപ്പതിപ്പി*ന്റെ ആപ്പീസ് തിരുവനന്തപുരത്തേക്കു മാറിയിരുന്നു. പെരുന്താന്നിയിലെ പഴയ ഒരു വീടായിരുന്നു ആപ്പീസ്. മരത്തിന്റെ തൂണുകളും ചുവരുകളും ഉണ്ടായിരുന്നു അതിന്. ഉയരം നന്നെ കുറവ്. പ്രാചീനതയുടെ ഒരു ഗന്ധം അവിടെയെങ്ങും തങ്ങിനിന്നിരുന്നു.

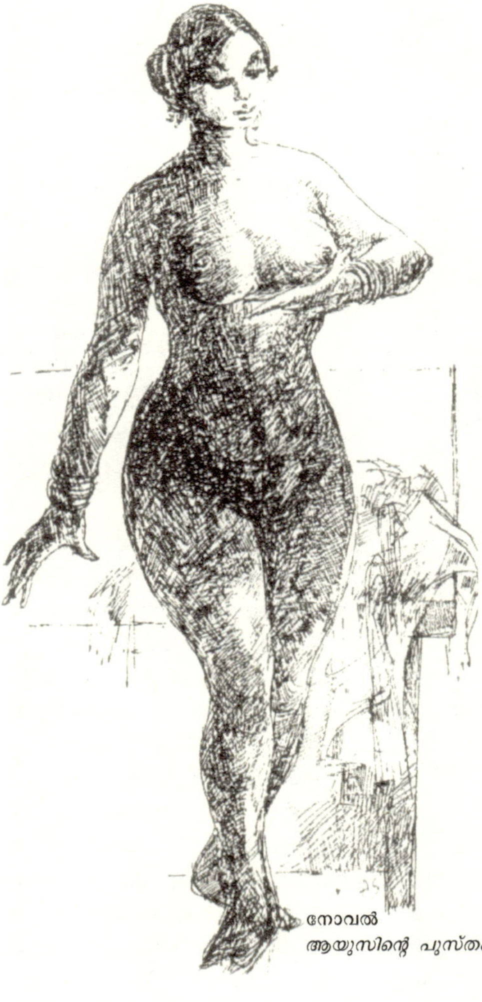

നോവൽ
ആയുസിന്റെ പുസ്തകം (1983)

"വേണ്ടത്ര ചെയ്യാൻ പറ്റിയിട്ടില്ല. ഇവിടെയാകുമ്പോ ചില പരിമിതിയൊക്കെ ഉണ്ടല്ലോ" എ എസ് കൃതജ്ഞത പ്രകടിപ്പിച്ചുകൊണ്ടുള്ള എന്റെ വാക്കുകൾ കേട്ട് തെളിഞ്ഞ ഒരു ചിരിയോടെ പറഞ്ഞു.

നോവലിലെ ലൈംഗികത ചിത്രീകരിക്കുന്നതിലുള്ള പരിമിതിയാണ് എ എസ് ഉദ്ദേശിച്ചത്. പക്ഷേ, ചിത്രങ്ങൾ വന്നുകൊണ്ടിരിക്കെ എനിക്കത് അനുഭവപ്പെടുകയുണ്ടായില്ല. പല താളുകളിലും ഞാൻ കണ്ടത് രതിയുടെ ജ്വാലകളാണ്.

നോവലിൽ ഒരു ഭാഗത്ത് പറയുന്നു: "അവളുടെ നനഞ്ഞ മാറിടം അവന്റെ മുതുകിൽ ശക്തിയായി അമർന്നു. അവന്റെ വസ്ത്രം അവൾ

ഉരിഞ്ഞ് കരയിലേക്കെറിഞ്ഞു." ഈ വാക്യങ്ങൾ എ എസ് ദൃശ്യവൽക്കരിച്ചത് അത്യന്തം തീക്ഷ്ണമായ ഭാവത്തോടെയാണ് (*മാതൃഭൂമി ആഴ്ചപ്പതിപ്പ്,* 1983 മെയ് 8). മേരിയെന്ന പെൺകുട്ടിയുടെ പാതി നഗ്നമായ ശരീരത്തിന്റെ വശ്യതയത്രയും ആ ചിത്രത്തിൽ തുടിച്ചു നിൽപ്പുണ്ട്. അന്നോളം പുരുഷനെ അറിയാത്ത ഒരു കന്യകയുടെ ശരീരമാണ് അതെന്നുപോലും ചിത്രം വിളിച്ചോതുന്നതായി നമുക്ക് ബോധ്യമാകും.

യാഥാസ്ഥിതികരായ വായനക്കാരെ പ്രകോപിപ്പിക്കാൻ പോന്നവയായിരുന്നു നോവലിലെ പല ഖണ്ഡങ്ങളും. ആ സാധ്യത എ എസ് വരകളിലൂടെയും സമർഥമായി നിറവേറ്റി. അങ്ങനെ സ്വാച്ഛന്ദ്യത്തിന്റെ അടയാളങ്ങൾകൂടിയായി ഓരോ ചിത്രവും. അവയിൽ സാറായെന്ന കഥാപാത്രത്തിന്റെ ഒരു ജീവിതമുഹൂർത്തം രേഖപ്പെടുത്തുന്ന ചിത്രം എനിക്ക് ഏറെ പ്രിയപ്പെട്ടതാണ്.

ഞാൻ കുറിച്ചത് ഇപ്രകാരമായിരുന്നു: "അനന്തരം സാറാ, വാതിൽ വലിച്ചടച്ച് തഴുതിടുകയും തന്റെ ഉടുവസ്ത്രങ്ങൾ ഓരോന്നായി അഴിച്ചുമാറ്റുകയും ചെയ്തു. ഒരനുഷ്ഠാനംപോലെ ചിട്ടയോടെയും വെടിപ്പോടെയും സാറാ അതു നിറവേറ്റി. മുറിയിലെ അരണ്ട വെളിച്ചത്തിൽ സാറായുടെ ശരീരം മറയ്ക്കപ്പെടാതെ തെളിഞ്ഞുനിന്നു. സാറാ മുഖം കുനിച്ച് തന്റെ മുലകളെ നോക്കി. പിന്നെ അവയെ സ്പർശിക്കുകയും ചെയ്തു. അവ ഒരു വിഹ്വലതയോടെ അവളുടെതന്നെ വിരലുകളിൽ ഒതുങ്ങി."

ഈ വിവരണത്തിൽനിന്ന് എ എസ് രൂപപ്പെടുത്തിയ ചിത്രം ആത്മരതി ഒരു സാത്വികാനുഭവമായി മാറുന്നതിന്റെ ആവിഷ്കാരമായിരുന്നു. *ആയുസിന്റെ പുസ്തക*ത്തിന് എ എസ് വരച്ച ചിത്രങ്ങളിൽ ഏറ്റവും ശ്രദ്ധേയമായത് ഇതാണ്. ഒരു സ്ത്രീയുടെ മുൻഭാഗ നഗ്നത മറ്റേതെങ്കിലും സന്ദർഭത്തിൽ അദ്ദേഹം പകർത്തിയിട്ടുണ്ടോ എന്നറിയില്ല. എന്റെ ഓർമയിൽ ഇതു മാത്രമേയുള്ളൂ.

വര: സതീഷ്

നാല്

പഠനങ്ങൾ

മലയാളത്തിന്റെ ചിത്രീകരണകലയും എ എസിന്റെ രേഖാഭാഷയും

വിജയകുമാർ മേനോൻ

ഗ്രന്ഥചിത്രീകരണത്തേക്കാൾ ആനുകാലിക പ്രസിദ്ധീകരണങ്ങളിലെ ചിത്രീകരണത്തിന് ചിത്രകലയിലെ സ്ഥല–കാലങ്ങളുമായി മാധ്യമബന്ധം (Media relation of space-time factor) കൂടുതലുണ്ട്. അവയെ രണ്ടു ഘട്ടങ്ങളായി കാണാം. ഒന്ന്, നോവലിന്റെ ബൃഹദ് രൂപം (നീളം/സ്ഥലം–നീണ്ടകഥ) ഖണ്ഡശഃ പ്രസിദ്ധീകരിക്കുമ്പോൾ മുറിക്കേണ്ടി വരുന്നു. ഒരാഴ്ചയിലെ കഥാഖണ്ഡത്തിന്റെ സമാപ്തി അടുത്തയാഴ്ചയിലേക്ക്/ഖണ്ഡത്തിലേക്കുള്ള ആകാംക്ഷ കൊടുക്കുന്ന സ്ഥല–കാല പ്രക്ഷുബ്ധതയിൽ കേന്ദ്രീകൃതമാണ്. പലപ്പോഴും ഒരു ഖണ്ഡത്തിലെ കേന്ദ്രസന്ദർഭങ്ങൾ ഏറ്റവും മുഖ്യമായി മനസിൽത്തങ്ങും. അതിലെ ആവിധ സന്ദർഭങ്ങൾ അക്ഷരത്തോടൊപ്പം ചിത്രവുംകൂടി നൽകുമ്പോൾ പരിണാമഗുപ്തിയേറുന്നു. രണ്ട്, പ്രസിദ്ധീകരണങ്ങളിലെ അച്ചടിയുടെ 'ലേ–ഔട്ട്' ശൂന്യയിടമില്ലാതെ തുടർച്ചയായി അച്ചടിച്ചുവെച്ച വാചകങ്ങൾ ദൃശ്യവിരസത നൽകും. അച്ചടിയിൽത്തന്നെ ഖണ്ഡിക തിരിക്കുന്നത് ആശയങ്ങളുടെ 'ഖണ്ഡ'ങ്ങളുടെ വേർതിരിവിനുവേണ്ടി മാത്രമല്ല, ഖണ്ഡികസ്ഥലം കാഴ്ചക്ക്/ചിന്തക്ക്/വായനക്ക് വിരസതയിൽനിന്ന് ഒരാശ്വാസം നൽകുന്നു. ഈ ആശ്വാസത്തെക്കുറിച്ച് സിംബോളിക് കവി മല്ലാർമെ കൃത്യമായി പറയുന്നുണ്ട്. ആദ്യകാലം മുതലുള്ള ലിപിവടിവും ചിത്രവടിവും പ്രധാനമാകുന്നതിവിടെയാണ്. അച്ചടിച്ച സ്ഥലത്തിന് ആശ്വാസം നൽകാൻ അച്ചടിവരികൾക്കും ഖണ്ഡികകൾക്കും ഇടയ്ക്കുള്ള സ്ഥലം, മാർജിനിലെ സ്ഥലം എന്നിവ സഹായിക്കും. അതിനേക്കാൾ സഹായിക്കുന്ന ഘടകമാണ് അച്ചടിസ്ഥലത്തോടൊപ്പം കുറെ ശൂന്യസ്ഥലം ഡിസൈൻ ചെയ്ത് അവിടെ യോജിച്ച ചിത്രം ഒരുക്കുക എന്നത്. അച്ചടിസ്ഥലവും ചിത്രസ്ഥലവും തമ്മിലുള്ള ഈ ബന്ധം വായന എന്ന നയനക്രിയയിൽ

വരുന്ന വിരാമങ്ങളും അർധവിരാമങ്ങളും തുടർച്ചകളുമാണ്. ഈ സ്ഥല വിരാമങ്ങൾ കാലവിരാമങ്ങളും ആകുമല്ലോ. കടലാസിന്റെ വലിപ്പവും 'ലേ-ഔട്ടി'ൽ പ്രധാനമാണ്. ഏതെങ്കിലും വിധത്തിലുള്ള ചിത്രീകരണ മില്ലാത്ത പ്രസിദ്ധീകരണം നിർജീവമാകുന്നത് അതുകൊണ്ടാണ്.

മലയാളത്തിൽ മറ്റേതു ശാഖയേക്കാൾ മുന്നിൽ പോയതും ഇന്നും ആ അവസ്ഥ നിലനിർത്തുന്നതും സാഹിത്യമാണ്. ചെറുകഥകൾക്കു പ്രാധാന്യം ലഭിക്കുന്നതിൽ ഒരു കാര്യം കൃത്യപേജുകളുള്ള സമകാലിക മാസികകളും ആഴ്ചപ്പതിപ്പുകളും ധാരാളമായി പ്രസിദ്ധീകരിക്കാൻ തുട ങ്ങിയതും കൂടിയാണ്. നോവലുകളുടെ ഖണ്ഡഃശ പ്രസിദ്ധീകരണത്തിൽ കഥാപ്രവാഹത്തിന്റെ ഘട്ടംഘട്ടമായ വായനയിലെ 'ലേ-ഔട്ടി'ലും അതു പ്രകടമായി. ഓരോ കഥാപാത്രവും ഓരോ സന്ദർഭത്തിൽ അവതരിപ്പി ക്കുന്ന ഭാവം/അന്തരീക്ഷം/ശാരീരികാവസ്ഥ എന്നിവ വായനക്കാരൻ മനഃ പ്രതലത്തിൽ സങ്കൽപ്പിച്ചു കാണുന്നത് ചിത്രരൂപേണ അച്ചടിക്കൊപ്പം കടലാസ് പ്രതലത്തിൽ നേരിൽക്കാണാം എന്നത് സ്ഥലകാല-മാനസിക തലത്തിന്റെ യഥാർഥാവസ്ഥയുടെ ദൃശ്യാനുഭവമാണ്. ഇരുപതാം നൂറ്റാ ണ്ടിൽ സമകാലിക പ്രസിദ്ധീകരണങ്ങൾ പ്രബലമായതോടെ ചിത്രീക രണവും സ്വാഭാവികമായി ഉയർന്നസ്ഥാനം നേടി. രവിവർമ്മയുടെ ചിത്രങ്ങളിലൂടെ ഒട്ടൊക്കെ സ്വാഭാവികാന്തരീക്ഷത്തിൽ കഥാപാത്രങ്ങ ളെയും വിവിധ അവസ്ഥകളെയും കണ്ടു ശീലിച്ച മലയാളിക്ക് യാഥാർഥ്യ പ്രതീതിയുള്ള ചിത്രങ്ങൾ മാത്രമേ തൃപ്തി നൽകൂ എന്നായി. രവിവർമ്മ ചിത്രങ്ങളിൽ കാണുന്ന യാഥാർഥ്യം ഫോട്ടോഗ്രാഫിയിലൂടെ നേടാൻ കഴിഞ്ഞപ്പോൾ ഫോട്ടോഗ്രാഫി എന്ന പുതിയ മാധ്യമവും കണ്ടുപരിച യിച്ച ശൈലിയും ഒരുമിപ്പിക്കാൻ കഴിഞ്ഞു. മാത്രമല്ല, കാണുന്നതിന പ്പുറം ചിന്തിക്കേണ്ടാത്ത അവസ്ഥ അതു നൽകുകയും ചെയ്തു. വായി ക്കുന്ന കണ്ണിന്റെ വ്യായാമത്തിനപ്പുറം പോകേണ്ടാത്ത അവസ്ഥ നൽകുന്ന നോവലുകളും മറ്റും ഇരുപതാം നൂറ്റാണ്ടിന്റെ മധ്യദശകങ്ങളിൽ *മലയാള മനോരമ*പോലുള്ള ആഴ്ചപ്പതിപ്പുകളിൽ ഏറ്റവും കൂടുതൽ ജനങ്ങൾ വായിക്കുന്ന ഇനമായിത്തീരുന്നുമുണ്ട്; ആവിധ നോവലുകൾക്ക് അതു കൊണ്ടുതന്നെയാകാം, ഫോട്ടോഗ്രാഫുകളാണ് ചിത്രീകരണത്തിനുപ യോഗിച്ചിരുന്നത്. മോഡലുകൾ ഉപയോഗിച്ചെടുത്ത ഈ ഫോട്ടോഗ്രാഫു കൾക്ക് ജനപ്രീതി ലഭിച്ചത് സ്വാഭാവികമാണ്. ഈവിധ കഥാപാത്രങ്ങളെ അവതരിപ്പിക്കുന്ന ചിത്രീകരണ നടീ-നടന്മാരായിട്ടാണ് ഈ മോഡലു കളെ അക്കാലത്ത് ആ വായനക്കാരും കാണുന്നത്. സിനിമാ നടീ-നട ന്മാരുടെ അതിവിദൂര ദുർബലപ്പതിപ്പുകളായിരുന്നു പലർക്കും, അന്നത്.

ഇതോടൊപ്പം അതിതരള ഭാവപ്രകടനം സൃഷ്ടിക്കുന്ന (സാഹിത്യ ത്തിലെ പൈങ്കിളിത്തത്തിനു സമാന്തരം) രേഖാചിത്രങ്ങളും നിലനിന്നി രുന്നു. ഈ ചിത്ര കലാശൈലി അതിദുർബലവും സ്റ്റീരിയോടൈപ്പുമാ ണെങ്കിലും പരിഗണിക്കേണ്ടിയിരിക്കുന്നു. ഇരുപതാം നൂറ്റാണ്ടിന്റെ ആദ്യ രണ്ടുമൂന്നു ദശകങ്ങളിൽ ബംഗാൾ സ്കൂളിന്റെ ഭാഗമായി ഭാരതീയ

ശൈലികൾക്കു പ്രാമുഖ്യം കൊടുക്കണമെന്ന ചിന്തയുണ്ടായപ്പോൾ അതിന്റെ ഏറ്റവും ദുർബലമായ അംശം പലയിടത്തും എളുപ്പത്തിൽ അനുകരിക്കപ്പെട്ടു. പ്രത്യേകിച്ചും ഷെയിഡിങ്ങിൽ ഈ അതിതരള ദുർബലഭാവം കൂടുതൽ പ്രകടമായി. ചിത്രീകരണ കലയിൽ തമിഴിൽ *ആനന്ദ വികടൻ*പോലുള്ള പ്രസിദ്ധീകരണങ്ങളും മലയാളത്തിൽ *മലയാള മനോരമ, മംഗളം* തുടങ്ങി നിരവധി പ്രസിദ്ധീകരണങ്ങളും ഈ ശൈലി പ്രോത്സാഹിപ്പിക്കുന്നു. എന്നാൽ രേഖാചിത്രങ്ങളുടെ ശക്തിപ്രകടിപ്പിച്ച നിരവധി കലാകാരന്മാരിൽ പ്രധാനികൾ കെ സി എസ് പണിക്കർ, ഭാസ്കരൻ, എം വി ദേവൻ, നമ്പൂതിരി, എ എസ് തുടങ്ങിയവരാണ്. ഓരോരുത്തരും അവരവരുടേതായ ശൈലിയിൽ പുതിയ ദൃശ്യസംസ്കാരം പ്രകടിപ്പിച്ചു.

ചിത്രീകരണത്തിൽ അന്തരീക്ഷം, സന്ദർഭം, ഭാവം, ഭൗതികരൂപം എന്നിങ്ങനെ നിരവധി ഘടകങ്ങൾ ഉൾക്കൊള്ളുന്ന ഒരു സമഗ്രമേഖല രേഖയിലൂടെ എ എസ് പ്രകടമാക്കി. എ എസിന്റെ രേഖകൾക്ക് സ്വാഭാവികമായി ലഭിക്കുന്ന രൂപഘടന ലിപിരൂപഘടനയുമായി ചേരുന്നു. കേവലരേഖ രൂപത്തെ നിർവചിക്കും. എന്നാൽ, ഇതിനുവേണ്ടി തെരഞ്ഞെടുക്കുന്ന രേഖയുടെ സ്വഭാവം ആ രേഖയിൽ ചേർക്കുന്ന ഷെയിഡിങ്ങ് അതിൽ രേഖക്ഷണങ്ങൾ കൊണ്ടു നിർമിക്കുന്ന ഹാച്ചിങ് (Hatching) എന്നിവയിൽ നിബദ്ധമാണ്. എ എസിന്റെ രൂപങ്ങളിൽ ഒന്നിലും വളരെ നീണ്ടരേഖകൾ (കടലാസിൽ അധികദൂരം തടസമില്ലാതെ ഒഴുകുന്നവ) അധികമില്ല. പകരം രൂപത്തിന്റെ പരിധിരേഖയെ ചെറുരേഖക്ഷണങ്ങൾകൊണ്ട് ഹാച്ച് ചെയ്ത് അതിന് പൊടിപ്പുകൾ ഉള്ളതുപോലെ തോന്നിപ്പിക്കുകയാണ് പതിവ്. എ എസിന്റെ ഈ നിർമ്മാണ ചാതുരിയും നമ്പൂതിരിയുടേതും തമ്മിൽ താരതമ്യം ചെയ്യാവുന്നതാണ്. നമ്പൂതിരിയുടേതിൽ കേവലരേഖക്കാണ് പ്രാധാന്യം. മാത്രമല്ല അത് അധികദൂരം ഒഴുകുന്നപോലെയുമാണ്. അതിൽ ഹാച്ചിങ് വളരെ കുറവേയുള്ളൂ. എ എസിൽ ഹാച്ചിങ് വളരെ കൂടും. രേഖാഭാഷയുടെ രണ്ടു മാർഗങ്ങളും സാധ്യതകളും മാത്രമാണവ. കേവലരേഖ മാത്രമുപയോഗിച്ചു നിർമിക്കുന്ന രൂപങ്ങൾക്ക് വസ്തുവിന്റെ കേവലപിണ്ഡം കാണിക്കാനാകും. എന്നാൽ ഹാച്ചിങ് ചെയ്യുമ്പോൾ വർണചിത്രത്തിലെ 'വെളിച്ചം- നിഴൽ' രീതിയിലുള്ള ഭാവാവിഷ്കാര ഭാഷകൂടി ഉൾപ്പെടുത്തി തീക്ഷ്ണതയേറ്റാൻ കഴിയും. പാശ്ചാത്യ ചിത്രകാരന്മാരിൽ ഹെൻറി മത്തിസിന്റെ (Henry Matisse) ചിത്രീകരണങ്ങളിൽ കേവലരേഖയുടെ ശക്തി പ്രകടമാണ്. എന്നാൽ എക്സ്പ്രഷനിസ്റ്റുകളിൽ, അവരുടെ സ്വന്തം ഛായാചിത്രങ്ങളിൽ പ്രത്യേകിച്ചും, ചെറുരേഖാക്ഷണങ്ങളുപയോഗിച്ച് തലങ്ങും വിലങ്ങും കുത്തിക്കോറി ഭാവപ്രകടനം നടത്തുന്നതു കാണാം. കേവലരേഖ ചിത്രപ്രതലത്തിൽ ദീർഘദൂരം ഉപയോഗിച്ച് ശക്തിയേറിയ രൂപങ്ങൾ ജാമിനി റായ് നിർമിച്ചിട്ടുണ്ട്. എന്നാൽ നന്ദലാൽ ബോസിലും ബിനോദ് ബിഹാരി മുഖർജിയിലും ഹാച്ചിങ്ങിന്റെ

ശക്തി കാണാം. എ എസിലെ ഹാച്ചിങ്ങിന്റെ സ്വഭാവം പ്രസക്തമാണ്. ഈ ഘടകമാണ് എ എസിൽ കേവല/ശുദ്ധരേഖാഘടനയേക്കാൾ ലിപി രൂപഘടനയോട് സാദൃശ്യം പ്രകടമാക്കാൻ സഹായിക്കുന്ന ഒരു തലം. ചിത്രത്തിന്റെ ഈ ഘടന അച്ചടിച്ച് ലിപികളോടു ചേർന്ന 'ലേ–ഔട്ടി'ന്റെ ഭാഗമാകുമ്പോൾ എഴുത്തു ഭാഷയുടെയും ദൃശ്യഭാഷയുടെയും മേഖല കൾ തമ്മിൽ പാരസ്പര്യം പ്രകടിപ്പിക്കും. ചിത്രവടിവും ലിപിവടിവും തമ്മിലുള്ള ബന്ധം ഇതിലുണ്ട്. സാഹിത്യഭാഗത്ത് കഥാപാത്രത്തിന്റെ/ അന്തരീക്ഷത്തിന്റെ സൂക്ഷ്മ വ്യതിയാനമോ ഭാവപ്പകർച്ചയോ സൂചിപ്പി ക്കുന്നതിനു പൂരകമായി ഇതു നിലകൊള്ളുന്നു. മങ്ങിയും തെളിഞ്ഞും പ്രകടമാകുന്ന കഥാപാത്രത്തിന്റെ ആന്തരികഭാവം, കാവ്യത്തിലെ ഭാവാ ന്തരീക്ഷം എന്നിവ ദൃശ്യവൽക്കരിക്കാനിത് ഉതകുന്നു. സാഹിത്യ–ചിത്ര മാധ്യമങ്ങളുടെ പാരസ്പര്യവും പൂരകമേഖലയുമാണത്.

അജന്തയിലെ ചിത്രങ്ങളിൽ രൂപത്തിന്റെ പരിധിരേഖയിൽനിന്ന് ഉള്ളിലേക്കു വർണ്ണമുപയോഗിച്ച് ഷെയിഡിങ് നടത്തുന്ന രീതി കാണാം. രേഖാചിത്രത്തിൽ ഹാച്ചിങ് ഉപയോഗിച്ച് ഇതു ചെയ്യാം. എ എസിന്റെ പല രൂപങ്ങളിലും വസ്ത്രം, ശരീരം എന്നീ ആകൃതികളുടെ വ്യാപ്തം (ത്രിമാനത) കാണിക്കാനദ്ദേഹമുപയോഗിക്കുന്ന മാർഗം പരിധിരേഖയിൽ നിന്ന് ഉൾഭാഗത്തേക്ക് രേഖാകഷണങ്ങൾകൊണ്ട് 'ഹാച്ചു' ചെയ്ത് പരി ധിരേഖയുടെ സമീപഭാഗം കറുപ്പിച്ചും പരിധിരേഖക്കു മധ്യേയുള്ള ഭാഗം (കടലാസിന്റെ വെളുത്ത പ്രതലം) വെളുപ്പായിത്തന്നെ അവശേഷിപ്പിച്ചും കൊണ്ടാണ്. അപ്പോൾ രൂപത്തിന് ത്രിമാനതയുടെ 'ഉരുണ്ടഭാവം' രേഖ ഭാഷയിലൂടെ ലഭിക്കും. ഈ വിധത്തിലുള്ള കറുപ്പു–വെളുപ്പു പ്രയോഗം മറ്റൊരു തരത്തിലും എ എസ് രേഖാഭാഷയിൽ ഉപയോഗിക്കുന്നുണ്ട്. ജലച്ചായത്തിന്റെ സുതാര്യ ഷെയിഡിങ്, വാഷ്ടെക്നിക്ക് എന്നിവയുടെ ഫലം ലഭിക്കുന്നപോലെ ഉപയോഗിക്കുന്നതാണ് ആ മാർഗം. ഇതിൽ ജലച്ചായ ചിത്രങ്ങളിലെ തേപ്പുകൾ പോലെ നേർത്ത ഷെയിഡിങ് എ എസ് ഉപയോഗിക്കുന്നു. രൂപത്തിൽ (പ്രത്യേകിച്ചും മനുഷ്യശരീര ത്തിൽ) വെളിച്ചം പതിക്കുമ്പോഴുള്ള നിഴൽ – വെളിച്ചം എന്ന അവസ്ഥ ഇതിൽ ഒരുക്കാനാകും. രേഖാചിത്രത്തേക്കാൾ ജലച്ചായത്തിന്റെ സ്വഭാ വമാണ് ഇതിൽ കൂടുതൽ പ്രകടമാകുന്നത്. ഹാച്ചിങ് മാത്രം നടത്തുന്ന രേഖാചിത്രങ്ങൾ പൂർണമായും രേഖീയരചനകൾ മാത്രമായി നിലകൊ ള്ളുമ്പോൾ ജലച്ചായചിത്രങ്ങളിലെ ഷെയിഡിങ്ങിനെ അനുകരിച്ചു ചെയ്യുന്ന ഇത്തരത്തിലുള്ളവ വർണപ്രധാനചിത്ര പ്രതീതി ഉളവാക്കു ന്നു. ഈ സന്ദർഭങ്ങളിൽ എ എസ് ബോധപൂർവം ഹാച്ചിങ് കുറയ്ക്കു ന്നതായികാണാം. കഥാംശത്തിൽ കഥാപാത്രത്തെ സന്ദർഭത്തിനനുസ രിച്ച് ചിത്രകാരൻ എങ്ങനെ നോക്കിക്കാണുന്നു എന്ന വീക്ഷണ സവി ശേഷതയും ഇതിലടങ്ങിയിരിക്കുന്നു. വാഷ്ഡ്രോയിങ് സാന്ദ്രതയേറ്റി ഞെരുക്കിച്ചേർത്ത ഹാഫ്ടോൺ ഹാച്ചിങ് എന്നിവയുടെ പ്രയോഗം എ എസിന്റെ പേനപ്പാടിലൂടെ പല ചിത്രീകരണങ്ങളിലും ലഭിച്ചു. ഇതിൽ

പരിധിരേഖ ഉപയോഗിച്ച് വസ്തുവിന്റെ രൂപനിർണയവും ഹാച്ചിങ് ഉപയോഗിച്ച്, അവയുടെ വ്യാപ്തം, കനം തുടങ്ങിയ ഭൗതിക സ്വഭാവസൂചനയും നൽകുമ്പോൾ അവയിലെ ഓരോ രേഖാംശവും നൽകുന്ന രൂപസാന്ദ്രത ഭാവസാന്ദ്രതകൂടിയാകും. സമഗ്രരൂപത്തിന്റെയും അവയിലെ ഓരോ ഘടകത്തിന്റെയും പരസ്പരയോജിപ്പ് രൂപത്തിന്റെ ഓരോ ഭാഗത്തും ഉപയോഗിക്കുന്ന ഷെയിഡിങ്ങിൽ സംക്ഷിപ്തമാണ്. കേരളീയ കഥകൾക്കും മറുനാടൻ കഥകൾക്കും ഉള്ള അന്തരീക്ഷ വ്യത്യാസം, ശരീരവടിവിലെ ഭിന്നത, ഓരോ പ്രവൃത്തി ചെയ്യുമ്പോഴുള്ള ശരീരസവിശേഷത എന്നിവ കഥാംശത്തിന്റെ/കാവ്യാംശത്തിന്റെ സൂക്ഷ്മപൂരകമായി എ എസിന്റെ രേഖാഭാഷ നിർവഹിച്ചു. രേഖയുടെ ഓരോ ചെറിയ വളവുപോലും വിപുലമാക്കി ദൃശ്യവൽക്കരിക്കാനുപയോഗിച്ച് ഹാച്ചിങ് കലാകാരന് ആത്മനിഷ്ഠ സ്വാതന്ത്ര്യമെടുക്കാനുള്ള 'ഇട'ങ്ങളായി. സാഹിത്യാംശത്തിനു ചേർന്ന പൊതു ശൈലീവൽക്കരണവും അതിലെ കഥാപാത്രത്തിന്റെ വ്യക്തിത്വവും കഥയുടെ/കവിതയുടെ സാമാന്യാന്തരീക്ഷവും ഭാവവും സമന്വയിപ്പിക്കാനായതാണ് എ എസിന്റെ ചിത്രീകരണത്തിലെ സവിശേഷത.

*ഖസാക്കിന്റെ ഇതിഹാസ*ത്തിനും *യയാതി*ക്കും എ എസിന്റെ ചിത്രീകരണം ശ്രദ്ധേയമായിരുന്നു. 'ഖസാക്കി'ൽ മനുഷ്യ കഥാപാത്രങ്ങൾ പോലെ പ്രധാനമാണ്, ഒരുപക്ഷേ അതിലേറെ ശക്തമാണ്, അതിലെ കാറ്റും പനകളും ഉൾപ്പെട്ട പ്രകൃതിയും അന്തരീക്ഷവും. സസ്യശ്യാമള പ്രകൃതിയല്ല അതു പ്രകടിപ്പിക്കുന്നത്. വിദൂരതയിലെ ഒറ്റപ്പനകളും നാട്ടുപാതയും അപ്പുക്കിളിയെപ്പോലുള്ള കഥാപാത്രങ്ങളും മിത്തിന്റെയും

ഖസാക്കിന്റെ ഇതിഹാസം (1968)

സങ്കൽപ്പത്തിന്റെയും അന്തരീക്ഷമാണ് പ്രദാനം ചെയ്യുന്നത്. എഴുത്തു ഭാഷയിലും സാഹിത്യത്തിലും ഖസാക്ക് പുതിയ അനുഭവം സൃഷ്ടിച്ചു. അപ്പുക്കിളിപോലുള്ള കഥാപാത്രങ്ങളിൽ വക്രീകരണത്തിന്റെ പ്രസക്തി യേറും. കെ സി എസ് പണിക്കരുടെ 'പാപിനി', 'ഗാർഡൻ' തുടങ്ങിയ ചിത്രങ്ങളിൽ വലിയ പരന്ന തലയും കണ്ണുകളും മുരടിച്ച കൈകാലുകളു മുള്ള രൂപങ്ങളുടെ 'വൈരൂപ്യത്തിന്റെ ലാവണ്യം' ശ്രദ്ധേയമാണ്. ഈ ലാവണ്യചിന്തയെ മനസിലുണർത്തുന്ന രൂപങ്ങളുടെ വിദൂരഛായ ഖസാ ക്കിന്റെ സാഹിത്യത്തിലുണ്ട്. ഖസാക്കിന്റെ പല ചിത്രീകരണത്തിന്റെയും പശ്ചാത്തലം ചക്രവാളത്തിൽ മുട്ടിനിൽക്കുമ്പോഴും കഥാപാത്രങ്ങൾ വായനക്കാരന്റെ യഥാർഥ സ്ഥല-കാലങ്ങളുടെ സാമീപ്യം പേറുന്നു. മിത്തിനു ചേർന്ന മായികതയെക്കാളും അയഥാർഥതയെക്കാളും സമീപ സ്ഥല-കാല സ്വാഭാവികതയാണ് ഖസാക്കിന്റെ ചിത്രീകരണത്തിലുള്ളത്. 'കുനുകുനെ'യുള്ള രേഖാകഷണങ്ങളാണ് ഇതിൽ പല കഥാപാത്രങ്ങ ളെയും അവരുടെ അവസ്ഥയെയും പ്രകടമാക്കാൻ എ എസ് ഉപയോഗിച്ചത്.

*യയാതി*ക്കു വരച്ച ചിത്രങ്ങൾ മറ്റൊരു തലം ദൃശ്യവൽക്കരിക്കുന്നു. വെള്ളക്കടലാസിൽ കറുത്ത രേഖകൊണ്ട് സാധാരണഗതിയിൽ ചിത്രം നിർമിക്കുമ്പോൾ കറുത്ത പരിധിരേഖക്കുള്ളിലെ വെളുത്ത 'സ്ഥല'മാണ് ചിത്രം. അതിനു ഭാവമേറ്റാനും മറ്റുമായി ഷെയിഡിങ്ങും ഹാച്ചിങ്ങും എല്ലാം കറുപ്പുനിറമുപയോഗിച്ചുതന്നെ ചെയ്യുന്നു. ഈ ക്രിയയിൽ കറുത്ത രേഖയും ഷെയിഡിങ്ങും ഹാച്ചിങ്ങുമെല്ലാമുള്ള സ്ഥലം താരത മ്യേന കുറവും 'വെളുത്ത' ചിത്രപ്രതല സ്ഥലം ആനുപാതികമായി കൂടു തലുമാകും. അധികം ഇടമുള്ള വെളുത്ത സ്ഥലം പൊതുവേ ധനാത്മക സ്ഥല/രൂപം ആകും എന്നതാണ് സാമാന്യമായ ദൃശ്യബോധം. എന്നാൽ ഇത് നേർവിപരീതമായി ഉപയോഗിച്ചാൽ കറുപ്പുസ്ഥലം കൂടുതലും വെളു പ്പുസ്ഥലം കുറവുമാക്കാം. ഈ 'പോസിറ്റീവ്-നെഗറ്റീവ്' ചിത്രസ്ഥല/ രൂപമാറ്റം ചിത്രപ്രതലത്തിലെ വർണ/രൂപ/സ്ഥലമാറ്റം മാത്രമല്ല. ഒരു പുരാതന കഥയുടെ സമകാലികാഖ്യാനത്തിൽ സംഭവങ്ങൾ അതിവിദൂര ഭൂതകാല-സ്ഥലങ്ങളിലാണ് സംഭവിക്കുന്നത് എന്ന തോന്നലുണ്ടാകും. അത് വായനക്കാരന്റെ ബോധത്തെ ഭൂതകാലത്തേക്കു നയിക്കേണ്ടതുണ്ട്. ഈ അവസ്ഥ സാഹിത്യത്തിൽ ആഖ്യാനത്തിന്റെ സ്വഭാവം, ഭാഷയുടെ പ്രയോഗം, അന്തരീക്ഷ വിവരണം, പശ്ചാത്തല വിശദീകരണം എന്നിവ യാൽ സാധിച്ചെടുക്കാം. അതിന്റെ ചിത്രീകരണം നടത്തേണ്ടി വരികയാ ണെങ്കിൽ പൗരാണികവസ്ത്രം, വാസ്തുശിൽപ്പരൂപം, മുൻകാല ചിത്ര- ശിൽപ്പങ്ങളിൽനിന്നു നിർധാരണം ചെയ്തെടുത്ത രൂപം എന്നിങ്ങനെ പലതും സൂചകങ്ങളായുപയോഗിക്കാറുണ്ട്. എന്നാൽ കറുപ്പ്-വെളുപ്പ് എന്നതുപയോഗിച്ച് സ്ഥലത്തെയും രൂപത്തെയും പരസ്പരം വെച്ചു മാറു മ്പോൾ അത് ഭൂതകാലത്തിലേക്കുള്ള സ്ഥല/കാല മാറ്റമായി ചിത്രഭാഷ യിലൂടെ അനുഭവപ്പെടാം. കറുപ്പിന് കൂടുതൽ സ്ഥലം നൽകി കറുപ്പ്- വെളുപ്പ് എന്നിവയുടെ 'നെഗറ്റീവ്-പോസിറ്റീവ്' സ്ഥലം/രൂപം പരസ്പരം

ഒരു *യയാതി* ചിത്രം
(1978)

മാറ്റി ഈ രണ്ടു വർണങ്ങൾ ഉപയോഗിച്ച് ഇതിഹാസ സ്ഥല–കാല ദൂരത്തെ എ എസ് സൃഷ്ടിച്ചു. രൂപങ്ങൾ പലതും ക്ലാസിക്കൽ രംഗകലകളിലേതുപോലെ ശൈലീവൽക്കൃത ആംഗ്യങ്ങൾ ശിൽപ്പാത്മകമായി പ്രകടിപ്പിക്കുമ്പോൾ ശൈലീവൽക്കരണത്തിന്റെ പ്രഭാവം ഏറുകയും ചെയ്യുന്നു. *യയാതി*യുടെ ചിത്രീകരണത്തിൽ ഇത് പ്രസക്തമാണ്. കറുത്ത 'കട്ട്–ഔട്ട്' പോലുള്ള രൂപങ്ങൾ പുരാതന ദാരുശിൽപ്പരീതിയിൽ ശൈലീവൽക്കരിക്കകൂടെ ചെയ്യുമ്പോൾ അതിന് പ്രഭാവമേറുന്നു. *യയാതി*യുടെ ചിത്രീകരണത്തിൽ ഈ ലാവണ്യാനുഭവമുണ്ട്. ഈ രൂപങ്ങൾക്ക് കുറച്ചൊരു 'കനം' തോന്നുന്ന വിധത്തിലാണ് അവ ഒരുക്കിയിട്ടുള്ളതും. മരത്തിൽ കൊത്തിവെച്ച ശിൽപ്പത്തോടാണ് ഇവയ്ക്കടുപ്പം. ശിൽപ്പത്തിന്റെ ത്രിമാനതയ്ക്കും ചിത്രത്തിന്റെ ദ്വിമാനതയ്ക്കുമിടയ്ക്ക് നിലകൊള്ളുന്ന അർധശിൽപ്പത്തിന്റെ 'കന'മാണ് (Thickness of Relief figures) രൂപങ്ങൾക്ക് കൊടുത്തിട്ടുള്ളത്. അതും വർത്തമാനകാല/യഥാർഥ സ്ഥലാവസ്ഥകളിൽ നിന്ന് ഇതിഹാസ ഭൂതകാല/അയഥാർഥ സ്ഥലാവസ്ഥകളിലേക്കു മനസിനെ കൊണ്ടുപോകാൻ പര്യാപ്തമാണ്. 'മദ്രാസ് സ്കൂളി'ന്റെ ഒരു പ്രധാന ശൈലീസ്വഭാവം ചിത്രത്തിനും ശിൽപ്പത്തിനും ദ്വിമാനത നൽകുക എന്നതായിരുന്നു. മദ്രാസ് സ്കൂളിലെ ശിൽപ്പികൾ ശിൽപ്പത്തിന്റെ ത്രിമാനതയേക്കാൾ റിലീഫിന് പ്രാധാന്യം കൊടുത്തവരുമായിരുന്നു. ജാനകി റാമും പിന്നീട് നന്ദഗോപാലും ഈ ശൈലിയും ഭാഷയും വിപുലമാക്കി. എ എസിന്റെ ചിത്രീകരണത്തിൽ ദ്വിമാനവൽക്കരിച്ച

ബംഗാളി നോവൽ
സുവർണ്ണലത (1985)

വാസ്തുശിൽപ്പത്തിന്റെയും മൂർത്തിശിൽപ്പത്തിന്റെയും പ്രഭാവം കൊണ്ടുവന്നപ്പോൾ മദ്രാസ് സ്കൂളിന്റെ മുഖമുദ്രയായ ദ്വിമാനസ്വഭാവം അതിവിദൂരമായ ഒരർഥത്തിൽ മാറ്റിയുപയോഗിക്കുന്നതായിത്തോന്നാം. *യയാതി*യിലെ രൂപങ്ങൾക്ക് അവയവങ്ങളുടെ സന്ധികളിലും മറ്റും നൽകുന്ന ആഭരണച്ചാർത്ത് ദാരുശിൽപ്പങ്ങളിൽനിന്നു നിർധാരണ ചെയ്തെടുത്തതാണ്. പാശ്ചാത്യ ചിത്രകാരൻ മത്തിസ് കറുപ്പും വെളുപ്പും എന്ന 'നെഗറ്റീവ് – പോസിറ്റീവ്' സ്ഥല/രൂപ മാറ്റം ഹെൻറി ദ മോൺതർലാന്റിന്റെ പാശിഫെ.ചാന്റ് ദ മിനോസ് എന്നതിനുവേണ്ടി ഉപയോഗിക്കുന്നുണ്ട്. ഫോവിസ്റ്റ് എന്നറിയപ്പെടുന്ന മത്തിസും ചിത്രത്തിലെ ദ്വിമാനതക്കു പ്രാധാന്യം കൊടുത്ത വ്യക്തിയാണ്. മത്തിസിന്റെ ഈ ലിനോകട്ട് ചിത്രത്തിൽ പരിപൂർണ കറുത്ത ദ്വിമാനതയും നേർത്ത വെളുത്ത രേഖകൊണ്ട് അതിനെ മുറിക്കുന്ന വിധത്തിലുള്ള സ്ഥലവിഭജനവുമാണുള്ളത്. എ എസിന്റെ ശിൽപ്പത്തെ ദ്വിമാനമാക്കി മാറ്റിയപോലെ തോന്നുന്ന ചിത്രഭാഷയാണെങ്കിൽ മത്തിസിൽ പരിപൂർണ ദ്വിമാനതയിൽ ഊന്നിയ ചിത്രഭാഷതന്നെ കാണാം. രണ്ടിലും കണ്ടുശീലിച്ച പോസിറ്റീവ് – നെഗറ്റീവ് സ്ഥല/രൂപങ്ങൾ പരസ്പരമാറ്റം നടത്തുന്നു.

ചിത്രീകരണകലയിൽ അതിപ്രഗത്ഭരായ ചിത്രകാരന്മാരിൽ ഒരു പ്രധാനിയാണ് ഇരുപത്താറാം വയസിൽ ക്ഷയരോഗം ബാധിച്ചു മരിച്ച ഇംഗ്ലീഷ് കലാകാരൻ ഓബ്രി വിൻസന്റ് ബേർഡ്സ്ലി. ഓസ്കാർ വൈൽഡിന്റെ *സലോമി* എന്ന കൃതിക്ക് ബേർഡ്സ്ലി ചെയ്ത ചിത്രീകരണങ്ങൾ വളരെ പ്രശസ്തമാണ്. ആർട്നൊവ്യു (Art Nouveau) എന്ന കലാപ്ര

സ്ഥാനത്തിലെ പ്രധാനിയായിരുന്ന ബേർഡ്സ്ലി മിക്കവാറും ചിത്രീകരണ കല മാത്രം ചെയ്ത വ്യക്തി എന്നു വിശേഷിപ്പിക്കപ്പെടുന്നു. ഇദ്ദേഹവും കറുപ്പും വെളുപ്പും എന്ന ദ്വന്ദ്വത്തെ അതിശ്രേഷ്ഠമായുപയോഗിച്ചിട്ടുണ്ട്. കൂടുതൽ ഭാഗവും കറുപ്പുപയോഗിച്ചു ചെയ്ത ചിത്രങ്ങൾ കൂടാതെ രൂപത്തിന്റെ പലയിടത്തും കറുപ്പ് സാന്ദ്രതയോടെ ഉപയോഗിക്കുന്ന രീതി ബേർഡ്സ്ലിയിൽ കാണാം. ഈ രചനകളിൽ ഷെയിഡിങ്, ഹാച്ചിങ് എന്നിവ ചെയ്യാതെ തലനാരിഴ വണ്ണത്തിൽ രേഖകൾ വരച്ച് ചില സ്ഥലങ്ങൾ കൂടുതൽ കറുത്ത ഭാഗമാക്കി കറുപ്പും വെളുപ്പുമെന്ന വൈരുധ്യത്തിന്റെ ശക്തി പ്രകടിപ്പിച്ച കലാകാരനാണ് ബേർഡ്സ്ലി. ബേർഡ്സ്ലിയുടെ രേഖ 'ആർട് നൊവ്യൂ' സ്വഭാവമായ തരള പുഷ്പ-ലതാ സമാന ഒഴുക്കും പ്രകൃതിമോട്ടീഫും കാണിക്കുന്നു. ബേർഡ്സ്ലിയുടേതുമായി താരതമ്യപ്പെടുത്താനാകില്ലെങ്കിലും എ എസിന്റെ ചില ചെറുകഥാ ചിത്രീകരണങ്ങളിലും മറ്റും കുറച്ചു പ്രതലം കറുപ്പിച്ചും, ഹാച്ചിങ്ങും ഷെയിഡിങ്ങും അധികമില്ലാതെ രേഖ ഉപയോഗിച്ചും ചെയ്യുന്ന ശൈലി കാണുന്നു. എക്സ്പ്രഷനിസം, ക്യൂബിസം പോലുള്ള വരയിലെ നവീന വക്രീകരണ രീതിയുടെ സ്വാധീനവും എ എസിന്റെ ചില ചിത്രീകരണങ്ങളിലുണ്ട്. ശൈലീവൽക്കരണത്തിലൂടെയും ഖണ്ഡിച്ചും വക്രീകരിച്ചും എ എസ് ചെയ്ത ഈ ചിത്രീകരണങ്ങൾ അദ്ദേഹത്തിന്റെ ശൈലിയുടെ മറ്റൊരു തലം കാണിക്കുന്നു. വർത്തുളതയും കൂർപ്പുകളും ഇതിൽ ചേർക്കുമ്പോൾ രൂപത്തിന്റെ രണ്ടു ധ്രുവങ്ങളെയാണ് ഉപയോഗിക്കുന്നത്. വർണത്തിന്റെ കറുപ്പും വെളുപ്പും ധ്രുവങ്ങൾപോലെ ഇതും സംയോജനത്തിനു വഴങ്ങുന്നു.

എ എസിന്റെ രേഖാചിത്രങ്ങളുടെ കൂട്ടത്തിൽ 'അകവും പുറവും' പോലുള്ള കാർട്ടൂണിലെ കാരിക്കേച്ചറുകളും പ്രധാനമാണ്. വിപുലീകൃത വികലവൽക്കരണത്തേക്കാൾ വിവിധ ടൈപ്പുകളുടെ നിർമാണമാണ് എ എസ് ഇതിൽ ചെയ്യുന്നത്. അവയവപ്പൊരുത്തത്തെ ഹാസ്യപ്പൊരുത്തമാക്കുക എന്ന സാധാരണ കാരിക്കേച്ചർ ക്രിയയാണ് ഇതിലുള്ളത്.

കവിത ഒളപ്പമണ്ണ
ദഹനം പതനം

ഓരോ വ്യക്തിയുടെ കാരിക്കേച്ചറുകളല്ല, സമൂഹത്തിലെ പാറ്റേണുകൾ എന്ന നിലയ്ക്കാണ് ഓരോ രൂപവും നിലകൊള്ളുന്നത്.

എ എസിന്റെ ചിത്രീകരണ ശൈലിയിൽ കാണാവുന്ന സവിശേഷതകൾ ഗ്രാഫിക് കലകളായ വുഡ്കട്ട് (wood cut), ലിത്തോഗ്രാഫ് (lithograph) എന്നീ മാധ്യമങ്ങളിലെ രേഖീയത, ഷെയിഡിങ് എന്നിവയെ ഓർമിപ്പിക്കുന്ന പേനപ്പാടുകൾ (pen strokes) ആണ്. ഗ്രാഫിക് കലയായ ലിത്തോഗ്രാഫിൽ ഏറ്റവും ശക്തമായി കാണിക്കാവുന്ന തടിച്ച രേഖകളുടെ സ്വഭാവത്തെ സൂചിപ്പിക്കുന്നവ, അലങ്കാരച്ചാർത്തിന്റെ ശൈലീയനുകരണത്താൽ ഭൂതകാല-സ്ഥല സൂചന നൽകുന്നവ, പാരമ്പര്യത്തിൽ നിന്നു നിർധാരണം ചെയ്തെടുക്കുന്നതോടൊപ്പം നവീനതയെയും ചേർക്കുമ്പോൾ ലഭിക്കുന്നവ, കറുപ്പും വെളുപ്പും എന്ന രണ്ടു വർണങ്ങളുപയോഗിച്ചു ചിത്രപരത കൈവരിക്കുന്നവ എന്നിങ്ങനെ എ എസിന്റെ രേഖഭാഷയെ നിരീക്ഷിക്കാവുന്നതാണ്.

ചിത്രീകരണകലയ്ക്ക് സാഹിത്യകലയോട് അനുബന്ധമായ അസ്തിത്വമേയുള്ളൂ എന്ന് ഒരു പൊതുധാരണയുണ്ട്. പക്ഷേ, മിക്കവാറും എല്ലാ പ്രധാന കലാകാരന്മാരും ചിത്രീകരണത്തിലും പ്രഗത്ഭരായിരുന്നു. ഇത് സാഹിത്യഭാഷയിൽനിന്ന് ദൃശ്യഭാഷയിലേക്കുള്ള ഒരുതരം വിവർത്തനമാണ്. ഈ വിവർത്തനം ചുരുക്കെഴുത്തിന്റെയും ക്രോഡീകരണത്തിന്റെയും മേഖലയാണ്. സാഹിത്യമെന്ന മാധ്യമത്തിന്റെ വിവരണപ്പരപ്പ് അതിന്റെ ചിത്രീകരണത്തിലേക്കു വരുമ്പോൾ സംഗ്രഹിത നിശ്ചലരൂപങ്ങൾ ആയിത്തീരുന്നു. മാധ്യമ വിവർത്തനത്തിലെ ഈ സവിശേഷതയാണ് അതിലെ മൗലികത. ചിത്ര/ശിൽപ്പ കലാകാരന്മാരെപ്പോലെ ചിത്രീകരണ കലാകാരന്മാരും സ്വന്തം ശൈലി പ്രകടമാക്കുന്നു. ഒരു കാലത്ത് ലഘു കല (Minor Art) എന്നു കുറെ പരിഹാസമേറ്റ ഈ കലാരൂപം മിക്കവാറും എല്ലാ കലാകാരന്മാരും എന്നും ചെയ്തിട്ടുണ്ട്. റൊമാന്റിക് കാലഘട്ടം തുടങ്ങി പാശ്ചാത്യരും ബംഗാൾസ്കൂൾ ഘട്ടം തുടങ്ങി ഭാരതീയരും ചിത്രീകരണകലയിൽ കൂടുതൽ പ്രവർത്തിക്കാൻ തുടങ്ങിയപ്പോൾ ആ പതിത്വം അകന്നു. മലയാളത്തിൽ ദൃശ്യകലാരംഗത്ത് ഏറ്റവും പ്രബലമായി നിൽക്കുന്ന ശാഖകളിൽ ഒന്ന് ചിത്രീകരണമാണ്. ആ ശാഖയിൽ എ എസിന്റെ പങ്ക് വളരെ പ്രസക്തവും.

ചായങ്ങൾ - കഥ
ഉണ്ണികൃഷ്ണൻ പുതൂർ (1973)

എം മുകുന്ദന്റെ കഥ
തീവണ്ടിയിൽ ഒരു യാത്ര (1979)

ഉയരം, വര, പ്രകൃതി

കെ സി നാരായണൻ

എ എ എസിന്റെയും നമ്പൂതിരിയുടെയും ചിത്രീകരണങ്ങളിൽ മനുഷ്യ രൂപങ്ങൾക്ക് അത്ഭുതകരമായ ഉയരവ്യത്യാസം കാണാം. ദീർഘകായ നായ എ എസ് തന്റെ ചിത്രങ്ങളിൽ വരച്ചതുമുഴുവൻ ഉയരം കുറഞ്ഞ മനുഷ്യരൂപങ്ങൾ ആയിരുന്നു. ഖസാക്കിലെ രവിയുടെ ഉയരമെന്താണ്? ശരാശരിയോ അതിനൽപ്പം താഴെയോ എന്നേ എ എസിന്റെ ഖസാക്ക് ചിത്രങ്ങൾ നമ്മോടു പറയുന്നുള്ളൂ. *അശ്വത്ഥാമാവ്, ഭ്രഷ്ട്, യയാതി* എന്നി ങ്ങനെ എ എസ് ചിത്രീകരണം നിർവഹിച്ച കഥകളിലെയെല്ലാം നായി കാനായകന്മാർക്കും സ്ത്രീ പുരുഷന്മാർക്കും ഉള്ള പൊതു മുദ്ര ഈ ഉയരക്കുറവാണ്.

അധികം ഉയരമില്ലാത്ത നമ്പൂതിരിയാകട്ടെ തന്റെ ചിത്രങ്ങളിലുട നീളം ദീർഘകായന്മാരെ വരച്ചു തീർത്തു. നമ്പൂതിരിയുടെ പുരുഷ രൂപ ങ്ങളിലെല്ലാം ഉടലിനും കൈകാലുകൾക്കും സാധാരണയിൽ കവിഞ്ഞ തോ ചിലപ്പോൾ അനുപാതമില്ലാത്തതോ ആയ ദൈർഘ്യം ഉണ്ട്. കേരളീ യർക്ക് ഇല്ലാത്ത ഉയരമാണ് നമ്പൂതിരിയുടെ കേരളീയ രൂപങ്ങൾക്കുള്ള ഉയരം. ആത്മകഥ വരയ്ക്കുമ്പോൾ നമ്പൂതിരി രചിച്ച സെൽഫ് പോർ ട്രെയിറ്റുകളിൽ ഒരു ഉയരമുള്ള ആളായിട്ടാണ് അദ്ദേഹം തന്നെത്തന്നെ വരയ്ക്കുന്നത്. *മാതൃഭൂമി*യുടെ എം എം പ്രസിൽ ചിത്രകാരന്മാർക്കുള്ള മുറിയിൽ അടുത്തടുത്തിരുന്നുകൊണ്ട് നമ്പൂതിരിയും എ എസും വരച്ചിരുന്നത് പരസ്പരം അപരന്റെ ശരീരത്തിലേക്കു നോക്കിയായിരു ന്നുവോ എന്ന് ഞാൻ എപ്പോഴും അത്ഭുതപ്പെട്ടിട്ടുണ്ട്.

മനുഷ്യരൂപങ്ങൾക്കു നൽകുന്ന പശ്ചാത്തലത്തിന്റെ കാര്യത്തിലും ഇവർ തമ്മിൽ വലുതായ അന്തരം കാണാം. അകത്തളങ്ങളുടെയോ പുറം

പറമ്പുകളുടെയോ പശ്ചാത്തലത്തിൽ നിർത്തിക്കൊണ്ട് മനുഷ്യരെ വരയ്ക്കുവാനാണ് എ എസ് അധികവും ഇഷ്ടപ്പെട്ടത്. നമ്പൂതിരിയുടെ ചിത്രങ്ങളിൽ ഈ പ്രകൃതി പശ്ചാത്തലം ഇല്ല. ഒരു സ്കൂട്ടർ യാത്രക്കാരനെ വരയ്ക്കേണ്ട കഥയിൽ സ്കൂട്ടർ ഇല്ലാതെ അതിന്മേൽ ഇരിക്കുന്ന യാത്രക്കാരനെ മാത്രം നമ്പൂതിരി വരയ്ക്കുന്നുണ്ട്. സ്കൂട്ടർ എന്ന പശ്ചാത്തലം സീറ്റിൽ അമർന്ന ചന്തിയുടെ മർദംകൊണ്ടും നീട്ടിപ്പിടിച്ച കൈകളുടെ അവസ്ഥകൊണ്ടും ധ്വനിക്കുകയാണ്. പ്രകൃതിയെയും പശ്ചാത്തലത്തെയും മനുഷ്യരിലൂടെ ധ്വനിപ്പിക്കുകയാണ് നമ്പൂതിരി ചെയ്യുന്നത്, അടിസ്ഥാനപരമായി അദ്ദേഹം പശ്ചാത്തലമില്ലാത്ത മനുഷ്യരൂപങ്ങളുടെ ചിത്രകാരനാണ്. മനുഷ്യരുടെ നിൽപ്പുകൾ, ആംഗ്യങ്ങൾ, ശരീരഭാഷകൾ, ശരീരത്തിൽ വീണ ദേശ–സമുദായ മുദ്രകൾ, വംശഭേദ അടയാളങ്ങൾ എന്നിവ നമ്പൂതിരിക്ക് പ്രധാനമാണ്. മുഖഭാവങ്ങൾ, ദേഹമുദ്രകൾ എന്നിവ എ എസിന് അത്രയധികം പ്രധാനമല്ല. സ്ത്രീകൾക്ക് മുഖഛായകളിൽ വലിയ വ്യത്യാസവും ഇല്ല. ഉരുണ്ട ഏറക്കുറെ വട്ടത്തിലുള്ള മുഖവും അധികം ഉയരമില്ലാത്ത ശരീരവുമാണ് അവരുടെ സ്വഭാവം.

പ്രകൃതിയെ വരയ്ക്കുന്നവർക്ക് പ്രിയങ്കരമായ ബ്രഷ് ആണ് എ എസ് അധികവും ഉപയോഗിച്ചത്. ബ്രഷ്കൊണ്ടുള്ള വാഷുകൾ അദ്ദേഹത്തിന്റെ ചിത്രങ്ങൾക്ക് ഹൃദ്യമായ പ്രതലഭംഗി നൽകി. ബ്രഷ് ഒഴുകി നീങ്ങിയതിന്റെ പാടുകൾ, ജലം നനഞ്ഞുവന്നതിന്റെ ഓർമകൾ ഇവ ആ ചിത്രങ്ങളിൽ അവശേഷിച്ചു. ഇങ്ങനെ വാഷ് ചെയ്തും, ചിലപ്പോൾ ഇന്ത്യൻ ഇങ്കിന്റെ പെരും കറുപ്പിലും അദ്ദേഹം വരക്കുന്ന പുറംഭാഗദൃശ്യങ്ങളിൽ ചില പ്രത്യേകതകൾ ഉണ്ട്. അതിലൊന്ന് മിക്കവാറും എല്ലായ്പ്പോഴും 'മരം' ആ പ്രകൃതിദൃശ്യത്തിലെ ഒരു ഭാഗമായിരിക്കും എന്നതാണ്. ദൃശ്യത്തിന്റെ ഒരു വശത്ത്, അല്ലെങ്കിൽ അതിന്റെ വിദൂര ബിന്ദുവിൽ ഏതെങ്കിലും ഒരു പടർന്ന വൃക്ഷം രചനയുടെ ബാലൻസ് സൂക്ഷിച്ചുകൊണ്ട് നിൽപ്പുണ്ടാവും. എന്താണീ മരം? പേരിടാൻ ചിലപ്പോൾ പ്രയാസമാവും. ആൽ ആകാം; മാവാകാം. ഈ പ്രകൃതിദൃശ്യം കേരളത്തിലേക്കാൾ അധികം തമിഴ്നാട്ടിൽ കാണുന്നതല്ലേ എന്ന സന്ദേഹവും ഉണ്ടാവും. അങ്ങനെ സന്ദേഹപ്പെട്ട് നോക്കുമ്പോഴാണ്, എ എസിന്റെ ചിത്രീകരണങ്ങളിലെ ഒരു പ്രധാനപ്പെട്ട വിശേഷം നമ്മുടെ ശ്രദ്ധയിൽ വരുന്നത്. ഈ വൃക്ഷങ്ങളിലൊന്നും തെങ്ങ് ഉൾപ്പെടുന്നില്ല. എ എസിനെ തെങ്ങു വരയ്ക്കാത്ത ഒരു കേരളീയ ചിത്രകാരൻ എന്ന് വിശേഷിപ്പിക്കാമോ? എങ്കിൽ അത് അദ്ദേഹത്തിന്റെ വലിയ വ്യത്യാസം സൂചിപ്പിക്കുന്ന ഒരു സൂക്ഷ്മ പ്രസ്താവമായിരിക്കും; ഉയരമില്ലാത്ത ഒരു അടുത്ത ശരീരത്തിലേക്ക് നോക്കി മനുഷ്യരെ വരച്ചതുപോലെ, താൻ ചിത്രകലാപഠനം നടത്തിയ തമിഴ്നാട്ടിന്റെ പ്രകൃതിയിലേക്ക് നോക്കിയും അദ്ദേഹം വരച്ചു എന്ന് എ എസിന്റെ ചിത്രങ്ങളെപ്പറ്റി പറയാം.

ഒ എൻ വി കവിത
പ്രാവുകൾ (1973)

വൈവിധ്യമാർന്ന എ എസ് രേഖകൾ

എം ദാമോദരൻ

ജി എൻ പിള്ള *മാതൃഭൂമി വാരിക*യുടെ പത്രാധിപസമിതിയിലുണ്ടായിരുന്ന കാലത്ത് – എഴുപതുകളുടെ അവസാനം – അദ്ദേഹത്തെത്തേടി ഇടയ്ക്കൊക്കെ വാരികയുടെ ആപ്പീസിൽ ചെന്നിരിക്കാറുണ്ടായിരുന്നു. അപ്പോഴൊക്കെ മുറിയുടെ ഒരു കോണിൽ കണ്ണടവെച്ച് കറുത്ത് മെലിഞ്ഞ് നീണ്ടൊരാളിരുന്നു തന്റെ മുന്നിലെ റൈറ്റിങ് പാഡിലുറപ്പിച്ച കടലാസുകളിൽ രൂപങ്ങൾ കോറുന്നതും കാണാറുണ്ട്. ആർട്ടിസ്റ്റ് എ എസ് നായർ എന്ന ഇലസ്ട്രേറ്ററാണതെന്ന് ഒരിക്കൽ ജി എൻ പിള്ള എനിക്കദ്ദേഹത്തെ പരിചയപ്പെടുത്തിത്തരികയുണ്ടായിട്ടുണ്ട്. ആദ്യ പരിചയപ്പെടലിനുശേഷം പിന്നീട് പലപ്പോഴും അവിടെച്ചെല്ലുകയും പരസ്പരം കാണുകയുമൊക്കെയുണ്ടായിട്ടുണ്ടെങ്കിലും 'കണ്ടു' എന്നർഥത്തിലുള്ള ഒരു ചെറു ശിരോചലനമല്ലാതെ സംസാരിക്കുകയോ ഒരതിപരിചയം പ്രകടിപ്പിക്കുകയോ ഉണ്ടായിട്ടില്ല. പക്ഷേ, വാരികയിലെ അക്കാലത്തെ എ എസിന്റെ ഓരോരോ രേഖാരൂപങ്ങളുമായി പരിചയമാവുന്തോറും ഞാൻ കൂടുതൽ കൂടുതലായി അദ്ദേഹത്തെ ശ്രദ്ധിക്കുകയുണ്ടായിട്ടുണ്ട്. പെന്നിലും മഷിയിലും കടലാസിലും രേഖകൾ കോറുന്നതിലും രൂപങ്ങൾ മെനയുന്നതിലുമായി എപ്പോഴും മുഖമുയർത്താതെ കുനിഞ്ഞിരിക്കുന്ന അദ്ദേഹം എന്റെ മനസിലെവിടെയോ വളർന്നു വളർന്നു വലുതായിക്കൊണ്ടിരിക്കുന്നുണ്ടായിരുന്നു.

എ എസിന്റെ 'പുകവലി' എന്റെ ഓർമയിലിന്നും തങ്ങിക്കിടക്കുന്നുണ്ട്. അക്കാലത്തെ ഏറ്റവും കടുപ്പം കൂടിയ 'ചാർമിനാർ' സിഗരറ്റായിരുന്നുവെന്നു തോന്നുന്നു അദ്ദേഹം വലിച്ചിരുന്നത്. മറ്റെല്ലാവരെയും പോലെ

അദ്ദേഹം വിരലുകൾക്കിടയിൽ സിഗരറ്റുവച്ചല്ല പലപ്പോഴും പുകവലിച്ചിരുന്നത്. സിഗരറ്റിന് തീ കൊളുത്തിയാലുടൻ അതിനെ അദ്ദേഹം ചുണ്ടുകളുടെ ഒരു കോണിൽ തിരുകും. കയ്യുപയോഗിക്കാതെ പുക ഉള്ളിലോട്ടു വലിച്ചെടുക്കുകയും ചുണ്ടിന്റെ മറ്റു കോണിലൂടെ ഇടയ്ക്കിടെ പുക പുറത്തേക്കു വിടുകയും ചെയ്യും. സിഗരറ്റ് തീരാറാവുമ്പോൾ കുറ്റി ചുണ്ടിൽ നിന്നെടുത്ത് ആഷ്ട്രേയിലിടും. അടുത്തതിന് തീ കൊളുത്തി വീണ്ടും ചുണ്ടുകളുടെ ഇടതുകോണിൽ തിരുകിവെയ്ക്കും. പഴയപടി പുക ഉള്ളിലേക്കും പിന്നെ പുറത്തേക്കും – അങ്ങനെ അഖണ്ഡ പുകവലി യജ്ഞം നടത്തുകയും ചെയ്യുന്ന എ എസ് നായർ എന്ന ചിത്രകാരന്റെ മുഖം ഓർമകളിലെവിടെയോ ഇപ്പോഴും ജീവനോടെ നിൽക്കുന്നുണ്ട്....

മലയാള ആനുകാലികതകളിലേക്ക് രേഖാചിത്രരചനയെ ആനയിച്ചത് എം ഭാസ്കരനും എം വി ദേവനുമാണെങ്കിലും എ എസ് നായരും നമ്പൂതിരിയുമാണ് രേഖാരൂപചിത്രണം ഒരനിവാര്യതയാണ് എന്ന തികഞ്ഞ ബോധ്യത എഴുത്തുകാരിലും പത്രാധിപന്മാരിലും വളർത്തിയത്. "എന്റെ നോവലിന് നമ്പൂതിരി വരച്ചാൽ കൊള്ളാം, എന്റെ കഥയ്ക്ക് എ എസ് വരച്ചാൽ തരക്കേടില്ല'' എന്നൊക്കെ എഴുത്തുകാർക്കും നിർബന്ധം വളർത്താവുന്നിടത്തോളം അവരുടെ ഇലസ്ട്രേഷനുകളുയർന്നു. ഏകദേശം ഒരേകാലത്ത് വാരികയിൽ ചിത്രരചന നടത്തിയവരെങ്കിലും നമ്പൂതിരിയുടെയും എ എസിന്റെയും രേഖാചിത്രങ്ങളും അവയുടെ നിർമിതി രഹസ്യങ്ങളും വിഭിന്ന രചനാസമ്പ്രദായങ്ങളയാളാണ് പിൻപറ്റിയിരുന്നത്.

നോവൽ
ആശ്രമം (1970)

സാഹിത്യത്തിന് വാക്കുകളും സംഗീതത്തിന് ശബ്ദങ്ങളും പെയിന്റിങ്ങുകൾക്കും ചിത്രങ്ങൾക്കും വർണങ്ങളും അവയുടെ ഭാഷയാണ്. ഇലസ്ട്രേഷന്–രേഖാചിത്രരചനയ്ക്ക് – വരകളുടെ ഭാഷയാണുള്ളത്. എ എസിനെ സംബന്ധിച്ചിടത്തോളം അദ്ദേഹത്തിന് തനതായൊരു 'രേഖാഭാഷ'യുണ്ടായിരുന്നു. ഉണ്ടായിരുന്നു എന്നു പറയുന്നതിലേറെ അദ്ദേഹം സ്വന്തമായൊരു രേഖാഭാഷ ഉണ്ടാക്കിയിരുന്നു എന്നു പറയുകയാണ് ശരി.

ജോസഫ് വൈറ്റിലയുടെ *ആശ്രമം*, പത്മരാജന്റെ *പെരുവഴിയമ്പലം – യയാതി, ഭുജംഗയ്യന്റെ ദശാവതാരങ്ങൾ, ഖസാക്കിന്റെ ഇതിഹാസം, ആയുസിന്റെ പുസ്തകം, മയ്യഴിപ്പുഴ*

ഒരു കഥാചിത്രീകരണം
(1978)

യുടെ തീരങ്ങൾ എന്നീ നോവലുകൾക്ക് എ എസ് വരച്ചുചേർത്ത ചിത്രങ്ങൾ മലയാളത്തിലെ രേഖാചിത്ര രചനാ ചരിത്രത്തിലെ മികച്ച മുതൽക്കൂട്ടുകൾ തന്നെയാണ്. അതുപോലെതന്നെ കാക്കനാടന്റെയും വി കെ എന്നിന്റെയും മുകുന്ദന്റെയും കുഞ്ഞബ്ദുള്ളയുടെയും സേതുവിന്റെയും വൽസലയുടെയുമൊക്കെ ആദ്യകാല കഥകൾക്ക് എ എസ് വരച്ച വൈവിധ്യമാർന്ന രേഖാചിത്രങ്ങളും ഗൗരവപൂർണമായൊരു ലാളിത്യവും എ എസ് ചിത്രങ്ങളുടെ മുഖമുദ്രയാണ്. അനാട്ടമിയെ – ശരീരരൂപഘടനയെ അതിലംഘിക്കുന്നവയായിരുന്നു ഏറെയും. കഥാപാത്രങ്ങളുടെ ശാരീരിക രൂപഘടനയെക്കാളേറെ ഭാവഘടകങ്ങൾക്ക് പ്രാമുഖ്യം കൊടുക്കുകയെന്നതായിരുന്നു എ എസിന്റെ രചനാരീതി.

ഒരുതരത്തിൽ, വായനക്കാരനെ കൂടുതലായി കഥയിലേക്ക് ആകർഷിക്കുക എന്ന മുഖ്യ ചുമതല ഉള്ളതുകൊണ്ടാവാം സ്ത്രീശരീരങ്ങ

ളുടെ നിമ്നോന്നതങ്ങൾക്ക് പ്രാധാന്യം നൽകുന്നവയാണ് ഇലസ്ട്രേഷനുകളിലേറെയും. നമ്പൂതിരിയുടെ മികച്ച സ്ത്രീരൂപചിത്രങ്ങൾ ശരീരവടിവുകളെയും വളവുകളെയും ചെറിയ ചെറിയ ചുളിവുകളെപ്പോലും – മൊത്തം അനാട്ടമിയെ – സുവ്യക്തതയോടെ എടുത്തുകാണിക്കുന്നവയാണ്. എ എസ് മറിച്ചാണ്. അദ്ദേഹത്തിന്റെ സ്ത്രീചിത്രങ്ങളുടെ ഏറ്റവും പ്രമുഖഭാഗം 'മുഖമാണ്.' മിക്കപ്പോഴും വട്ടമുഖങ്ങൾ, വലിയ കണ്ണുകൾ. കണ്ണുകളാണ് – കണ്ണുകളിലാണ് ഒരാളുടെ ജീവനും ജീവിതവും ഭാവങ്ങൾ മുഴുവനും കുടിയിരിക്കുന്നതെന്ന് എ എസിനറിയാമായിരുന്നു. കറുത്ത റഫ്രേഖകൾകൊണ്ട് വരച്ചെടുക്കപ്പെടുന്ന പെൺകുട്ടികളുടെയും സ്ത്രീകളുടെയുമൊക്കെ വലിയ കണ്ണുകൾ വായനക്കാരന് അത്തരം കഥാപാത്രങ്ങളുടെ അകഭാവത്തെ ദുഃഖമോ ഭീതിയോ ദീനതയോ ആഹ്ലാദമോ അമ്പരപ്പോ എന്തുമാവട്ടെ – ഉൾക്കണ്ണാടിയിലെന്നപോലെ അനുഭവപ്പെടുത്തിത്തരുന്നു. സംസാരിക്കുന്ന കണ്ണുകൾ – സ്ത്രീ കഥാപാത്രത്തിലായാലും പുരുഷ കഥാപാത്രത്തിലായാലും എ എസ് ചിത്രങ്ങളിലുണ്ടാവും.

എ എസിന്റെ സ്ത്രീകഥാപാത്ര ചിത്രങ്ങൾ പ്രത്യേകതകൾ നിറഞ്ഞവയാണ്. സ്ത്രീശരീരത്തിന്റെ അനാച്ഛാദിത സൗന്ദര്യത്തെ എടുത്തുകാണിക്കുന്നവയല്ല എ എസിന്റെ രേഖാഭാഷ. ആഹ്ലാദിത സൗന്ദര്യത്തിലാണ് എ എസ് എന്ന ചിത്രകാരനു താൽപ്പര്യം. അദ്ദേഹത്തിന്റെ സ്ത്രീചിത്രങ്ങൾ ആസക്തിയിലേക്ക് ക്ഷണിക്കുന്നില്ല. അവ വായനക്കാരനിലും കാഴ്ചക്കാരനിലും ആരാധനയോ അടുപ്പമോ ഉണർത്തുന്നു. നായികമാർക്ക് നാഗരികവേഷഭൂഷകളണിയിക്കുക കുറവാണ് (പലപ്പോഴും കഥ ആവശ്യപ്പെടുന്നുണ്ടായിട്ടും). റിസ്റ്റ് വാച്ചു കെട്ടിയ കൈകളേക്കാളും കരിവളയിട്ട കൈകളുടെ അനാഡംബരതയാണ് എ എസ് ചിത്രങ്ങളിൽ. മൂക്കുത്തി, നെറ്റിയിലെ വലിയപൊട്ട് എന്നിവ വരയ്ക്കാവുന്ന എല്ലാ സ്ത്രീമുഖങ്ങളിലും എ എസ് വരച്ചു ചേർത്തിട്ടുണ്ട്. ദരിദ്രയോ വഴിപിഴച്ചവളോ ആയ പെൺകുട്ടിയുടെ മുഖമായാലും അദ്ദേഹമതിലൊരു കുലീനത ധ്വനിപ്പിക്കും. അങ്ങനെയൊരുപാടു പ്രത്യേകതകൾ എ എസ് ചിത്രങ്ങളിൽനിന്നു കണ്ടെടുക്കാന

കാശ്മീരി
കഥാചിത്രം (1971)

എ എസിന്റെ സുന്ദരികളും പ്രകൃതിചാരുതയും

ദിനേശൻ കരിപ്പള്ളി

എ എസിന്റെ സ്ത്രീകൾ അതീവ സുന്ദരികൾ. വലിയ കണ്ണുകളും നീണ്ട് വശ്യമായ വിരലുകളും തടിച്ച നിതംബവുമുള്ള ലാസ്യവതികൾ. തടാകം തളച്ചിട്ട അവരുടെ വലിയ കണ്ണുകളിൽ നിറയെ സാന്ദ്ര വിഷാദമാണ്. മരവിച്ച സ്വപ്നങ്ങളുടെ നിഴൽച്ചാർത്തുകളാണ് അവയിൽ. സ്ഥൂല നിതംബിനികളായ ആ സുന്ദരിമാരുടെ അകംനിറയെ ജീവിതത്തിന്റെ പൊള്ളുന്ന ചൂടാണ്. മനസിൽ മരുഭൂമികൾ പേറുമ്പോഴും അവരുടെ ശരീരങ്ങളിൽ ആസക്തിയുടെ ജ്വാലകളെരിയുന്നു, കൊതിപ്പിക്കുന്ന മാദകഭാവം നിറയുന്നു.

ബിമൽ മിത്രയുടെയും ആശാപൂർണദേവിയുടെയും മറ്റും ബംഗാളി നോവലുകൾക്കുവേണ്ടി എ എസ് ഒരുക്കിയ വംഗസുന്ദരിമാർ ഒരിക്കലും നമ്മുടെ ഓർമകളിൽനിന്ന് പടിയിറങ്ങിപ്പോവുന്നില്ല.

എ എസിന്റെ സ്ത്രീകൾ സുന്ദരികൾ മാത്രമല്ല, ആഭരണപ്രിയകളുമാണ്. സ്ത്രീകളുടെ കഴുത്തിലും കൈയിലും ആഭരണങ്ങൾ ചാർത്തുന്നതിൽ എ എസിലെ കലാകാരൻ പിശുക്കൊട്ടും കാട്ടിയില്ല.

പറഞ്ഞുകേട്ട ഒരു സംഭവം ഓർക്കുന്നു: സർവാഭരണ വിഭൂഷിതകളായ, എ എസിന്റെ സ്ത്രീ കഥാപാത്രങ്ങളെക്കുറിച്ച് ഒരിക്കൽ ഒരു സുഹൃത്ത് അദ്ദേഹത്തോട് ചോദിച്ചത്രെ, അവരൊക്കെയും ഇത്രമാത്രം സമ്പന്നകളാണോയെന്ന്. "യഥാർഥ ജീവിതത്തിൽ സ്ത്രീകൾക്ക് സ്വർണാഭരണങ്ങൾ വാങ്ങിക്കൊടുക്കാൻ എനിക്ക് കഴിവില്ല. അതുകൊ

ആനന്ദിന്റെ കഥ *കീടകോശം* (1982)

ണ്ടാണ് കലയിൽ ഞാനത് വാരിക്കോരി കൊടുക്കുന്ന"തെന്നായിരുന്നു സഹൃദയനായ എ എസിന്റെ മറുപടി!

വിടർന്ന കണ്ണുകളും മനോഹരമായ ചുണ്ടുകളും നിറയെ ആഭരണച്ചാർത്തുമായി നിൽക്കുന്ന ആ സ്ത്രീകളുടെ മുഖങ്ങളെല്ലാം ഏതാണ്ട് ഒരുപോലെ. സ്ത്രീമുഖങ്ങളുടെ ഈ വൈവിധ്യമില്ലായ്മ എ എസിന്റെ രചനാപരമായ ഒരു പരിമിതിതന്നെ.

മദാലസകളും സുന്ദരികളുമായ സ്ത്രീകളിൽനിന്ന് പാടേ വ്യത്യസ്തമായി, വൈരൂപ്യത്തിന്റെ സ്പർശമേറ്റുവാങ്ങിയവരാണ് എ എസ് സൃഷ്ടിച്ച പുരുഷന്മാരിൽ ഭൂരിഭാഗവും. എ എസിനു കാർട്ടൂണിസ്റ്റിന്റെ കരവിരുത് പ്രകടമായി തെളിയുന്നത് ആൺരൂപങ്ങളിലാണ്. സൗന്ദര്യത്തേക്കാൾ, ഗാംഭീര്യത്തേക്കാൾ പലപ്പോഴും കോമാളിത്തം നിറഞ്ഞവരാണ് അവർ (ഇതിന് അപവാദം ഇല്ലെന്നല്ല).

സ്ത്രീയുടെയും പുരുഷന്റെയും ശാരീരിക വിഭിന്നതകൾ കലയുടെ അലൗകികതയിൽ ഉദാത്തമായ സൗന്ദര്യത്തിന്റെ ഉയരങ്ങൾ തേടുന്നത് *യയാതി*ചിത്രങ്ങളിലാണ്. ദ്രാവിഡ ശിൽപ്പകലയുടെ ആരോഗ്യകരമായ സ്വാധീനം *യയാതി*യുടെ ചിത്രണത്തിൽ തെളിയുന്നു. പല്ലവക്ഷേത്രങ്ങളിലെ ശിൽപ്പലാവണ്യം ആവാഹിച്ച, *യയാതി*ചിത്രങ്ങളിലൂടെയാണ് എ എസിന്റെ രേഖചിത്രരചന, കലയുടെ എവറസ്റ്റ് താണ്ടിയത്.

ഉള്ളാലെ പ്രകൃതിയെ അതിരറ്റ് ആരാധിച്ച കലാവ്യക്തിത്വമായിരുന്നു, അദ്ദേഹത്തിന്റേത്. വിഷാദച്ഛവികലർന്ന തടാകക്കണ്ണുകളുമായി നിൽക്കുന്ന സ്ത്രീകൾക്കു ചാരെ ഒരു വൃക്ഷംകൂടി പലപ്പോഴും വരച്ചുചേർക്കുന്നു, എ എസ്. ഇലകൾ കൊഴിഞ്ഞ്, ശൂന്യമായ ശാഖകളുമായി പ്രാർഥനയോടെ ആകാശത്തേക്ക് തലയുയർത്തുന്ന ഏകാകിയായ വൃക്ഷമാവും മിക്കപ്പോഴും. ബലിഷ്ഠശാഖകളും, സമൃദ്ധമായി ഇലകളും നിറഞ്ഞ വൻ മരങ്ങളാവാം, ചിലപ്പോൾ. എങ്ങനെയായാലും പശ്ചാത്തല

ത്തിൽ ഒരു വൃക്ഷത്തെ കൽപ്പിക്കാതെ തൃപ്തിവരാത്ത പ്രകൃതിപ്രേമിയെ ആ വരകൾക്കിടയിൽ നമുക്കു പേർത്തും പേർത്തും കാണാം.

ഗ്രാമ ചേതനയുടെ നിറമത്രയും വരകളിൽ ആവാഹിച്ചെടുക്കാൻ എ എസ് ശ്രമിച്ചു. ഓലമേഞ്ഞ കൊച്ചു വീടുകൾ, ആളൊഴിഞ്ഞ നടപ്പാതകൾ, വൃക്ഷച്ഛായകളിൽ മയങ്ങുന്ന വേലിക്കെട്ടുകൾ.... ഒക്കെയും നിശിത നിരീക്ഷണത്തിന്റെ ചിത്രക്കണ്ണുകൾ പിടിച്ചെടുക്കുന്നു. മുൻകാലങ്ങളിൽ ഗ്രാമങ്ങളിൽ പറമ്പുകളെ വേർതിരിച്ചിരുന്ന, ഇന്ന് അത്യപൂർവമായ, മുള്ളുവേലികളുടെ ദൃശ്യം എ എസ് നിരവധി സന്ദർഭങ്ങളിൽ പകർത്തിവെച്ചിട്ടുണ്ട്. ഇപ്രകാരം-ഇന്നലെയുള്ള കേരളീയ ഗ്രാമഭംഗികൾ ആ രേഖാചിത്രലോകം നാളേക്കുവേണ്ടി കാത്തുസൂക്ഷിക്കുന്നു, ഗൃഹാതുരതയോടെ.

അതൃപ്തവും അശാന്തവുമായ കലാചേതനയുടെ സാന്ത്വനം തേടിയുള്ള പലായനമാണ്, പ്രകൃതിയോടുള്ള അതിർകവിഞ്ഞ പ്രതിപത്തി. പ്രകൃതിയിലേക്കുള്ള കലാത്മകമായ തീർഥാടനമായി, പ്രകൃതിയോടുള്ള രതിയായി അത് പരിണമിക്കുന്ന ഒട്ടനവധി മുഹൂർത്തങ്ങൾ എ എസിന്റെ രചനകളിലുണ്ട്. ഗ്രാമക്കാഴ്ചകളിൽ അഭിരമിക്കുന്ന അദ്ദേഹം, അനന്തമായി നീളുന്ന ചെമ്മൺപാതയിലൂടെ നടന്നകലുന്ന പഥികനെ പകർത്തുമ്പോഴും പശ്ചാത്തലമായി ഗ്രാമചാരുതയുടെ സൂക്ഷ്മാംശങ്ങൾ വരകളിൽ പിടിച്ചെടുക്കുന്നു. ഇത്തരം സന്ദർഭങ്ങളിൽ പ്രകൃതി, ഒരു പെയിന്റിങ് പോലെ മനോഹരിയായി എ എസിന്റെ രേഖകളിൽ നിറയുന്നു.

കഥ - അക്ബർ കക്കട്ടിൽ
അശ്വത്ഥ് നാരായണൻ (1981)

കഥ – പി വത്സല

വരയൊരുവരി വരിയൊരുവര

കെ ശിവരാമൻ

സാഹിത്യകൃതിയിൽനിന്ന് വായിച്ചെടുക്കുന്ന സംവേദനാത്മകമായ പാഠമാണ് രേഖാചിത്രം. രേഖാചിത്രകാരന്റെ ദിവ്യായുധം രേഖയാണ്. പെയിന്റേഴ്സിന്റെ രേഖയും ഇലസ്ട്രേറ്ററുടെ രേഖയും മൗലികമായി വിഭിന്ന സ്വഭാവവും കർമ്മമാർഗവും സ്വീകരിക്കുന്നു. രേഖയിൽ നിർവഹിക്കുന്ന നിർണായകമായ പരീക്ഷണനിരീക്ഷണവും അന്വേഷണയത്നവുമാണ് രേഖാചിത്രകാരന്റെ ദൗത്യരേഖ. ചിത്രാഖ്യാനം അതത് കാലത്തിന്റെ ചരിത്രാഖ്യാനമായും ജീവിതവ്യവസ്ഥയുടെ പ്രത്യയശാസ്ത്ര പ്രത്യക്ഷങ്ങളായും സാമൂഹ്യമായ മാനം നേടുന്നു. രേഖീയമായ സംസ്കാരധാരയുടെ സർഗമുദ്രകളാണ് എ എസും നമ്പൂതിരിയും. വായനയും പുനർവായനയും നേടി പ്രകൃതിയുടെയും മനുഷ്യന്റെയും ഉണ്മതേടി ആത്മാന്വേഷണപരമായി നീളുന്ന ഈ സമാന്തരരേഖകൾ ലാവണ്യ ബിന്ദുവിൽ സന്ധിചേരുന്നു.

ജീവിത സമസ്യകളെ രേഖകൾകൊണ്ട് സന്ധിക്കാനും പൂരിപ്പിക്കാനും പ്രത്യാനയിക്കാനുമുള്ള നിയോഗമാണ് എ എസ്. പ്രകൃതിയുടെ കാരുണ്യത്തണലും മനുഷ്യൻ എന്ന ദർശനവ്യഥയുടെ സജീവസാന്നിധ്യവുമാണ് എ എസിന്റെ രേഖാകലയുടെ ആത്മലാവണ്യം. സാഹിത്യ കൃതിയുടെ പാരായണപാഠങ്ങളുടെ പരിപ്രേക്ഷണമാണ് എ എസിന്റെ അസംസ്കൃതവസ്തു. കഥയിലെ നാടകീയ മുഹൂർത്തത്തിനുപരി സ്വതന്ത്രമായി കഥാത്മാവിനെയുണർത്തുന്ന രേഖാധ്യാന നിമിഷങ്ങളാണ് എ എസ് രചനയുടെ ഊർജതന്ത്രം. ചിത്രത്തിലുണരുന്ന പാത്രത്തിന്റെയും പ്രകൃതിയുടെയും കൂട്ടായ്മയിൽ സാഹിത്യപാരായണത്തിന് മുമ്പുതന്നെ കഥയിലെ മാനുഷ്യകം അനുവാചകനുമായി സംവദിക്കും പടിയുള്ള ചിത്രണവിദ്യ എ എസിന് സ്വന്തമാണ്. ചിത്രത്തിലെ രൂപഭാ

വങ്ങളുടെ സമാകർഷകമായ സമന്വയമാണ് എ എസ് രേഖയുടെ സാഫല്യം. രേഖയുടെ താളവും ഘടനയുംകൊണ്ടാണ് ഫോമിന്റെയും സ്പേസിന്റെയും മാസിന്റെയും വിഭജനം എ എസ് സാധിക്കുക. തടിച്ചു കുറിയ വരകൾ ഒഴുക്കുന്ന നിഴലും നിലാവും എ എസിന്റെ ചിത്രരുചിയുടെ വർണരേഖയാണ്. അമൂർത്തമായ സങ്കൽപ്പസന്നിവേശങ്ങൾ കൊണ്ട് വരയുടെ ഗതിയും ചലനാത്മകതയും ലയവിന്യാസവും നിയന്ത്രിച്ച് ആവിഷ്കരണ കൗശലത്തിന് എ എസ് ഗൗരവം പകരുന്നു. പ്രകൃതിപ്രതിഭാസത്തിൽ വൻ മരവും മാനവപ്രപഞ്ചത്തിൽ സ്ത്രീയുമാണ് എ എസിന്റെ രേഖാപ്രസരത്തിൽ തിളങ്ങുക. ക്രാഫ്റ്റിന്റെ അനന്തസാധ്യകളേറെയും തന്റെ മാധ്യമത്തിൽ എ എസ് പരീക്ഷണ വിധേയമാക്കുന്നു.

എ എസിന്റെ കുഞ്ഞുങ്ങൾ ഉറങ്ങുന്ന തഥാഗത ചൈതന്യം വിടർത്തുന്നു. കണ്ണും കവിളും ചുണ്ടും നെറ്റിയും കരുത്തുറ്റ രേഖയുടെ ചലനാത്മകതയിലൂടെ ശൈശവ സാക്ഷാൽക്കാരം നേടുകയാണ്. പൂതങ്ങൾ, രാക്ഷസന്മാർ, പ്രേതങ്ങൾ, ഭീകരരൂപികൾ, അന്യഗ്രഹജീവികൾ – എല്ലാം ഭയവിഹ്വലമായ രംഗചിത്രങ്ങളായി രേഖാരൂപമെടുക്കുമ്പോഴും അവയിൽ വഴിഞ്ഞൊഴുകുന്ന മനുഷ്യസ്നേഹവും മാനവികതയോതുന്ന ഭാവസ്ഫുരണങ്ങളും രാക്ഷസീയതയിൽനിന്നും മാനവനെ പുനഃസൃഷ്ടിക്കുന്ന കലാകാരന്റെ ദർശനമോതുന്നു. ചിത്രങ്ങളിൽ ഫ്രെയിമിന്റെയും ഫോമിന്റെയും അനുധ്യാനത്തിലൂടെ സൃഷ്ടിക്കുന്ന തനതായ മാനം ചിലപ്പോൾ വരയിലെ മനുഷ്യനെയും കഥാന്തരീക്ഷത്തെത്ത

കഥ – റെയിൻട്രീ
മലയാറ്റൂർ രാമകൃഷ്ണൻ (1970)

ഒരു കഥാചിത്രം (1983)

ന്നെയും സ്വാധീനിക്കുന്നതായും ഭാവസങ്കൽപ്പത്തിലൂടെ കഥയെത്തന്നെ പരിണാമവിധേയമാക്കുന്നുതായും അനുഭവപ്പെടാം. നിർധനർ, അധഃകൃതർ, കീഴാളർ, ചൂഷിതർ, രോഗികൾ, വൃദ്ധന്മാർ – എല്ലാവരും കറുപ്പിന്റെ രേഖാഖണ്ഡങ്ങളിലൂടെ രൂപാവിഷ്കാരം നേടുമ്പോൾ ജീവിതദൈന്യത്തിന്റെയും നിസ്സഹായതയുടെയും സഹതാപാർദ്രമായ ലോകത്തിന് ചിത്രഭാഷ്യമാകുന്നു. ആനയും കുതിരയും നായയും ഉറുമ്പും എ എസ് രേഖകളിലൂടെ കടന്നുപോകുമ്പോൾ മാനവിക മന്ത്രമാണുരുക്കഴിക്കുക. കാടും മലകളും ഗ്രാമവും നാടും നഗരവും ക്ഷേത്രങ്ങളും കൊട്ടാരങ്ങളും നദിയും കടലും കോറിയിടുമ്പോൾ എ എസ് സ്വന്തം രേഖയുടെ റിഥം പ്രകൃത്യുപാസനയുടെ തുടികൊട്ടലായി മാറ്റുന്നു.

എ എസിന്റെ പ്രകൃഷ്ടരചനയായി വിളികൊള്ളുക *യയാതി*ചിത്രങ്ങളാണ്. രേഖാലേഖ്യത്തിൽ ഇവ കറുപ്പിന്റെ നിത്യയൗവനം കാത്തുസൂക്ഷിക്കുന്നു. കറുപ്പിനെ രേഖാഹൃദയത്തിൽ കറുത്ത മുത്താക്കി മാറ്റുകയാണിവിടെ എ എസ്. പാത്രത്തിന് ഐതിഹാസികമായ മാനം നൽകാൻ രേഖാത്മാവിൽ ശിൽപ്പരൂപസന്നിവേശം സാധിച്ചുകൊണ്ടാണ് ഈ രേഖാസഞ്ചയം പിറവി കൊള്ളുക. രേഖാലേഖനത്തിന്റെ കരുത്തിലൂടെ പല്ലവ–ചോള ശിൽപ്പമാതൃകകളുടെ ക്ലാസിക് ശൈലിയും പാരമ്പര്യവും അധിഷ്ഠാനമാക്കിയുള്ള പ്രസ്തുത 'ചിത്രശിൽപ്പങ്ങൾ' പാത്രങ്ങൾക്ക്

കാരുണ്യത്തിന്റെയും ലാവണ്യത്തിന്റെയും അനന്യവശ്യത പകരുന്നു. ഫോമും റിഥവും ഡ്രോയിങ് വാല്യുവും അത്ഭുതാത്മകമായി മേളിക്കുന്ന എ എസിന്റെ രേഖാകലയിൽ *ഗുരുസാഗരം, മയ്യഴിപ്പുഴയുടെ തീരങ്ങൾ* എന്നീ കൃതികളുടെ രേഖാവിഷ്കാരങ്ങൾ ശ്രദ്ധേയമാണ്. സ്ഥലകാല ങ്ങളുടെ പാരസ്പര്യവും മനുഷ്യാനുഭവങ്ങളുടെ പരിണതിയും നോവലി നായുള്ള ചിത്രീകരണത്തിന്റെ രേഖാപരിചരണത്തിൽ പരീക്ഷിക്കപ്പെടു ന്നുണ്ട്. സ്ഥലകാല പരിസ്ഥിതിയും മനുഷ്യാവസ്ഥയും വൈവിധ്യമേറിയ ഫ്രെയിമിൽ ഷേഡിന്റെയും രേഖയുടെയും സങ്കീർണവും ചടുലവുമായ പ്രയോഗസാധ്യതകളിലൂടെ കരുത്തുറ്റ ചിത്രങ്ങളായിത്തീരുന്നു.

*ഖസാക്കിന്റെ ഇതിഹാസ*ത്തിനായുള്ള രചനകൾക്ക് കൃതിയുടെ കാവ്യാത്മകമോ മിത്തോളജിക്കലോ ആയ മാനം നേടാനായില്ല. രവിയെ പാമ്പു ദംശിക്കുന്ന രംഗമുണർത്തുന്ന മായികാനുഭൂതിയുടെ മരവിപ്പും ഞെട്ടലും ആ മുഹൂർത്ത ചിത്രാവിഷ്കാരത്തിൽ രേഖകളുടെ ദുർബല മായ പ്രയോഗത്തിലൂടെ ചോർന്നു പോവുന്നു. സാഹിത്യകൃതിയുടെ വ്യാഖ്യാനസാധ്യതകൾക്കും അനന്തമായ വായനാനുഭവമേഖലകൾക്കു മായി വരകൾക്കിടയിൽ വായിക്കാനുള്ള ഇടം നൽകാൻ ഒരുങ്ങുമ്പോഴേ രേഖാചിത്രണം സഫലമാവൂ എന്നാണ് ഖസാക്ക് ചിത്രങ്ങളുടെ പാഠം.

കറുപ്പെന്നപോലെ വെളുപ്പും തന്റെ രേഖീയ സംസ്കാരത്തിന്റെ സത്വവും സ്വത്വവുമായി എ എസ് ഉപയോഗപ്പെടുത്തുന്നുണ്ട്. ബാല സാഹിത്യത്തിനും കവിതയ്ക്കും വരച്ച വെളുത്ത മനുഷ്യരെക്കൂടാതെ ഭൂപ്രകൃതിയും നഗരങ്ങളുടെ ക്ഷേത്രങ്ങളും അമൂർത്ത രൂപങ്ങളും സൃഷ് ടിച്ച് എ എസ് വെണ്മയുടെ ഉണ്മ വെളിപ്പെടുത്തുന്നു. ദൃശ്യസങ്കൽപ്പ ത്തിന്റെ ആധാരശിലയായ ആകൃതിയും രൂപവും തന്റെ രേഖാസംസ്കാ രത്തിൽ വിലയിപ്പിക്കാൻ എ എസ് അഭ്യാസസിദ്ധിയുടെയും സ്വയം ശിക്ഷണത്തിന്റെയും രേഖാമാർഗങ്ങളിൽ സഞ്ചരിച്ചിട്ടുണ്ടെന്ന് വ്യക്തം. രൂപത്തിന്റെ ആംശികവും സമഗ്രവുമായ അനുപാതബോധത്തിലും നമ്പൂ തിരിയെക്കാൾ സൂക്ഷ്മതയും വിഷ്വൽ സെൻസും എ എസ് പ്രകടിപ്പി ക്കുന്നു. കവിതയ്ക്കുള്ള ഭാവാത്മകമായ അമൂർത്ത രചനകളും കവർച്ചിത്രങ്ങളും എ എസിന്റെ രേഖാരൂപസംസ്കാരത്തിന് വ്യത്യസ്ത മായ ചിത്രരുചിയണയ്ക്കുന്നു. തെളിച്ചിടത്തുകൂടെ നടന്നില്ലെങ്കിൽ രേഖ കളെ നടന്നിടത്തുകൂടെ തെളിക്കുന്ന സമ്പ്രദായം മുൻകാല രചനകളിൽ ചിലപ്പോഴെങ്കിലും എ എസ് പരീക്ഷിക്കുന്നു. 'ശൈശവ പീഡകൾ' അതി ജീവിച്ച് ആത്മവിമർശനത്തിലൂടെ രേഖയിലും ട്രീറ്റ്മെന്റിലും ദൃശ്യബോധ ത്തിലും പരിണാമ രമണീയമായ മാറ്റത്തിന് എ എസ് വിധേയനായി. പിൽക്കാലസൃഷ്ടികളിൽ രേഖകളെ സ്വതന്ത്രമായി മേയാൻ വിടുമ്പോഴും അതിനുമേൽ ആത്യന്തികമായ നിയന്ത്രണവും പരിപോഷണയത്നവും പരിരക്ഷകരായിത്തീരുന്നു. താരതമ്യേന മന്ദഗതിയിലായിരുന്ന എ എസിന്റെ വളർച്ചയുടെ ഘട്ടങ്ങളിലോരോന്നിലും ക്രമാതീതമായി രേഖ യുടെ എണ്ണം കൂടുകയാണ്. ഒറ്റപ്പുറമൊഴിവാക്കി ഇരുപുറത്തിലേക്കും

പഞ്ചാബികഥ (1978)

കവിഞ്ഞൊഴുകുന്ന ചിത്രങ്ങൾ തഴക്കം വന്ന രേഖകൾകൊണ്ട് ബിംബസങ്കൽപ്പനം ചെയ്യുന്ന സ്രഷ്ടാവിന്റെ അനായാസ ലയന വിന്യാസം സൂചിപ്പിക്കുന്നു. ചിത്രത്തിന്റെ ആന്തരിക ലാവണ്യലബ്ധിക്കുള്ള രേഖാ പ്രത്യക്ഷങ്ങൾ രേഖാഖണ്ഡനത്തിന്റെ സവിശേഷമായ നിർവഹണശൈലിയിലൂടെ എ എസ് സ്വന്തമാക്കുന്നു. അനാട്ടമിയുടെ സൂക്ഷ്മാവബോധം രേഖാബോധവുമായി ലയിച്ചു ചേർന്നാണ് എ എസിന്റെ മനുഷ്യർ പിറവികൊള്ളുക. സംഭോഗരംഗങ്ങൾപോലും ചിത്രീകരിക്കുമ്പോൾ കേവലരേഖയുടെ നിർവികാരാംശം മാത്രമാണ് എ എസ് പ്രയോജനപ്പെടുത്തുന്നത്. രേഖയുടെ സൂക്ഷ്മതയും സ്വാഭാവികതയും തനിമയും ജീവിതത്തിന്റെ ഏതു രംഗപടത്തിലും എ എസ് നിലനിർത്തുന്നു. ആദ്യകാല സംഭാവനകൾ മാത്രമേ ഇതിനപവാദമായുള്ളൂ. ഫ്രെയിമിലും ഡ്രോയിങ്ങിലും നൂതന പ്രവണതകൾ സ്വാംശീകരിക്കാനും സാക്ഷാത്കരിക്കാനും തന്നിലലിഞ്ഞു ചേർന്ന കെ സി എസിന്റെ രചനാതന്ത്രശൈലി ഏറെക്കാലം എ എസിന് തടസമായി. പിൽക്കാലാലേഖ്യത്തിൽ എ എസ് തന്റെ മൗലിക രേഖകൾ കണ്ടെത്തുകയും രേഖയുടെ പുഷ്കലത ഒന്നുകൊണ്ടുമാത്രം ചിത്രകർമത്തിൽ പുതുമാനമണയ്ക്കുകയുമുണ്ടായി.

എ എസിന്റെ അകവും എ എസിന്റെ പുറവും

വേണു

ഒരേ സാഹിത്യസൃഷ്ടി ഒരു സാഹിത്യാസ്വാദകനും ഒരു പത്രാധിപരും ഒരു രേഖാചിത്രകാരനും വായിക്കുന്നുവെന്നിരിക്കട്ടെ, കഥാകാരന്റെ വാങ്മയങ്ങൾ മൂന്നുപേരിലും മൂന്ന് ദൃശ്യരൂപങ്ങൾ സൃഷ്ടിക്കുന്നുണ്ടാവും. സാഹിത്യാസ്വാദകനും പത്രാധിപർക്കും സ്വന്തം മനസിൽ പതിഞ്ഞ ദൃശ്യരൂപം, അഥവാ വിഷ്വൽ മറ്റുള്ളവർക്ക് മുന്നിൽ പ്രദർശിപ്പിക്കേണ്ടതില്ല. ചിത്രകാരന്റെ കാര്യത്തിൽ അങ്ങനെയല്ല. രാമൻനായർ അറുപിശുക്കൻ, അറുത്ത കൈക്ക് ഉപ്പു തേയ്ക്കാത്തവൻ എന്ന് വിശേഷിപ്പിച്ചാലും മുഷിയില്ല, എന്ന കഥാകൃത്തിന്റെ വാചകത്തിൽനിന്ന് ഒരു രാമൻനായർക്ക് അയാൾ രൂപം കൊടുക്കേണ്ടി വരുന്നു. രൂപംകൊടുത്താൽ പോരാ കഥ അച്ചടിച്ചു വരുമ്പോൾ ആയിരക്കണക്കിനു വരുന്ന വായനക്കാരുമായി ചിത്രം പുലബന്ധമെങ്കിലും പുലർത്തേണ്ടതായുമുണ്ട്. മമ്മൂട്ടിയുടെ രൂപ സൗന്ദര്യവും മോഹൻലാലിന്റെ ഭാവചലനങ്ങളിലൊക്കെയുള്ള അറുപിശുക്കന്മാർ നമുക്കു ചുറ്റും ധാരാളമുണ്ടെങ്കിലും അത്തരത്തിലൊരു സുമുഖനെ പിശുക്കനായി ചിത്രീകരിച്ചാൽ അത് വായനക്കാരന്റെ മനസിലെ ദൃശ്യവുമായിട്ടെന്നല്ല, അതിനു മുൻപ് അതുമായി ഏറ്റുമുട്ടുന്ന പത്രാധിപരുടെ മനസിലേതുമായിപ്പോലും ഒത്തുപോയെന്നിരിക്കില്ല. അതുകൊണ്ടുതന്നെ ചിത്രത്തിന് ആ മേശക്കപ്പുറം ആയുസും ഉണ്ടാവില്ല. ഇവിടെയാണ് രേഖാചിത്രകാരൻ കഥാപാത്രത്തിന്റെ സ്വഭാവഗുണം പ്രദർശിപ്പിക്കും വിധത്തിൽ ചിത്രത്തെ കാരിക്കേച്ചർ ചെയ്യേണ്ടിവരുന്നത്. അനുപാതവ്യതിയാനംവരുത്തിയും അത്യുക്തിയും ന്യൂനോക്തിയും രേഖകളിൽ ചേർത്തും പിശുക്കനെയും പ്രണയാതുരനെയും ദുഃഖിതനെയും രോഗിണിയെയുമൊക്കെ ചിത്രീകരിക്കണമെങ്കിൽ രേഖാചിത്രകാരന്റെ ഉള്ളിൽ ഒരു കാർട്ടൂണിസ്റ്റ് കടന്നുകൂടിയേ മതിയാവൂ.

കഥ - *വേഷങ്ങൾ*
വി കെ എൻ

വായിക്കുന്ന ഏതു കൃതിയും ചിത്രകാരനിൽ ഒരു വിഷ്വൽ സൃഷ്ടിക്കുന്നുണ്ടെന്നിരിക്കെ ദിനേന നിരവധി കഥകൾ വായിക്കേണ്ടി വരുന്ന രേഖാചിത്രകാരന്റെ മനസിൽ ലഭിക്കുന്ന ഇൻപുട്ടിനു അഥവാ ദൃശ്യചിത്രങ്ങൾക്ക് അത്രതന്നെ വൈവിധ്യങ്ങളും ഉണ്ടായിരിക്കും. അതേ വൈവിധ്യം അയാൾ രചനയിലൂടെ നൽകുന്ന ഔട്ട്പുട്ടിനും പുലർത്താൻ സാധിക്കുമോ? ഇല്ല. സ്വന്തമായ ഒരു രചനാശൈലി, അനുപാതബോധം, ശീലം എന്നിങ്ങനെയുള്ള രചനയുടെ അടിസ്ഥാന സാങ്കേതികതയിൽ തളയ്ക്കപ്പെട്ടവനാണ് ഏതു ചിത്രകാരനും. അതുകൊണ്ടുതന്നെ അയാളുടെ ശൈലിയിൽ വരുന്ന ഏകതാനത ഒഴിവാക്കാനാവാത്ത ഒരു ദുരന്തവും ദോഷവുമായി ഭവിക്കും, ഒരു നിശ്ചിതകാലം കഴിയുമ്പോൾ. ഈ പരിമിതി അറിഞ്ഞു പ്രവർത്തിക്കാനും അതിനെ അതിജീവിക്കാൻ ഒന്നിലേറെ രചനാശൈലി ആവനാഴിയിൽ സൂക്ഷിച്ച് രചന നിർവഹിക്കാനും ശ്രദ്ധയൂന്നിയതെന്നതാണ് എ എസ് നായരെ മറ്റുള്ള രേഖാചിത്രകാരന്മാരിൽനിന്നും വേറിട്ടുനിർത്തുന്നത്. ഒരു വാചകം ഒരു പഴയ ടൈപ്പ്റൈറ്ററിലൂടെ പുറത്തു വരുന്നതിന് മനം മടുപ്പിക്കുന്ന ആവർത്തന വിരസതയുണ്ട്. മറിച്ച് അത് ഒരു കമ്പ്യൂട്ടറിലൂടെ വരുമ്പോൾ നിരവധി ഫോണ്ടുകളിൽ അതിനെ വ്യത്യസ്തപ്പെടുത്താമെന്ന സാധ്യത നിലനിൽക്കുന്നു. വായിക്കുന്ന കഥകൾക്ക് അതിനു അനുയോജ്യമായ നിരവധി ശൈലി

കളിൽ ചിത്രം വരയ്ക്കാൻ ഒരു കമ്പ്യൂട്ടറിൽ ഓപ്പറേറ്റർ വ്യത്യസ്ത ഫോണ്ടുകൾ ഉപയോഗിക്കുന്നതുപോലെ മാറിമാറി പ്രയോഗിക്കാൻ എ എസ് ശ്രമിച്ചിരുന്നു.

നേർത്ത രേഖകളുടെ ധാരാളിമകൊണ്ട് നിഴലും വെളിച്ചവും സൃഷ്ടിക്കുന്ന ഒരു രീതി, നിഴലും വെളിച്ചവും ഒഴിവാക്കി രേഖകൾക്കു മാത്രം പ്രാധാന്യം കൊടുക്കുന്ന മറ്റൊരു രീതി, ചുവർച്ചിത്രത്തിന്റെയും ശിൽപ്പങ്ങളുടെയും രൂപസൗന്ദര്യം ഉപയോഗിക്കുന്ന *യയാതി* ചിത്രങ്ങളുടേതുപോലെ മറ്റൊന്ന്, ഹാഫ്ടോൺ വാഷിങ്ങിന്റേതായ വേറൊന്ന് എന്നിങ്ങനെ എ എസിന്റെ രേഖകളിലെ വൈവിധ്യം നിരവധിയാണ്. ഇതിലെല്ലാം നിറഞ്ഞു നിൽക്കുന്നതോ ആദ്യം സൂചിപ്പിച്ച കാരിക്കേച്ചറിന്റെ നിപുണതയും!

ഇതിൽ ഒടുവിൽ പറഞ്ഞതിലായിരുന്നു എ എസിന്റെ ആത്മാംശം കൂടുതൽ നിഴലിച്ചിരുന്നതെന്ന് പറയുമ്പോൾ അതൊരു വെറും പറച്ചിലല്ല. തെളിവുകൾ നിരത്താം. രേഖാചിത്രകാരനെന്ന ജോലിയിൽനിന്നും വിടുതൽ ലഭിക്കുന്ന അപൂർവ നിമിഷങ്ങളിൽ ആ സ്വാതന്ത്ര്യം ഉപയോഗിച്ച് എ എസ് നടത്തിയ സർഗാത്മകസൃഷ്ടി എന്തായിരുന്നു. പെയിന്റിങ്ങോ മ്യൂറലോ ശിൽപ്പമോ ആയിരുന്നില്ല. കാർട്ടൂൺ രചനയിലായിരുന്നു കരവിരുത് പ്രദർശിപ്പിച്ചത്. അദ്ദേഹം ഒരു രാഷ്ട്രീയ നേതാവിനെ കാർട്ടൂണിലൂടെ ഉണ്ടാക്കിയില്ലായിരിക്കാം. പക്ഷേ, 'അകവും പുറവും' 'വെള്ളിത്തിരയ്ക്കു വെളിയിൽ' 'രാമനാരായണ' തുടങ്ങിയ കാർട്ടൂൺ പംക്തികൾ ഏതൊരു കാർട്ടൂണിസ്റ്റും ചെയ്യുന്ന സാമൂഹ്യ വിമർശനവും സറ്റയറും നിറഞ്ഞുനിന്നിരുന്നു.

എ എസിന്റെ പുറം ഒരു രേഖാചിത്രകാരന്റേതായിരുന്നെങ്കിലും അകം സമൂഹ നിരീക്ഷണവും നർമബോധവും നിറഞ്ഞ ഒരു കാർട്ടൂണിസ്റ്റിന്റേതായിരുന്നു. എ എസ് കാർട്ടൂൺ രചനയ്ക്ക് തെരഞ്ഞെടുത്തശൈലിയും വ്യത്യസ്തമായിരുന്നു. ചിത്രത്തിൽ കയറിനിന്ന് ഡയലോഗ് പറയുന്ന കഥാതഥശൈലിയിൽനിന്ന് വ്യതിചലിച്ച് രേഖാചിത്രത്തോടു സാമ്യം പുലർത്തുന്ന ഒരു ചിത്രവും അതിന്റെ പ്രമേയത്തെ പ്രതിനിധീകരിക്കുന്ന ഒരു പ്രസ്താവനയും ചേർത്തശേഷം അതിനടിയിൽ എ എസിന്റെ വക ഒരു കമന്റുമായിരുന്നു 'അകവും പുറ'ത്തിന്റേയും ഘടന. ചിത്രത്തിന് താഴെ

ഒരു നാടക ചിത്രീകരണം

"നാട്ടുകാർക്കുവേണ്ടതൊക്കെ ഇനി മാവേലിസ്റ്റോർ വഴി ലഭിക്കും എന്നു മന്ത്രി" എന്ന വരികൾ അതേപടി കൊടുത്തിട്ട് "ഇനി നാട്ടുകാർ കേറി വേണ്ടാത്തത് വല്ലോം ചോദിക്കുമോന്നാ പേടി" എന്ന എ എസിന്റെ വക കമന്റിലെത്തുമ്പോഴാണ് വായനക്കാരനിൽ ചിരി വിരിയുന്നത്. രാഷ്ട്രീയക്കാരന്റെ ആത്മാർഥതയില്ലാത്ത വീമ്പുപറച്ചിലിന്റെ ഊതിപ്പെരിപ്പിച്ച ബലൂണിനെ കുത്തിപ്പൊട്ടിക്കുന്ന വിധത്തിലുള്ളതായി മാറി, ആ കാർട്ടൂൺ.

'വെള്ളിത്തിരയ്ക്കുവെളിയിൽ' എന്നതിൽ പ്രസ്താവനയില്ല. ചിത്രത്തിന്റെ താഴെ ചലച്ചിത്രലോകത്തെ 'ജാഡ'കളുടെ നിഗ്രഹമാണ് നമ്മൾ ദർശിക്കുന്നത്. ചിത്രകാരനും ജി എൻ പിള്ളയും ചേർന്നു സൃഷ്ടിച്ച 'രാമനാരായണ' എന്ന പംക്തിയാകട്ടെ മറ്റൊരു കാർട്ടൂൺ സംവേദനം വായനക്കാരനെ ശീലിപ്പിച്ചു. പാണ്ഡിത്യത്തിന്റെയും പക്വതയുടെയും പെരുപ്പിച്ച ഗാംഭീര്യത്തോടെ തുടങ്ങുന്ന ആദ്യ ഫ്രെയ്മിൽനിന്ന് പാനലിലെ അവസാനഘട്ടത്തിലെത്തുമ്പോൾ 'അടിച്ചു ഫ്ളാറ്റാകു'ന്ന തരത്തിലുള്ള ഒരുതരം ഷോക്ക് ട്രീറ്റ്മെന്റിലൂടെ എ എസ് ചിരിപരത്തി. 'ഹിരണ്മയേന പാത്രേണ' എന്നുതുടങ്ങുന്ന വേദമന്ത്രത്തെ പരാമർശിച്ചു തുടങ്ങി, ശാശ്വതസത്യത്തിന്റെ മുഖം സ്വർണപ്പാത്രംകൊണ്ട് മൂടിയിരിക്കുന്നുവെന്ന പ്രസ്താവനയിലെത്തി, ഒടുവിലത്തെ ഫ്രെയ്മിൽ പറയുന്നത് ശാശ്വതസത്യം ആരുവേണമെങ്കിലും എടുത്തോ ആ സ്വർണപ്പാത്രം ഇങ്ങു തന്നാൽ മതിയെന്നാണ്. അതിലൂടെ ഒരുതരം ദാർശനിക ഹാസ്യം ജനിപ്പിക്കുകയായി.

ഹ്രസ്വമായ കമന്റുകളിലൂടെ നർമം വിരിയിച്ച് പരിസരമാകെ പ്രസാദാത്മകമാക്കുന്ന ഒന്നായിരുന്നു അദ്ദേഹത്തിന്റെ കാർട്ടൂൺ ശൈലി.

വളരെ ചുരുങ്ങിയ അവസരങ്ങളിലെ പരിചയമേ അദ്ദേഹവുമായി ഈ ലേഖകന് പുലർത്താൻ കഴിഞ്ഞുള്ളൂവെങ്കിലും അതിലൂടെ മനസിലാകുന്നത് എ എസ് നിത്യജീവിതത്തിലും സംഭാഷണത്തിലും ഇത്തരം നുറുങ്ങു കമന്റുകളിലൂടെ ചിരി പരത്തിയിരുന്നുവെന്നാണ്.

"അയച്ചു തന്ന പത്തു കാർട്ടൂണുകളിൽ അഞ്ചെണ്ണം പ്രസിദ്ധീകരണത്തിനു തെരഞ്ഞെടുത്തിരിക്കുന്നു. നേരിൽ വന്നാൽ പരിചയപ്പെടാം. എ എസ്" എന്ന കുറിപ്പിന്റെ പിൻബലത്തിൽ *മാതൃഭൂമി*യിൽ ചെന്നതായിരുന്നു ആദ്യ സന്ദർഭം. *മാതൃഭൂമി* വാരികയ്ക്കുവേണ്ടി കാർട്ടൂൺ തെരഞ്ഞെടുക്കുന്ന ചുമതല എ എസിന്റേതായിരുന്നുവെന്ന് വെളിവാകുന്നതും നേരിൽച്ചെന്നു കാണുമ്പോഴായിരുന്നു.

ഒരുമിച്ച് ആപ്പീസിൽ നിന്നിറങ്ങി രണ്ടാംഗേറ്റിലെത്തിയപ്പോൾ ഗേറ്റടവ്. ഇരുവശത്തും വാഹനങ്ങളുടെയും യാത്രക്കാരുടെയും തിരക്ക്. ഏറെ കാത്തുനിന്നശേഷം ഗേറ്റു തുറക്കാൻ തുടങ്ങേണ്ട താമസം യാത്രക്കാർ ഇരച്ചു കയറാൻ തുടങ്ങി. ഉയരുന്ന ഗേറ്റ്. കുറുകെ ഓടുന്ന യാത്രക്കാർ. ആരോടെന്നില്ലാത്തവിധം എ എസിന്റെ കമന്റ്. "ആളെക്കൂടി പൊക്കരുതേ." ആ ദൃശ്യവുമായി ബന്ധപ്പെട്ടുനിൽക്കുന്ന ആരെയും ചിരിപ്പിക്കാൻ സമർത്ഥമായ ആ ശൈലി തന്നെയായിരുന്നു എ എസിന്റെ അകവും പുറവും, വെള്ളിത്തിരയ്ക്കു വെളിയിൽ, വിശേഷ അവസരങ്ങളിൽ വരക്കുന്ന മറ്റ് കാർട്ടൂൺ ഫീച്ചറുകൾ എന്നിവയിലൊക്കെയും നിഴലിച്ചിരുന്നത്. അത് ഒട്ടും അനായാസകരമായ സംഗതിയല്ല. കർക്കശ്ശവും തീക്ഷ്ണവുമായ നിരീക്ഷണം, സമർത്ഥമായ നർമബോധം, കുറിക്കുകൊള്ളുന്ന സാമൂഹ്യവിമർശനം ഇതെല്ലാം സമം ചേർത്ത ഒരു സർഗപ്രതിഭക്കേ അത് സാധ്യമാകൂ. അതായിരുന്നു എ എസ് നായർ.

നാടകം
കാവാലം

വര: ടി രാഘവൻ

അഞ്ച്

സ്മരണകൾ

ശിവരാമൻ

എൻ വി കൃഷ്ണവാരിയർ

ശിവരാമനുമായി പരിചയപ്പെട്ടത് എന്നാണ്? ഓർമയില്ല. അദ്ദേഹം വിദ്യാർഥിയായിരുന്നപ്പോൾത്തന്നെ ഞാൻ ആ പരിചയം നേടിയിരിക്കണം. ശിവരാമന്റെ ഗുരു, പ്രസിദ്ധ ചിത്രകാരനായിരുന്ന കെ സി എസ് പണിക്കർ, എനിക്ക് പരിചിതനായിരുന്നു. പണിക്കരുടെ ശിഷ്യനും ശിവരാമന്റെ സതീർഥ്യനുമായ ദേവനും വളരെ മുമ്പുതന്നെ എന്റെ സുഹൃത്തായിക്കഴിഞ്ഞിരുന്നു. ശിവരാമന്റെ ചിത്രങ്ങൾ ഞാൻ ആദ്യമായി കണ്ടത് മദ്രാസിലെ *ജയകേരള*ത്തിലായിരിക്കണം. അതിനാൽ, തികഞ്ഞ ആത്മവിശ്വാസത്തോടെയാണ് *മാതൃഭൂമി*യിൽ സേവനത്തിനു ശിവരാമനെ ഞാൻ ശുപാർശ ചെയ്തത്.

ശിവരാമൻ *മാതൃഭൂമി*യിൽ നിയമിതനായപ്പോൾ, അദ്ദേഹവുമായി കൂടുതൽ അടുക്കുന്നതിന് എനിക്ക് കഴിഞ്ഞു. എത്ര ദരിദ്രമായ ജീവിത പശ്ചാത്തലമായിരുന്നു ഈ പ്രതിഭാധനന്റേത് എന്നു മനസിലായത് അപ്പോഴാണ്. കൃതജ്ഞത എന്ന, അത്രയൊന്നും സാധാരണമല്ലാത്ത, വികാരത്താൽ പ്രേരിതനായിട്ടാണ് മൂകയും ബധിരയുമായ ഒരു ബാലികയെ വിവാഹം ചെയ്യാൻ ശിവരാമൻ സ്വയം മുന്നോട്ടു വന്നത്. ഈ ദാമ്പത്യത്തിന്റെ ആദ്യത്തെ ഏതാനും മാസങ്ങളിൽ സുഖത്തിന്റെ ചില സ്ഫുരണങ്ങൾ ശിവരാമൻ അറിഞ്ഞിട്ടുണ്ടാകാം. പിന്നീട് അദ്ദേഹത്തിന്റെ ദാമ്പത്യാന്തരീക്ഷം എന്നെന്നേക്കുമായി ഇരുണ്ടുപോയി. ഒരു മകൾ പിറന്ന് ഏറെ താമസിയാതെ, ശിവരാമന്റെ പത്നി മാനസികമായി ഏറക്കുറെ അബോധാവസ്ഥയിലെത്തി. ഒടുവിൽ ചിത്തരോഗാസ്പത്രിയിൽ വെച്ച് അന്തരിക്കുകയും ചെയ്തു. എത്ര ദാരുണമായ വ്യഥയാണ് ശിവരാമൻ അക്കാലങ്ങളിൽ അനുഭവിച്ചിരുന്നത്! പക്ഷേ, നിശ്ശബ്ദനായി അദ്ദേഹം എല്ലാം സഹിച്ചു. 'തിതിക്ഷ' എന്ന ഗുണം ഇത്ര തീവ്രതയോടെ അപൂർവ

മായി മാത്രമേ വേറെ ഏതെങ്കിലും വ്യക്തിയിൽ എനിക്ക് അനുഭവപ്പെ ട്ടിട്ടുള്ളൂ.

സഹകരണത്തിനുള്ള സന്നദ്ധത ശിവരാമന്റെ സവിശേഷതയായി രുന്നു. തനിക്ക് അഭിപ്രായങ്ങൾ ഇല്ലായ്കയല്ല. ഉള്ളവ വെട്ടിത്തുറന്നു പറയുകയും ചെയ്യും. എന്നാൽ, ചർച്ചകൾക്കുശേഷം ഒരു തീരുമാനത്തിലെ ത്തിയാൽ, തന്റെ കർത്തവ്യം പരമാവധി നിഷ്കർഷയോടെ നിശ്ചിത കാലാവധിക്കകം അദ്ദേഹം നിറവേറ്റുമായിരുന്നു. ശുദ്ധകലയെന്നപോലെ വ്യാവസായികകലയും ശിവരാമനു വർജ്യമായിരുന്നില്ല. പുതിയ ലിപി രൂപങ്ങൾ വരച്ചുണ്ടാക്കുകയെന്ന, ഏറക്കുറെ യാന്ത്രികമായ, വിദ്യയും അദ്ദേഹം ഏറ്റെടുക്കുകയും അതിൽ നൈപുണ്യം നേടുകയും ചെയ്തു. ഏതു ജോലിയും ചെയ്യാൻ അദ്ദേഹത്തിനു വൈമനസ്യം ഉണ്ടായിരുന്നില്ല.

ശിവരാമൻ നന്നെ കുറച്ചേ സംസാരിച്ചിരുന്നുള്ളൂ. പക്ഷേ, കുറിക്കു കൊള്ളുന്ന അഭിപ്രായങ്ങൾ, അളന്നു മുറിച്ച വാക്യങ്ങളിൽ, അത്യാവശ്യ മുള്ളപ്പോൾ, പറയുമായിരുന്നു. അപൂർവമായേ ശിവരാമൻ ഫലിതം പറ ഞ്ഞിരുന്നുള്ളൂ. എന്നാൽ പറയുന്ന നർമങ്ങൾക്ക് അവയുടെ സവിശേ ഷതയുണ്ടായിരുന്നു.

നീണ്ടകാലം അടുത്തിടപെടേണ്ടിവന്നിട്ടും, ഒരിക്കലെങ്കിലും ശിവ രാമനുമായി ഏതെങ്കിലും കാര്യത്തിൽ അഭിപ്രായവ്യത്യാസം എനിക്ക് ഉണ്ടായിട്ടില്ല. ശിവരാമന്റെ വീഴ്ച നിമിത്തം ഏതെങ്കിലും കാര്യം മുടങ്ങു കയോ താമസിക്കുകയോ ചെയ്തതായും എനിക്ക് അനുഭവമില്ല. *മാതൃ ഭൂമി*യിലെ ദീർഘമായ സേവനകാലത്തിനിടയിൽ, ആ സ്ഥാപനത്തിന്റെ ഒരവിഭാജ്യഘടകമായി ശിവരാമൻ മാറിക്കഴിഞ്ഞിരുന്നു. *മാതൃഭൂമി*യിൽ നിന്നു വിട്ട് ശിവരാമനെപ്പറ്റിയോ ശിവരാമനില്ലാത്ത *മാതൃഭൂമി*യെപ്പറ്റിയോ ചിന്തിക്കുക പ്രയാസമാകുന്നു.

ശിവരാമന്റെ കലയെപ്പറ്റി പ്രതിപാദിക്കേണ്ട സന്ദർഭം ഇതല്ല. *മാതൃ ഭൂമി* ജോലിക്കു ചേർന്നശേഷം അദ്ദേഹം മൗലികചിത്രങ്ങൾ വളരെ യൊന്നും വരച്ചതായി എനിക്കറിവില്ല. അദ്ദേഹത്തിന്റെ കലാസൃഷ്ടികൾ ഏറിയകൂറും കഥകളുടെയും നോവലുകളുടെയും ചിത്രണങ്ങളാണ്.

ചിത്രണം ഒരു കലയാണ് – പ്രയോഗിക കല. ചിത്രണങ്ങളുടെ ചില രൂപാന്തരങ്ങൾ മാത്രമായിരുന്നു ശിവരാമനു കാർട്ടൂണു കൾ. വരകൾക്കായിരുന്നു വാക്കുകളേ ക്കാൾ അവയിൽ പ്രാധാന്യം.

ശിവരാമന്റെ നിര്യാണം *മാതൃഭൂമി*ക്ക് അപരിഹാര്യമായ ഒരു നഷ്ടമാണ്. അദ്ദേ ഹത്തിന്റെ സുഹൃത്തുക്കൾക്കാകട്ടെ, പൊരുത്തപ്പെടാനാവാത്ത ഒരു ആകസ്മി കദുരന്തവും.

(*മാതൃഭൂമി ആഴ്ചപ്പതിപ്പ്* 1988 ജൂലായ് 17)

കവിത – *ഇണക്കുരുവികൾ*
കൂത്താട്ടുകുളം മേരിജോൺ
(1967)

അശ്രുപൂജ

തിക്കോടിയൻ

എ എസ് ഫോണിൽ വിളിക്കുന്നു. എനിക്കത്ഭുതം. വെറുതെ സൊള്ളാൻ വേണ്ടി ഇടയ്ക്കും തലയ്ക്കും ഫോണിൽ വിളിക്കുന്ന സ്വഭാവം എ എസിനില്ല. ഒഴിച്ചുകൂടാത്ത കാര്യത്തിനേ വിളിക്കാറുള്ളൂ. കുറഞ്ഞ വാക്കുകളേ പറയാറുള്ളൂ. എന്തിനാവോ വിളിച്ചതെന്ന് വേവലാതിപ്പെടാൻ തുടങ്ങുംമുമ്പ് കാര്യം പറഞ്ഞു:

"നാളെയല്ലേ യൂണിവേഴ്സിറ്റിയിൽ പോകേണ്ടത്? ഫൈനാർട്സ് ഫാക്കൽറ്റിയുടെ മീറ്റിങ്ങല്ലേ?"

"അതെ."

"നമുക്കൊരുമിച്ച് പോകാം."

"പോകാം."

"എപ്പോൾ, എങ്ങനെ പോണം?"

"ശങ്കരപ്പിള്ള വന്നിട്ടുണ്ട്."

ഞാൻ വിശദീകരിച്ചു.

"അദ്ദേഹത്തോടന്വേഷിച്ച് കൃത്യസമയം ഞാൻ വൈകിട്ടറിയിക്കാം. നമുക്കൊരുമിച്ചു പോകാം."

കഴിഞ്ഞു. പിന്നെ ചോദ്യമില്ല.

വൈകിട്ട് വീണ്ടും എ എസ് വിളിക്കുന്നു.

"എത്രമണിക്ക് പോണം?"

"രാവിലെ ഒമ്പതരമണിക്ക്."

"ശരി."

കഴിഞ്ഞു. രാവിലെ ഒമ്പതു മണി. എ എസിന്റെ വിളി പിന്നേയും.

"ഒമ്പതര മണിക്കല്ലേ?"

"അതെ, ഇന്നലെ പറഞ്ഞില്ലേ? ബദ്ധപ്പെടണ്ടാ. സാവകാശം

വന്നോളൂ. ഞങ്ങൾ കാത്തുനിൽക്കാം."

ഒമ്പതരമണി കഴിഞ്ഞു. എ എസ് വന്നില്ല. ഞങ്ങൾ ബസ്സ്റ്റാന്റിലേക്ക് നടന്നു. വഴി നീളെ പരിചയക്കാരോട് മുഴുവൻ പറഞ്ഞേൽപ്പിച്ചു. എ എസിനെ കണ്ടാൽ ബസ് സ്റ്റാന്റിലേക്ക് വരാൻ പറയണമെന്ന്.

ബസ്സ്റ്റാന്റിലെത്തി കാത്തുനിന്നു. എ എസ് വന്നില്ല. യാത്രയിലുടനീളം എ എസിനെക്കുറിച്ചുള്ള ചിന്തയായിരുന്നു. എന്തുപറ്റി? എന്തുകൊണ്ടു വന്നില്ല? പിന്നെ സമാശ്വസിച്ചു. എ എസ് ഒരു കൊച്ചുകുട്ടിയൊന്നുമല്ലല്ലോ. അടുത്ത ബസിലുണ്ടാവും.

യൂണിവേഴ്സിറ്റിയിലെത്തി. സെനറ്റ് ഹാളിലെ യോഗത്തിൽ സംബന്ധിക്കുമ്പോഴും എ എസിനെക്കുറിച്ചുള്ള ചിന്തയായിരുന്നു. ഹാളിന്റെ വാതിൽ ഓരോ തവണ തുറക്കുമ്പോഴും പ്രതീക്ഷയോടെ നോക്കി. എ എസ് ആയിരിക്കും. അല്ലാ, എ എസല്ലാ. തുറന്ന വാതിലിലൂടെ മറ്റു പലരും കടന്നു വന്നു. എ എസ്, മാത്രം വന്നില്ല.

പരിപാടി കഴിഞ്ഞ് മടങ്ങുമ്പോഴും ചിന്ത മുഴുവൻ എ എസിനെക്കുറിച്ചുതന്നെ. ഇനി കാണുമ്പോഴെന്തു പറയുമാവോ? കാത്തുനിന്നില്ലെന്ന് പരിഭവിക്കുമോ? അങ്ങനെ പരിഭവിക്കുന്ന പക്ഷം മറുപടി പറയേണ്ടതെന്തെന്ന് മനസിൽ കണക്കുകൂട്ടി തിട്ടപ്പെടുത്താൻ തുടങ്ങി. ഇല്ല. അങ്ങനെ പരിഭവിക്കുന്ന സ്വഭാവം എ എസിനില്ല. എന്നാലും എന്തുപറ്റിയെന്നറിയാൻ മനസിനൊരു ബദ്ധപ്പാട്.

കോഴിക്കോട്ട് ബസിറങ്ങി. പ്രൊഫസർ ശങ്കരപ്പിള്ളയും ആർട്ടിസ്റ്റ് ദത്തനും ഞാനും നാഷണൽ ബുക്സ്റ്റാളിലെത്തി. മാനേജർ ശ്രീധരൻ സീറ്റിലില്ല. എവിടെപ്പോയെന്ന് തിരക്കിയപ്പോൾ ആരോ പറഞ്ഞു.

"എ എസ് മരിച്ചുപോയി."

"ഏ?" അറിയാതെ തേങ്ങി...

രാവിലെ മുതൽ ആരെ കാത്തിരുന്നുവോ ആ നല്ലവനായ സുഹൃത്ത് ഇനിയൊരിക്കലും വരില്ല. ഒരു ബസും ഇനി അദ്ദേഹത്തെ കാത്തുനിൽക്കേണ്ട ആവശ്യമില്ല. ഒരു വാതിലും അദ്ദേഹത്തിനുവേണ്ടി തുറന്നു വെക്കേണ്ടതുമില്ല.

"ആരറിഞ്ഞുതനുഭൃത്തുകൾക്കു നി-
സ്സാരമേവമസുബന്ധമെന്നഹോ!"

ഏറെ നാളത്തെ പരിചയം. ഏറിയ വാക്കുകൾ അങ്ങോട്ട് പറഞ്ഞു കേൾപ്പിച്ചിട്ടുണ്ട്. എല്ലാം ക്ഷമയോടെ കേൾക്കും. വഴക്കില്ല. എതിരഭിപ്രായമില്ല. സിമ്പോസിയങ്ങളിലും ചർച്ചകളിലും എ എസിനെ കാണാറില്ല. സ്വകാര്യ സംഭാഷണങ്ങളിൽ ചിലപ്പോൾ തുളച്ചു കയറുന്ന കൊച്ചു കൊച്ചു ഫലിതങ്ങൾ പറയാറുണ്ട്. *മാതൃഭൂമി ആഴ്ചപ്പതിപ്പിന്റെ* അവസാനപേജിൽ പ്രത്യക്ഷപ്പെടുന്ന കാർട്ടൂണുകളുണ്ടല്ലോ. അതിലുൾക്കൊള്ളിക്കുന്നപോലുള്ള ഫലിതങ്ങൾ.

കാഴ്ചയിൽ അത്രയൊന്നും പകിട്ടോ കൗതുകമോ ഇല്ലാത്ത, മൂടി തുറുന്നുകിട്ടിയാൽ നിങ്ങളെ മുഴുവനായും പരിമളത്തിൽ മുക്കിക്കളയുന്ന

ഒരു അത്തർക്കുപ്പിയായിരുന്നു എ എസ്. പനിനീർപ്പൂവിൽനിന്ന് വാറ്റിയെടുത്ത കലർപ്പില്ലാത്ത അത്തറായിരുന്നു ആ കുപ്പിയിൽ. അലഞ്ഞു നടക്കുന്ന കാറ്റിന് അപഹരിച്ചെടുക്കാൻ പാകത്തിൽ ആ കുപ്പിയുടെ മൂടി തുറന്നുവെക്കാറില്ല. ബലപ്രയോഗംകൊണ്ട് ആർക്കുമത് തുറക്കാനും കഴിയില്ല. ചില നിമിഷങ്ങളിൽ അത് താനേ തുറക്കും. ആ അസുലഭ നിമിഷത്തിന് ഉടമയാവാൻ കഴിഞ്ഞ മഹാഭാഗ്യത്തെ ഇനി ഓർമയായിട്ടു താലോലിക്കാൻ വിധി കൽപ്പിച്ചിരിക്കുന്നു.

പഞ്ചഭൂതങ്ങൾ വീതിച്ചെടുത്തുകഴിഞ്ഞ ആ സ്വരൂപം ഒരു ചുമർച്ചിത്രമെന്നപോലെ മനസിൽ തെളിഞ്ഞുനിൽക്കുന്നു. നിങ്ങളാരാനും അടുത്തുചെന്നാൽ ഒരു നേരിയ ഞെട്ടലോടെ, തല ഇടത്തോട്ടൽപ്പം ചരിച്ച്, വലത്തെ കൺപുരികമുയർത്തി എ എസ് നിങ്ങളെ നോക്കുമ്പോൾ ആ മുഖത്ത് സന്തോഷമോ ദുഃഖമോ എന്താണ് പ്രതിഫലിക്കുന്നതെന്ന് നിങ്ങൾക്ക് മനസിലാവില്ല. അടുത്ത സ്നേഹിതനാണെങ്കിൽ ഒരു ചെറിയ ചിരി നിങ്ങൾക്ക് നൽകിയെന്നുവരും. അമിതമായ പ്രകടനങ്ങൾകൊണ്ട് അലങ്കോലപ്പെടാത്ത പെരുമാറ്റത്തിനുടമയായിരുന്നു അദ്ദേഹം.

മാതൃഭൂമി എം എം പ്രസിലെ വരാന്ത. സുഹൃത്തുക്കളുടെയും സഹപ്രവർത്തകരുടെയും മധ്യത്തിൽ ചരമശയ്യയിൽ എ എസ് ചലനമറ്റു കിടക്കുന്നു. പുഷ്പചക്രങ്ങൾ വഴിക്കുവഴിയെ വന്നുകൊണ്ടിരിക്കുന്നു. അപ്പോൾ, മൗനം പൊതിഞ്ഞു നിൽക്കുന്ന പുരുഷാരം മുഴുവനും ഏകമനസോടെ ചിന്തിക്കുന്നത് മരണത്തെക്കുറിച്ചാവണം. സമസ്ത ജീവജാലങ്ങളുടെയും അടിവെപ്പിൽ പിഴയ്ക്കാതെ പിന്തുടരുന്ന മരണം. അവിടെ വേദി മുഴുവൻ നിറഞ്ഞ ഒരു കഥാപാത്രമായി വളർന്നു നിൽക്കുന്നു.

വർഷങ്ങൾക്കുമുമ്പ് ദേവനോടൊപ്പം നമ്പൂതിരിയോടൊപ്പം *മാതൃഭൂമി*യിലെ ഒരു കലാകാരനായി പ്രവർത്തിച്ചു തുടങ്ങിയ എ എസ് രേഖാചിത്രങ്ങൾ വരയ്ക്കാനുപയോഗിച്ച മേശ, തൂലിക, മറ്റുപകരണങ്ങൾ, എല്ലാമെല്ലാം ജീവനറ്റപോലെ അവിടെ വിറങ്ങലിച്ചു കിടപ്പുണ്ട്. അമ്മയില്ലാത്ത ഏക മകൾ സുധ വാടിത്തളർന്നിരിപ്പുണ്ട്.

അശ്രുപൂജകളോടെ നമുക്ക് വിട പറയാം. മരിക്കാത്ത നമ്മൾ മരിച്ചവർക്ക് യാത്രയയപ്പ് നൽകാൻ ഒത്തുകൂടി നിൽക്കുന്നു എന്ന് എൻ വി പറഞ്ഞ വാക്കുകൾ ഇവിടെ ആവർത്തിക്കട്ടെ. പ്രിയപ്പെട്ട എ എസ് വിട!

(*മാതൃഭൂമി ആഴ്ചപ്പതിപ്പ്*, 1988 ജൂലായ് 17)

ആദരവോടെ അൽപ്പം

ജി എൻ പിള്ള

എൻ ബി എസിൽനിന്ന് ബ്രാഞ്ചു മാനേജർ ശ്രീധരൻ വിളിച്ചു പറഞ്ഞു:

"എ എസ് നായർ പോയി."

"എപ്പോൾ?"

"ഇപ്പോൾ. എം എം പ്രസിലുണ്ട്. ഉടനെ വന്നാൽ കാണാം. ഒരു മണിക്കൂർ കഴിഞ്ഞാൽ ചെർപ്പുള്ളശേരിയിലേക്ക് കൊണ്ടുപോകും.

ഒന്നും ചിന്തിക്കാനാവാതെ ഓട്ടോറിക്ഷ പിടിച്ച് എം എം പ്രസിലെത്തിയപ്പോൾ ഗെയ്റ്റടച്ചിരിക്കുന്നു. അകത്ത് ആൾത്തിരക്ക്. ഒന്നുമറിയാത്ത മട്ടിൽ വാച്ച്മാനോട് ചോദിച്ചു:

"എന്താണ്? എന്തു സംഭവിച്ചു?"

"എ എസ് നായർ അന്തരിച്ചു."

അകത്തുനിന്ന് അപ്പോഴാണ് മുഖപരിചയമുള്ള ഒരു ചെറുപ്പക്കാരൻ എന്നെ കണ്ടെത്തിയത്. അയാൾ വിളിച്ചു. "ഇങ്ങോട്ടു വരൂ, ഇവിടെ." നന്ദി പറഞ്ഞു മുന്നോട്ടു നടന്നു ചെന്നപ്പോൾ വായുവിൽ വേദനിപ്പിക്കുന്ന പരിമളം. എ എസ് നായർ വിശ്രമിക്കുന്നു. കാൽതൊട്ട് കഴുത്തോളം മൂടിക്കിടക്കുന്ന വെളുത്ത വസ്ത്രം. അടക്കിപ്പിടിച്ച ചുണ്ടുകൾക്കു മുകളിൽ തഴച്ചു നിൽക്കുന്ന നരകലർന്ന മേൽമീശ. കാൽക്കലും തലയ്ക്കലും ചന്ദനത്തിരികൾ. അവ കാറ്റിനോട് മത്സരിക്കുന്നു; കത്തിയെരിഞ്ഞ് ചാരമായി മാറുന്നു. അകത്തുനിന്ന് പൊങ്ങിവന്ന ശക്തമായ തേങ്ങൽ മറച്ചുവെച്ചുകൊണ്ട് ബാലകൃഷ്ണനോട് സംസാരിച്ചുകൊണ്ടിരുന്നപ്പോൾ മനസ്സ് മന്ത്രിച്ചു. ഇതാ ഒരാൾകൂടി തിരോഭവിക്കുന്നു. പരിചയത്തിന്റെ പഴയലോകം ശൂന്യമായി മാറുന്നു.

ഓർമകൾ മറഞ്ഞുപോകുന്നു, ഓർക്കുന്നവരും. എങ്കിലും ജീവിച്ചി

രിക്കെ ചിലപ്പോൾ ചില നിമിഷങ്ങളിൽ വിശദാംശങ്ങളിൽ ശ്രദ്ധിച്ചുകൊണ്ട് വരച്ചുവെച്ച ചിത്രങ്ങൾ കണക്കെ സ്മൃതികൾ തെളിയുന്നു. 1969–ന്റെ ഉത്തരാർധം. മേഘാച്ഛന്നമായ ആകാശം. മൂടിക്കെട്ടിയ പകൽ (ആപ്പീസ്) സമയം കൃത്യം പതിനൊന്നുമണി. ഒറ്റമരത്തിലെ കുരങ്ങനെപ്പോലെ *മാതൃഭൂമി വാരിക*യുടെ ഒരു മൂലയിലിരുന്ന് ചില കവിതകളെടുത്ത് തിരുത്തിക്കുറിക്കാൻ ശ്രമിക്കുമ്പോഴായിരുന്നു ഗോവിന്ദനുണ്ണിയുടെ വിളി. “ഇതാണ് നമ്മുടെ ആർട്ടിസ്റ്റ് എ എസ് നായർ.” പിന്നെ എന്നെക്കുറിച്ച് ചെറിയ വിവരണം. വിധേയതയോടെ ഞാൻ എഴുന്നേറ്റു നിന്ന് കൈകൂപ്പി. ആർട്ടിസ്റ്റാണല്ലോ കൂടുതൽ പരിചയപ്പെടണം. ഞാൻ സൂക്ഷിച്ചുനോക്കി. അതാ എന്റെ മുന്നിൽ മെലിഞ്ഞൊരു മനുഷ്യൻ. ഇരുനിറം. അമ്പുപോലെ തുളഞ്ഞു കയറുന്ന കണ്ണുകൾ. ചുണ്ടിൽ വിടരുന്ന പുഞ്ചിരിയെ ബലമുപയോഗിച്ച് തടഞ്ഞുനിർത്തുന്ന മേൽമീശ.

“വാസുദേവൻനായർ പറഞ്ഞിരുന്നു. ഞാൻ കേട്ടിട്ടുണ്ട്” എ എസിന്റെ മുഖത്ത് പുഞ്ചിരി. എന്തുകൊണ്ടോ എനിക്കാ ചിരി അത്ര പിടിച്ചില്ല. അളന്നുകൊണ്ടെന്നവണ്ണം ഞാൻ ആ കണ്ണിലേക്ക് തറച്ചു നോക്കി. അവിടെ അൽപ്പം കുസൃതിയില്ലേ? “നിങ്ങളെ ഞാൻ പണ്ടേ മനസിലാക്കിയിരിക്കുന്നു” എന്ന ഭാവവും. എ എസ് മടങ്ങിപ്പോയപ്പോൾ ഞാൻ എന്റെ സീറ്റിലിരുന്നു. ആർട്ടിസ്റ്റിന്റെ കണ്ണിൽ മിന്നിമറഞ്ഞ ഭാവത്തെ പിടിച്ചെടുത്ത് അപഗ്രഥിക്കാൻ ശ്രമിച്ചപ്പോൾ വീണ്ടും പിന്നിൽനിന്ന് ഗോവിന്ദനുണ്ണി വിളിച്ചു. “എങ്ങനെയുണ്ട് ആർട്ടിസ്റ്റ്?” “ആ മീശ നന്ന്” ചിരിച്ചുകൊണ്ട് ഞാൻ മറുപടി പറഞ്ഞു.

അപ്പുറത്തെ കണ്ണാടിച്ചില്ലുകൾക്കിടയിലൂടെ എ എസ് എന്നെ നിരീക്ഷിക്കുന്നുണ്ടോ! എനിക്ക് സംശയമായി. ഞാൻ എഴുതുമ്പോൾ, തലയുയർത്തി നോക്കുമ്പോൾ, പുസ്തകം തുറന്നു വായിക്കുമ്പോൾ, ചിന്തിക്കുമ്പോൾ – അങ്ങനെ ഞാൻ പ്രവർത്തിക്കുമ്പോഴൊക്കെയും പക്ഷിനിരീക്ഷകനെപ്പോലെ എ എസ് എന്നെ പഠിക്കുന്നുണ്ടാകുമെന്ന് ഞാൻ തീരുമാനിച്ചു.

ആയിടയ്ക്കാണ് ഒരുതരം വിചിത്രരോഗം എന്റെ കണ്ണുകളെ ആക്രമിച്ച് കീഴടക്കിയത്. രാവിലെ എഴുന്നേൽക്കുമ്പോൾ കണ്ണുകൾ ചുവന്നിരിക്കും. ഏതാണ്ട് നാലുമണിയാകുമ്പോഴേക്കും അതു കുറയും. ചെമ്പരത്തിപ്പൂപോലെ തുടുത്ത കണ്ണുകളുമായി ആപ്പീസിൽ പോകാൻ ഒടുവിലൊടുവിൽ എനിക്കു മടിയായി. അവിടെ എ എസുണ്ട്. ആ മനുഷ്യൻ കണ്ണിലേ നോക്കൂ. ദൃഷ്ടികൾ കൂർപ്പിച്ചുകൊണ്ടുള്ള നോട്ടം. തുടർന്ന് മേൽമീശ കടക്കാനാവാതെ തിരിച്ചു നീന്തുന്ന പുഞ്ചിരി. എ എസ് എന്നെക്കുറിച്ചെന്തോ കരുതുന്നുണ്ട്. എനിക്ക് ബലമായ ശങ്കയായി. മനോരോഗം ബാധിച്ചാലെന്നവണ്ണം വിട്ടുമാറാതെ പിടികൂടുന്ന ശങ്ക.

ഒടുവിൽ ആ ശങ്ക ശരിയായിരുന്നു എന്ന് എനിക്ക് ബോധ്യമായി. എ എസ് എന്നോട് എന്തോ ചോദിക്കാൻ ആഗ്രഹിക്കുകയാണ്. പിന്നെപ്പിന്നെ ആ മുഖഭാവം എനിക്ക് വ്യക്തമായി. പ്രതീക്ഷിച്ചതുപോലെ ഒരി

ക്കൽ എ എസ് വന്ന് എന്റെ മേശയുടെ മുന്നിൽ കസാല വലിച്ചടുപ്പിച്ചിട്ട് ഗമയോടെ ഇരുന്നു. മേശപ്പുറത്തുനിന്ന് എന്റെ പനാമാ സിഗരറ്റ്പാക്കറ്റ് കൈയിലെടുത്ത് തുറന്ന്, അതിലൊന്ന് ചുണ്ടിൽവെച്ച് കത്തിച്ച് പതുക്കെപ്പതുക്കെ പുകവിട്ടുകൊണ്ട് ചോദിച്ചു:

"പിള്ളസാർ സത്യം പറയുമോ?"

"ചിലപ്പോൾ." അമ്പരപ്പോടെ ഞാൻ മറുപടി പറഞ്ഞു.

"എങ്കിൽ പിള്ളസാറിനോട് എനിക്ക് ചിലത് ചോദിക്കാനുണ്ട്."

എ എസിന്റെ മുഖത്ത് ഗൗരവം.

"ക്രോസ് വിസ്താരമൊന്നുമല്ലല്ലോ?"

"ആണെന്നു വെച്ചോളൂ. എന്റെ വക." അപ്പോഴുമില്ല മുഖഭാവത്തിൽ മാറ്റം.

"എങ്കിൽ ചോദിച്ചോളൂ" ഞാൻ തയാറായി. എങ്കിലും മനസിൽ ഭയമുണ്ടായിരുന്നു. എന്താണീ മനുഷ്യൻ ചോദിക്കാൻ പോകുന്നത്? എന്റെ ജീവിതത്തിൽനിന്ന് ഏത് നിഗൂഢമായ സംഭവമാണ് ഇദ്ദേഹം ചൂണ്ടിയെടുത്ത് തന്റെ മനസിൽ സൂക്ഷിച്ചുവെച്ചിരിക്കുന്നത്? കാതുകൾ കൂർപ്പിച്ചിരുന്നപ്പോൾ കൃത്യം വെടിപൊട്ടി.

"നിങ്ങൾ ഹഠയോഗിയാണോ?"

"അല്ല. എനിക്ക് ഹഠയോഗം വശമില്ല."

"നിങ്ങൾ ചരസ് കഴിക്കുമോ?"

"ഇല്ല. ഞാൻ കണ്ടിട്ടുപോലുമില്ല."

"എൽ എസ് ഡി കഞ്ചാവ്?"

"ഇല്ല. എന്റെ ബ്രാൻഡ് പനാമയാണ്, കാശില്ലാത്തപ്പോൾ ഗണേശ് ബീഡിയും."

"എങ്കിൽ ഒരു കാര്യം പറയൂ. പിള്ളസാർ രാവിലെ എപ്പോഴാണ് എഴുന്നേൽക്കുന്നത്?"

"രാവിലെ ഏഴു മണിക്ക്. സെക്കൻഡ്ഷോ കാണുവാൻ പോവുകയാണെങ്കിൽ എട്ടരമണിക്കും."

"ഞാൻ വിശ്വസിക്കുന്നില്ല." എന്റെ മുഖത്ത് തറച്ചു നോക്കിക്കൊണ്ട് എ എസ് പറഞ്ഞു: "നിങ്ങളെക്കുറിച്ച് ധാരാളം കാര്യങ്ങൾ കേട്ടിട്ടുണ്ട്. കേട്ട കാര്യങ്ങൾ വെച്ചുകൊണ്ടാണ് ചോദിക്കുന്നത്. നല്ല മനസുണ്ടെങ്കിൽ പറഞ്ഞാൽ മതി."

പിന്നെ താമസിച്ചില്ല. എ എസ് എഴുന്നേറ്റു. കൈയിലിരുന്ന കടലാസുകൾ അടുക്കിപ്പിടിച്ചുകൊണ്ട് പുറത്തേക്ക് പോവാനുള്ള ഒരുക്കമാണ്. എന്റെ നേർക്കൊരു വട്ടം നോക്കിക്കളയാമെന്നുപോലുമില്ല ഭാവം.

"നിൽക്കൂ" ഞാൻ തടഞ്ഞു. പക്ഷേ, അദ്ദേഹം നിന്നില്ല. ഇനി ഈ മനുഷ്യനെ പറഞ്ഞു വിശ്വസിപ്പിക്കാൻ ശ്രമിച്ചിട്ട് കാര്യമില്ല. ഞാൻ ഉറച്ചു.

അങ്ങനെയായിരുന്നു ഞങ്ങളുടെ ആദ്യത്തെ കൂടിക്കാഴ്ച. അവിശ്വാസത്തിൽ തുടങ്ങി അവിശ്വാസത്തിൽ അവസാനിച്ചു എന്നതായിരുന്നു

അതിന്റെ പൂർണത. എങ്കിലും എനിക്ക് ആശ്വാസമായി. എ എസ് എന്റെ മനോഗതം മനസിലാക്കിയല്ലോ.

പിന്നെ തമ്മിൽ കാണുമ്പോഴൊക്കെ ഞാൻ ചിരിക്കും. കൈയിലിരിക്കുന്ന പനാമാ പാക്കറ്റ് നീട്ടിക്കൊണ്ടു ചോദിക്കും.

“അൽപ്പം ചരസുണ്ട്. കഴിക്കുന്നോ?”

ഒടുവിൽ ഒരുദിവസം ഞാനൊറ്റയ്ക്കിരിക്കുന്ന സമയം നോക്കി എ എസ് ആ രഹസ്യം വെളിപ്പെടുത്തി. അതൊരു കഥയായിരുന്നു. കുസൃതിക്കഥ. അല്ല കാവ്യകൗശലം കൈവശമുള്ള യോഗ്യന്മാരിലാരോ പറ്റിച്ചതായിരുന്നു ആ പണി. ഞാനൊരു ഹഠയോഗിയാണെന്നും കൃത്യം ബ്രാഹ്മമുഹൂർത്തത്തിലെഴുന്നേറ്റ് കഴുത്തറ്റം വെള്ളത്തിൽ നിന്നുകൊണ്ട് ജപിക്കുമെന്നും സഹസ്രാരകമലം വിടർന്ന് താഴോട്ടൊഴുകുന്ന മധു പ്രണവമന്ത്രത്തോടെ പഠനം ചെയ്യുമെന്നും മറ്റുമായിരുന്നു ആ സരസ്വതീ വിലാപം. ഞാൻ ഇങ്ങെത്തുന്നതിന് മുമ്പുതന്നെ കഥകൾ ആപ്പീസിലെത്തി എന്നെ കാത്തിരുന്നു എന്നതായിരുന്നു ഇവിടെ അത്ഭുതം.

കണ്ടിട്ടും കാണാതെ പോകുന്നു. അങ്ങനെയാണല്ലോ മനുഷ്യപ്രകൃതം. കാണാൻ എത്രപേർ ശ്രമിക്കുന്നു? അഥവാ ശ്രമിച്ചാൽത്തന്നെ ആരിതിൽ വിജയിക്കുന്നു? നിത്യനൈമിത്തിക ക്രിയാകലാപങ്ങളുടെ ചുഴിയിൽ മുങ്ങിത്താഴുമ്പോൾ മറ്റൊന്നിനും സമയം കിട്ടാതെ പോകുന്നു. ഇതാണ് വാസ്തവം. വെറുമൊരു ആർട്ടിസ്റ്റ്. അതിൽ കവിഞ്ഞ എന്തെങ്കിലുമായിരുന്നുവോ ശിവരാമൻ? പലവട്ടം ഞാൻ എന്നോടുതന്നെ ചോദിച്ചിട്ടുണ്ട്?

അക്കാലത്ത് ശിവരാമൻ ജീവിച്ചിരുന്നു. വരച്ചിരുന്നു. പൊതുവേ അസാധാരണരാണല്ലോ ആർട്ടിസ്റ്റുകൾ. എന്നാൽ, കലാകാരന്റെ പ്രതിഭാശക്തിയിൽ കവിഞ്ഞ ചിലത് എ എസ് എന്ന ആർട്ടിസ്റ്റിലുണ്ടായിരുന്നു. ജീവിതത്തിന്റെ പരുക്കൻ ഭാരത്തെ ചുമലിലേറ്റാനും നിസ്സംഗതയോടെ മുന്നോട്ടു നീങ്ങാനും പോന്ന തന്റേടമായിരുന്നു അത്. യാതനാമയമായ ജീവിതാനുഭവങ്ങളിൽ സ്ഫുടപാകം ചെയ്തെടുത്ത ഒന്നായിരുന്നു എ എസിന്റെ ബുദ്ധി. മുന്നിൽ വരുന്ന ആരെയും ഒറ്റനോട്ടത്തിൽ മനസിലാക്കും എ എസ്. അറിഞ്ഞുകൊണ്ടു മിണ്ടാതിരിക്കുക, ചതിയറിഞ്ഞുകൊണ്ട് ചതിയിൽ പെടുക ഈ കാര്യത്തിൽ വിദഗ്ധനായിരുന്നു അദ്ദേഹം. തന്നെക്കുറിച്ച് തെറ്റായ വിധത്തിൽ ചിന്തിക്കുന്ന വ്യക്തികളുടെ മണ്ഡലത്തിലും അദ്ദേഹം വിഹരിക്കും. താളം തെറ്റാതെ അവരോട് സംസാരിക്കും. തന്നെ ചതിച്ച് പണം ചോദിക്കുന്നവർക്ക് കൊടുക്കാൻ, മടികൂടാതെ കടം ചോദിക്കും. ഒരിക്കൽ താനറിയുന്ന ഒരു വൻ ചതിയുടെ കഥ തന്റെ വകുപ്പുമേധാവിയുടെ മുന്നിൽ പറയാതെ മാറി നിന്ന എ എസിനെതിരെ ഞാൻ കലമ്പുകയുണ്ടായി. ഉത്തരം ഒരു ചിരിയായിരുന്നു. നിശ്ശേഷം തണുത്ത ശബ്ദത്തിൽ അദ്ദേഹം പറഞ്ഞു: “അത്തരം കാര്യങ്ങൾ ജി എൻ പിള്ളയ്ക്കു പറയാൻ കഴിയും. എ എസിനു പറയാൻ പറ്റില്ല.” എങ്ങോട്ടാണ് ഊന്നൽ എന്നത് വ്യക്തമായിരുന്നു. എന്റെ

നിലയായിരുന്നില്ലല്ലോ അദ്ദേഹത്തിന്റേത്. ഏറെ ചിന്തിച്ചതിനുശേഷം ഞാൻ അദ്ദേഹത്തിന്റെ സീറ്റിൽ ചെന്ന് മാപ്പു പറഞ്ഞു മടങ്ങുകയാണ് ചെയ്തത് – അദ്ദേഹം അതു സമ്മതിച്ചില്ലെങ്കിലും.

നന്നെ ചെറുപ്പത്തിൽ ചെണ്ടകൊട്ടായിരുന്നു എ എസ് പഠിച്ചിരുന്നത്. എന്നാൽ താളം വലിച്ചെറിഞ്ഞപ്പോഴാണ് ചായം കൈയിലേക്കു വന്നത്. പക്ഷേ, മോഹം! അതൊരിക്കലും വിട്ടു കളഞ്ഞിരുന്നില്ല അദ്ദേഹം. വളർന്നപ്പോഴും പോകാൻ മടിച്ചു വിരലിൽ നിന്നിരുന്നു, ആ പഴയ കണക്കുകൾ, എണ്ണങ്ങൾ. *മാതൃഭൂമി* (പഴയ) *ആഴ്ചപ്പതിപ്പി*ന്റെ മുന്നിൽ സന്ദർശകർക്കുവേണ്ടി നിക്ഷേപിച്ചിരുന്ന സെറ്റിയിലിരുന്നുകൊണ്ട് രസത്തോടെ അദ്ദേഹം കൈവിരൽകൊണ്ട് കൊട്ടും. കൂടെ കൊട്ടാൻ ഒരു വാദ്യവിദഗ്ധനുണ്ടായിരുന്നു. അത് ഞാനായിരുന്നു. ഹരം പിടിച്ച മേളക്കൊഴുപ്പിനുശേഷം ആത്മഗതമെന്നോണം ഒരിക്കൽ അദ്ദേഹം പറഞ്ഞു: "ഒരു വട്ടം ഒരു തായമ്പക.... അതൊരാഗ്രഹമായിരുന്നു സാധിച്ചില്ല." കേട്ടപ്പോൾ വേദന തോന്നി. എങ്കിലും അത് മനസിലാക്കാത്ത മട്ടിൽ ഞാൻ ചോദിച്ചു: "നിങ്ങൾക്കിത്രയും താളബോധമുണ്ടല്ലോ. ഇതൊന്നു ചാലിച്ചെടുത്തുകൂടെ സ്വൽപ്പം ചായത്തിൽ?"

"വേണ്ടതാണ്" എ എസ് നായർ ചിരിച്ചു. "വേണമെന്നുവെക്കുക, എന്നിട്ടൊരു വട്ടം പറയുക. അത്രയുംകൊണ്ട് മതിയാകും അല്ലേ?" ആ വാക്കുകൾ അകത്തുനിന്നായിരുന്നു വന്നത്. അതിനപ്പുറത്തേക്കു കടന്ന് എന്തെങ്കിലും പറയാൻ ശക്തിയില്ലായിരുന്നു എനിക്ക്.

ഏറെ കയ്പ്പു കഴിക്കുമ്പോൾ മധുരത്തെ വെറുക്കുന്നു. ജീവിതത്തെ സംബന്ധിച്ചിടത്തോളം വിഷാദാത്മകനായിരുന്നു എ എസ്. ചോദിക്കാതെ കിട്ടുന്ന കയ്പും വെറുപ്പും ചേർന്ന ഈ കഷായം എന്തിന്? തന്നിൽത്തന്നെ പൊട്ടിത്തെറിച്ചിരുന്നു അദ്ദേഹം.

കൊതിയെടുക്കുന്ന ജീവിതം ഒരു നീറ്റലായാലോ? പറക്കാൻ വിടർത്തിയ ചിറകുകളിലൂടെ തീനാളം പടർന്ന് കത്തിയാലോ? എങ്ങുമില്ല തണൽ. എവിടെയും ശൂന്യതമാത്രം. അത്തരം സ്വപ്നരഹിതമായ ഒരു മേഖലയിലിരുന്നുകൊണ്ട് ഒരു കാലത്ത് എ എസ് ജീവിതത്തിന്റെ വ്യർഥതയെക്കുറിച്ച് ചിന്തിച്ചു. ആത്മഹത്യയെക്കുറിച്ച് ചിന്തിച്ചു. മെഴ്സി കില്ലിങ്ങിനുവേണ്ടി വാദിച്ചു. ഏതാശയത്തിനും വേണമല്ലോ ഒരു പ്രതിധ്വനി. എന്തുകൊണ്ടോ എന്നെയാണ് തന്റെ പുതിയ ആശയങ്ങൾ എറിഞ്ഞുടയ്ക്കാൻ പറ്റിയ കരിങ്കല്ലായി അദ്ദേഹം കണ്ടത്. ഒരുപക്ഷേ, എന്റെ പരുക്കൻ സ്വഭാവം തന്നെയാവാം അതിനു കാരണം.

"പിള്ളസാറിനോട് സ്വൽപ്പം വാദിക്കാനുണ്ട്. ഞാനിതാ വരുന്നു." അദ്ദേഹം കാന്റീനിലേക്ക് പോകും. തിരിച്ചു വന്നാൽ പിന്നെ തർക്കമായി. ഏറ്റുമുട്ടലായി. ശാഠ്യക്കാരനായ കുട്ടിയെപ്പോലെ 'തന്നത്താനടിച്ചു'കൊണ്ടായിരിക്കും പലപ്പോഴും ആരംഭം. അവിടെ വിട്ടുവീഴ്ചയില്ല. നിന്ന നിലയിൽനിന്ന് പറഞ്ഞ വാക്യത്തിൽനിന്ന് മാറ്റമില്ല. യുക്തിയിലേക്ക് വരാതെ മാറിക്കളിക്കുന്നത് കണ്ടപ്പോൾ ഞാനൊരിക്കൽ ചിരിച്ചുകൊണ്ട് വാദം

പ്രതിവാദമായി ഉപയോഗിച്ചു. "എന്തുകൊണ്ട് മെഴ്സി കില്ലിങ്?" "എന്റെ ജീവിതം വേദനയായതുകൊണ്ട്" മറുപടി. "എങ്കിൽ ജീവിതത്തെ ഒന്ന ടങ്കം സാമാന്യപൂർവം അവസാനിപ്പിച്ചുകൂടെ?" എന്റെ ചോദ്യം. അൽപ്പ നേരം ഗാംഭീര്യത്തോടെ നോക്കിനിന്നതിനുശേഷം എ എസ് പറഞ്ഞു. "ഇതൊരു കെണിയാണ്. ഞാൻ വീണ്ടും വരുന്നുണ്ട്." പിന്നെ കുറെ ദിവസത്തേക്ക് തർക്കമുണ്ടാവില്ല. എന്നാൽ ഒരാഴ്ച കഴിഞ്ഞ് പഴയതു പോലെ ചിരിച്ചുകൊണ്ട് പറഞ്ഞു: "അങ്ങനെ കാര്യമൊന്നും അവസാ നിച്ചിട്ടില്ല. നമുക്കിന്നിത്തിരിനേരം സംസാരിക്കണം; പക്ഷേ, ഇങ്ങനെ പോരാ. ഇത്തിരിക്കൂടി ഏകാന്തത വേണം. പിള്ളസാർ വരുന്നോ എന്റെ വീട്ടിലേക്ക്. നമുക്കവിടെ കൂടാം."

"ശരി. ഞാൻ വന്നേക്കാം."

"എന്തെങ്കിലും കരുതിവെക്കണോ?"

"പൂർണകുംഭമാണോ? പേടിക്കണ്ട. ഞാൻ തന്നെ എഴുന്നള്ളിച്ചു കൊണ്ടു വന്നേക്കാം."

മനോഹരമായ തിരുവാതിരക്കാലം. നിലാവിൽ മധുപെയ്യുന്ന കുളിർ ന്ന രാത്രി. നീറിപ്പിടിച്ചും ലഹരിപിടിച്ചും നീങ്ങുന്ന സംഭാഷണം. അതൊരു തുറക്കലായിരുന്നു. ഹൃദയത്തിന്റെ തുറക്കൽ. ഒരുപക്ഷേ, ഏറെ പറഞ്ഞു തളർന്നതുകൊണ്ടാവാം കുറച്ചു കഴിഞ്ഞപ്പോൾ അദ്ദേഹം മൂകനായി.

"ഇനി പോയി കിടക്കൂ എ എസ്, നിങ്ങൾ വല്ലാതെ ക്ഷീണിച്ചിരി ക്കുന്നു" ഞാൻ പറഞ്ഞു.

"പിള്ളസാറോ?"

"ഞാൻ ഇവിടെ ഇരുന്നുകൊള്ളാം. ഈ ആകാശത്തിൽ നോക്കി ക്കൊണ്ട്."

വെളുക്കുന്നതിനു മുമ്പുതന്നെ എ എസ് ഉണർന്നു. സന്തോഷഭരിത മായിരുന്നു ആ മുഖം. ചിരിച്ചുകൊണ്ട് അൽപ്പം ഗാംഭീര്യത്തോടെ അദ്ദേഹം എന്നോടു പറഞ്ഞു: "എനിക്ക് ലക്ഷ്യമില്ലെന്ന് പിള്ളസാർ കരു തരുത്. എനിക്കുമുണ്ട് ലക്ഷ്യം."

കിഴക്ക് പൊട്ടി വിടർന്ന പ്രഭാതം. അകലെനിന്ന് ചൂളം വിളിച്ചെ ത്തുന്ന ഖനിയുടെ ആരവം.

"ശരി, സന്തോഷം. നമുക്കിനി തർക്കം വേണ്ടല്ലോ. ഓഫീസിൽവെച്ച് കാണാം." ഞാൻ ഇറങ്ങി നടന്നു.

സമ്പന്നമായിരുന്നു എന്നും *മാതൃഭൂമി*യുടെ കലാപാരമ്പര്യം. ആർട്ടിസ്റ്റ് ദേവൻ, നമ്പൂതിരി, എ എസ് - ചിത്രകലയിലെ വൻകിട ക്കാർക്കുതന്നെയായിരുന്നു അവിടെ ആധിപത്യം. *മാതൃഭൂമി* ചിത്രകാര ന്മാരെ മാനിച്ചിരുന്നുവോ? മാനിച്ചിരുന്നു എന്നുതന്നെയാണ് എന്റെ അനു ഭവം. യശഃശരീരനായ വി എം നായർ പലപ്പോഴും പറയാറുണ്ടായിരു ന്നു. "ആരാണ് ആ കണ്ണാടിക്കൂടിനപ്പുറത്തിരിക്കുന്നതെന്ന് അറിയാമോ? രണ്ടു രത്നങ്ങളാണ്. അവർക്കെന്താണ് ചെയ്യാൻ വയ്യാത്തത്?" കേരള

ത്തിന് പുറത്തുപോകുന്ന സന്ദർഭങ്ങളിൽ *മാതൃഭൂമി*യിലെ ഇലസ്ട്രേഷനെക്കുറിച്ച് കിട്ടുന്ന പ്രശംസാവാക്യങ്ങളായിരുന്നു അദ്ദേഹത്തെ കോരിത്തരിപ്പിച്ചിരുന്നത്. കണ്ണാടിച്ചില്ലുകൊണ്ട് മറച്ച ചെറിയ മുറി. മുറിക്കുള്ളിൽ അത്ഭുതങ്ങൾ സൃഷ്ടിക്കാൻ കഴിവുള്ള രണ്ട് കലാകാരന്മാർ. ആശ്ചര്യത്തോടെ അവരെ കാണാനും പരിചയപ്പെടാനും വന്നെത്തുന്ന ആരാധകർ! പലപ്പോഴും സന്തോഷത്തോടെ നോക്കിനിന്നിട്ടുണ്ട് ഞാൻ ഈ രംഗം. എത്ര അനായാസമായിട്ടാണ് നമ്പൂതിരിയുടെ തൂലിക ചലിക്കുന്നത്. രൂപങ്ങൾ വിടരുന്നത്. സത്യത്തിൽ അതൊരു സമ്മോഹനമാണ്. കണ്ണിലൂടെ കടന്ന് ഹൃദയത്തെ പിടിച്ചുലയ്ക്കുന്ന തന്ത്രം. നമ്പൂതിരിയുടെ ചിത്രരചനാ രീതിയെക്കുറിച്ച് വാചാലതയോടെ സംസാരിക്കാറുണ്ടായിരുന്നു എ എസ്. “നോക്കൂ അയാളുടെ ഡ്രോയിങ്. ആർക്കിങ്ങനെ വരയ്ക്കാൻ കഴിയും? കഴിയില്ല, എളുപ്പത്തിൽ കഴിയില്ല.” എന്നാൽ അപ്പുറത്ത് എ എസിന്റെ ചിത്രങ്ങളിലോ? അവിടെ സമ്മോഹനത്തിനല്ല യാഥാർഥ്യത്തിനാണ് സ്ഥാനം. വ്യക്തിത്വത്തിന്റെ വ്യത്യാസം തന്നെയാണ് ഇതിന് അടിസ്ഥാനം. നല്ലൊരളവോളം പരുക്കനാണ് എ എസിന്റെ ശൈലി. വരകളിൽ കരുത്ത്. അതാണ് അദ്ദേഹത്തിന്റെ മുദ്രാവാക്യം. പരുപരുത്ത യാഥാർഥ്യങ്ങളെ കരുത്തുള്ള രേഖകളിലൂടെ വരച്ചിടാനായിരുന്നു അദ്ദേഹത്തിന് ആവേശം. പക്ഷേ, അസാധാരണമാം വണ്ണം തെളിഞ്ഞു നിൽക്കുന്ന കറുപ്പിനോടുള്ള ആ ആസക്തി സാധാരണക്കാരായ ദർശകന്മാരെ കുറഞ്ഞൊന്നു പേടിപ്പിച്ചു നിർത്തിയിരുന്നില്ലേ? ചിന്തിക്കേണ്ട കാര്യമാണിത്. ഇതിന് നേരെവിപരീതമായി വരച്ചിട്ട സന്ദർഭങ്ങളും ഇല്ലെന്നില്ല. അതിനൊരു തെളിവാണ് ഒരിക്കൽ ഒ എൻ വി കുറുപ്പിന്റെ കവിതയ്ക്കുവേണ്ടി വരച്ച ഒരു ഇലസ്ട്രേഷൻ. നേർത്ത രേഖകൾകൊണ്ടും സൂചനകൾകൊണ്ടും വിടർത്തിയെടുത്ത മനോഹരമായ ഒരു പ്രഭാതം. ഏറെക്കാലം എന്റെ കൈയിലുണ്ടായിരുന്നു ആ ചിത്രം. “ഇതൊരു ക്യാൻവാസിലേക്ക് പകർത്തിക്കൂടേ?” ഞാനദ്ദേഹത്തോട് ചോദിച്ചു. “അതൊന്നും ഇപ്പോൾ സാധിക്കില്ല പിള്ളസാർ” ശാന്തനായി എ എസ് മറുപടി പറഞ്ഞു.

ജീവിതം ഒരു വേദനയാണല്ലോ. വേദനിക്കുന്നവർ ചിരിക്കാൻ ശ്രമിക്കുന്നു. ചിലപ്പോൾ വേദനയെ ചിരിയാക്കി മാറ്റിക്കൊണ്ട് പലപ്പോഴും വേദനയിൽ നിന്നൊഴിഞ്ഞു മാറിക്കൊണ്ട്. അതെന്തായാലും എ എസിനു ചിരി ഇഷ്ടമായിരുന്നു, എനിക്കും. സമാനഹൃദയന്മാർ തമ്മിലാണല്ലോ സഖ്യം. ഒരിക്കൽ ഞങ്ങൾ രണ്ടുപേരും ഒരു ചിരിയുടെ അടിസ്ഥാനത്തിൽ യോജിക്കുകയുണ്ടായി. ഈ സഖ്യത്തിന്റെ പരിണതഫലമായിരുന്നു ഒരു കാർട്ടൂൺ പരമ്പര “രാമായണ.” ആശിച്ചതിൽ കവിഞ്ഞ സംതൃപ്തി അതിൽ ഞങ്ങൾക്കുണ്ടായി. “നല്ലതും കൊല്ലുന്നതു”മായിരുന്നു കാർട്ടൂൺ എന്ന് ഞങ്ങളോടുതന്നെ പലരും പറയുകയുണ്ടായി.

പെട്ടെന്നാണ് *മാതൃഭൂമി*യിൽ മാറ്റങ്ങൾ പ്രത്യക്ഷപ്പെട്ടത്. പുതിയൊരു തലമുറയുടെ രംഗപ്രവേശവും പഴയ തലമുറയുടെ തിരോധാന

വുമായിരുന്നു ഫലത്തിൽ അത്. കാലം മാറുമ്പോൾ സ്ഥാനം മാറുന്നു. സ്ഥാപനങ്ങൾ മാറുന്നു. *മാതൃഭൂമി*യിലും അങ്ങനെ തന്നെയായിരുന്നു പരിണാമം. ഏറെക്കാലമായി കോഴിക്കോട്ട് പ്രവർത്തിച്ചുപോന്ന *മാതൃഭൂമി* വീക്കിലി തിരുവനന്തപുരത്തേക്ക് മാറ്റാനായിരുന്നു അധികാരികളുടെ തീരുമാനം. തലസ്ഥാനനഗരിയിലേക്കു പോകുന്നതിന് മുമ്പൊരു ദിവസം യാദൃച്ഛികമായി ഞങ്ങൾ തമ്മിൽ കണ്ടുമുട്ടി.

"പിള്ളസാർ വരില്ല, അല്ലേ?"

"നിങ്ങൾക്കെന്തു തോന്നുന്നു?"

"ഇല്ല, നിങ്ങൾ വരില്ല."

"ശരിയാണ്, ഞാൻ വരില്ല, സന്തോഷത്തോടെ എ എസ് പോവുക. തിരിച്ചു കോഴിക്കോട്ടു വരുമ്പോൾ സൗകര്യമുണ്ടെങ്കിൽ ഒരു വട്ടം വന്നു കാണുക. ഞാൻ ഇവിടെത്തന്നെയുണ്ടായിരിക്കും."

പക്ഷേ, കോഴിക്കോട്ടുകാരനല്ലല്ലോ എ എസ്. അദ്ദേഹം വരികയുണ്ടായില്ല. ഒടുവിൽ ആഴ്ചപ്പതിപ്പ് തിരിച്ചു വന്നപ്പോഴോ? വഴിയിൽവച്ചു പോലും എ എസിനെ കാണാൻ കഴിഞ്ഞില്ല എന്നു പറയുന്നതാവും കൂടുതൽ പരമാർഥം. എങ്കിലും ഒരിക്കൽ ഒരാവശ്യം പ്രമാണിച്ച് ഇരുമ്പയം ജോർജുമൊന്നിച്ച് ഞാൻ അദ്ദേഹത്തെ ബിലാത്തിക്കുളത്തുള്ള വസതിയിൽച്ചെന്ന് പിടികൂടുകയുണ്ടായി. 'സാഹിത്യ നിരൂപണ'ത്തിന് ഒരു നല്ല കവർ വേണം. അതായിരുന്നു ആവശ്യം. "ഞാനേറ്റു. രണ്ടാഴ്ചക്കകം കവർ വന്ന് വാങ്ങിച്ചുകൊള്ളൂ." ആണയിട്ട് അദ്ദേഹം ഞങ്ങളെ വിശ്വസിപ്പിച്ചു. ആഴ്ചകളും മാസങ്ങളും കഴിഞ്ഞു. പലവട്ടം *മാതൃഭൂമി*യിലേക്ക് ഫോൺ ചെയ്തു. പക്ഷേ, എ എസും കവറും വന്നില്ല. ഒടുവിൽ ഞങ്ങൾ 'നമ്പൂതിരിയെ' ശരണം പ്രാപിച്ചു. കാര്യം സാധിച്ചു. പിന്നെയും മാസങ്ങൾ കഴിഞ്ഞ് ഒരു കല്യാണപ്പന്തലിൽ വെച്ചായിരുന്നു ഞങ്ങൾ തമ്മിൽ കണ്ടുമുട്ടിയത്. അടുത്തു കണ്ടപ്പോൾ എ എസ് പൊട്ടിച്ചിരിച്ചു. എ എസിന്റെ സ്വഭാവമറിയാവുന്നതുകൊണ്ട് ഞാനും. ആ വൈഷമ്യം അങ്ങനെ തീർന്നു. പിന്നീട് ഏറെക്കാലത്തേക്ക് എ എസിനെക്കുറിച്ച് യാതൊരു വിവരവുമില്ലായിരുന്നു. അങ്ങനെ തികച്ചും യാദൃച്ഛികമായാണ് ഒരു ദിവസം പെരുവഴിയിൽവച്ച് അദ്ദേഹം എന്നെ പിടികൂടിയത്.

"അറിഞ്ഞോ?"

"എന്ത്?"

"ആഴ്ചപ്പതിപ്പ് പഴയ സ്ഥലത്തേക്ക് മടങ്ങി വന്നിരിക്കുന്നു."

"എങ്ങോട്ട്!"

"എം എം പ്രസിലേക്ക്."

"വീണ്ടും തലസ്ഥാനം ഡൽഹിയിലേക്ക്? സ്ഥലക്കുറവോ, ജലക്കുറവോ എന്താണ് കാരണം?"

"ഇപ്പോൾ എങ്ങോട്ടാണ്."

"ഊവനിങ് വാക്കിന്."

"അതു കഴിഞ്ഞാൽ."

“ഇരുട്ടിന് മുമ്പ് വീട്ടിലെത്തണം. അങ്ങനെയാണ് തീരുമാനം.”

“വരുന്നോ?”

“എങ്ങോട്ട്?”

“ഞാൻ താമസിക്കുന്ന സ്ഥലത്തേക്ക്.”

“വരാം. ഇപ്പോഴില്ല.”

“വരണം.”

“നിശ്ചയമായും.”

പിന്നീട് കേട്ടത് അദ്ദേഹത്തിന്റെ ചരമവാർത്തയാണ്. എ എസിന്റെ ക്ഷണം ഇപ്പോഴും എന്റെ മനസിലുണ്ട്.

(*മാതൃഭൂമി ആഴ്ചപ്പതിപ്പ്*, 1988 ജൂലായ് 17)

ഒരു കഥാചിത്രം

എ എസ്

എം എൻ വിജയൻ

ഏറെ അലഞ്ഞതിനുശേഷമാണ് ഒരു മോഡലിനെ ഹാളിൽ എത്തിക്കാൻ ഞങ്ങൾക്ക് കഴിഞ്ഞത്. നഗരത്തെരുവുകളിൽ ഒന്ന് ചുറ്റിയാൽ അയാൾക്ക് അഞ്ചു റുപ്പികയിലധികം കിട്ടും. ടാഗോറിൽനിന്ന് ആ വൃദ്ധനിലേക്ക് ഒരു കവിതയുടെ ദൂരം മാത്രമേയുള്ളൂ. തന്നെ, തെറിച്ച കലാലയ വിദ്യാർഥികൾപോലും ആദരിക്കുന്നു എന്ന തോന്നലാണ് ചെറിയ ഒരു തുകയ്ക്ക് വഴങ്ങാൻ അയാളെ പ്രേരിപ്പിച്ചത്. മോഡലില്ലാതെ, നോക്കി വരയ്ക്കാതെ, അനാട്ടമി അറിയാതെ നേരെ പ്രസ്ഥാന നായകന്മാരാകുന്നവരോട് എ എസിന് വെറുപ്പായിരുന്നു. എ എസായിരുന്നു ഞങ്ങളുടെ കോളേജിലെ ചിത്രകലാ ക്യാമ്പിന്റെ ഡയറക്ടർ. വിട്ടുവീഴ്ചയില്ലാത്ത അധ്യാപകൻ. ആകസ്മികമായി അവിടെ എത്തിയ ഒരു ജർമൻ ചിത്രകാരനെക്കൊണ്ടുപോലും എ എസ് ആ യാചകന്റെ രൂപം വരപ്പിച്ചു.

ഈ ദൃഢത എ എസിന്റേതായിരുന്നു. അമ്പതുകളിൽ ട്രിപ്ലിക്കേനിലെ ബൽസ് റോഡിൽ *ജയകേരള*ത്തിന്റെ പരുത്ത തറയിൽ അദ്ദേഹം പടിഞ്ഞിരുന്ന് ചിത്രങ്ങൾ വരച്ചു. തടിച്ച വരകൾ, ആഴ്ന്ന ഓർമകൾ, തെളിഞ്ഞ മുഖങ്ങൾ, ഓലയിൽ എഴുത്താണികൊണ്ടെന്നപോലെ, മായാത്ത ചാലുകളിൽ അദ്ദേഹം മലയാളിയുടെ ഇച്ഛയുടെ രൂപങ്ങൾ വരച്ചു. ഉറച്ച വരകൾ, ഉറച്ച വാക്കുകൾ, ഉറച്ച പേശികൾ, ഉറച്ച ക്രുദ്ധമായ മുഖഭാവങ്ങൾ, ഒരു നീണ്ട ജീവിതത്തിന്റെ കണ്ണീരുംപോലും എ എസിൽ ഉറച്ച് കടുത്തുനിന്നിരുന്നു. ക്യാമ്പിൽ വൈകുന്നേരമായപ്പോൾ എ എസ് വന്നു.

"കൊട്ടാരത്തിൽ വിരുന്ന് വിളിച്ചിട്ടുണ്ട്. എന്നാലും നിങ്ങളുടെ വീട്ടിലെ കഞ്ഞി കുടിക്കാം." നടന്ന് റെയിലോരത്തുള്ള വീട്ടിലെത്തുമ്പോൾ ഞങ്ങളെ സ്വീകരിച്ചത് ഒരു കുറുക്കനും കുടുംബവുമായിരുന്നു.

എ എസ് പകച്ചുപോയി. എന്റെ വീട്ടിനു ചുറ്റും കുറുക്കന്മാരുടെ ശുദ്ധവും മിശ്രവും ആയ കുടുംബങ്ങൾ പാർത്തിരുന്ന കഥ അദ്ദേഹത്തിനറിയില്ലായിരുന്നു. അവയെക്കുറിച്ച് ഗവേഷണം നടത്തണമെന്നായിരുന്നു നീലകണ്ഠന്റെ ആഗ്രഹം. നായ്ക്കുണ്ടായ ഒരു കുറുനരിയെ ഞങ്ങൾ പോറ്റുകയും ചെയ്തിരുന്നു.

കഞ്ഞികുടിച്ച് പിരിയുമ്പോൾ എ എസ് പറഞ്ഞു: "നിങ്ങൾക്കും കുറുക്കനും മാത്രം പാർക്കാൻ പറ്റിയ ഇടമാണിത്." എ എസിന്റെ സ്നേഹവും പരുഷമായിരുന്നു.

എ എസിന്റെ വൈലോപ്പള്ളി സ്കെച്ച്

ഭൗതിക മാധ്യമങ്ങളിൽ പ്രവർത്തിക്കുന്നതുകൊണ്ടാകണം അവർ അർഹിക്കുന്ന ആദരം നാം നൽകാതിരിക്കുന്നത്. അനുഭവങ്ങളുടെയും ആഗ്രഹങ്ങളുടെയും രൂപങ്ങൾ നിർമിക്കുന്നവരെ ബുദ്ധിജീവികളായി അംഗീകരിക്കാൻ നമുക്കിപ്പോഴും മടിയാണ്. കവികളെ ചുമലിലേറ്റി നടക്കുന്നവർ ശിൽപ്പികളെ കൂടെ നടത്താൻപോലും താൽപ്പര്യപ്പെടാറില്ല. നാവുകൊണ്ട് ചിത്രം വരയ്ക്കുന്നവരാണ്, ചിത്രംകൊണ്ട് ലോകം രചിക്കുന്നവരല്ല ഇവിടെ ശ്രദ്ധേയരായിത്തീരുന്നത്.

അജന്താചിത്രങ്ങളിൽ കാണുന്നതുപോലെ തടിച്ച വരകൾകൊണ്ട് ഘനമാനമുണ്ടാക്കുകയാണ് എ എസിന്റെ സാങ്കേതിക രീതി. കറുപ്പും വെളുപ്പും അദ്ദേഹം നിശിതമായി തിരിച്ചറിഞ്ഞു. അനാട്ടമിയുടെ ഡിസ്ട്രോഷൻ ഉപയോഗിച്ച് ത്രിമാനബോധമുണ്ടാക്കുന്ന സഹോദര ചിത്രകാരന്മാരുടെ മാർഗം എ എസിന് സ്വീകാര്യമായിരുന്നില്ല. വരകൾ ഗദ്യാത്മകമാക്കുകയല്ല, തറപ്പിച്ചു നിർത്തുകയാണ് അദ്ദേഹം ചെയ്തുപോന്നത്. പലപ്പോഴും കട്ടൗട്ടുകൾപോലെ അവ താളുകളിൽ എഴുന്നു നിന്നു. താൻ ഒരു ഖരപദാർഥമാണ് എന്ന് എ എസ് എപ്പോഴും ചിത്രങ്ങളിൽക്കൂടി പറഞ്ഞുകൊണ്ടിരുന്നു. ഏതാൾക്കൂട്ടത്തിലും താൻ നിർഭയമായ ശക്തിയായി എഴുന്നു നിൽക്കുന്നു എന്ന് എ എസ് നമ്മെ ബോധ്യപ്പെടുത്തിക്കൊണ്ടേ ഇരുന്നു.

ഇന്ന്, തിരിഞ്ഞുനോക്കുമ്പോൾ ധീരനായ ഈ കലാകാരൻ ഒരു മഹാപ്രസ്ഥാനത്തിന്റെ ഭാഗമായിരുന്നു എന്നും അദ്ദേഹം വരച്ചുകൊണ്ടിരുന്നത് ചരിത്രത്തിന്റെ ഭൂപടമായിരുന്നു എന്നും നാം തിരിച്ചറിയുന്നു.

24 ജൂലൈ 1988

(വിജയൻമാഷുടെ *കാഴ്ചപ്പാട്* പുസ്തകത്തിൽനിന്ന്)

എ എസ് ചിത്രങ്ങൾ ഓർമകളാകുമ്പോൾ

പ്രിയ എ എസ്

എനിക്കുള്ള ബസ് വരുന്നത് കാത്തു നിൽക്കുകയായിരുന്നു. പത്രക്കാരൻ സൈക്കിളിൽ വന്ന് *മാതൃഭൂമി* പത്രമെടുത്ത് അച്ഛന്റെ കൈയിൽ കൊടുത്തു. എല്ലാ ദിവസവും പത്രക്കാരൻ ഇങ്ങനെതന്നെയാണ് ചെയ്യുക. എനിക്കു സമയത്തുതന്നെ ബസ് കിട്ടിയോ ബസിൽ സീറ്റ് കിട്ടിയോ എന്നെല്ലാം ഉറപ്പുവരുത്താനാണ് അച്ഛൻ ഈ അതിരാവിലെ ബസ്സ്റ്റോപ്പിൽ വരുന്നതെന്ന് അയാൾക്കറിയാം.

വാർത്തകളിലൂടെ ഒന്ന് കണ്ണോടിക്കുമ്പോൾ, 'എ എസ് നായർ മരിച്ചു' എന്ന വലിയ വാർത്ത കണ്ടു. ഇതാര് എന്നാണാദ്യം വിചാരിച്ചത്. അലസമായി അതിലേക്കൊന്നുകൂടി നോക്കുമ്പോഴാണ് മനസിലായത് ഇത് എ എസ് ആണെന്ന്.

എനിക്കേറ്റവും പ്രിയപ്പെട്ട എ എസ്.

ജീവനുള്ള കഥകൾക്കും ജീവനില്ലാത്ത കഥകൾക്കും ജീവൻ തുടിക്കുന്ന ചിത്രങ്ങൾ വരച്ച് എന്നെ അത്ഭുതപ്പെടുത്താറുള്ള എ എസ്. *മാതൃഭൂമി* ആഴ്ചപ്പതിപ്പ് കണ്ടു വളർന്നവളാണ് ഞാൻ; അക്ഷരമറിയാത്ത പ്രായത്തിൽ.

എന്നെ അമ്മയാണ് ആ പേജുകളിലെ വരകളിലേക്കു കൂട്ടിക്കൊണ്ടുപോയി പരിചയപ്പെടുത്തിത്തന്നത്. അക്ഷരമറിയാത്ത കുട്ടിക്ക് ആ വെറും വരകൾ എത്രയോ കഥകൾ പറഞ്ഞുതന്നിട്ടുണ്ട്!

എ എസ് എന്ന പേരിലപ്പുറം അദ്ദേഹത്തെക്കുറിച്ച് യാതൊന്നുമറിയാത്ത ഞാൻ, വാർത്തയുടെ ബാക്കിയിലേക്കു കടന്നു പോകാൻ ശ്രമിച്ചു. പക്ഷേ, സാധിച്ചില്ല. എനിക്കു കൂടുതലൊന്നും വായിച്ചറിയണമെന്നു തോന്നിയില്ല.

"എ എസ് മരിച്ചുപോയി, അച്ഛാ" എന്നു വിങ്ങുന്ന ദുഃഖത്തോടെ

ഞാൻ പറയുമ്പോൾ അച്ഛന് ഏത് എ എസ് എന്നു പെട്ടെന്നു മനസിലായില്ല. "ഏത് എ എസ്" എന്നു ചോദിക്കേണ്ടതുണ്ടോ, അങ്ങനെ ചോദിക്കാൻ പാടുപെടേണ്ട എന്നു ദേഷ്യത്തോടെ, അതിലുമധികം നിസ്സഹായതയോടെയാണ് ഞാൻ മറുപടി പറഞ്ഞത് – "*മാതൃഭൂമി*യിലെ എ എസ്" അച്ഛനു കാര്യം മനസിലാകുന്നു.

"എങ്ങനെ മരിച്ചു?"

എന്നു ചോദിക്കുമ്പോഴേക്ക് എനിക്കുള്ള ബസ് വന്നു. പത്രം അച്ഛനു കൊടുത്ത് ബസിൽ കയറിയതോ, ബസ് വിട്ടതോ ഞാനറിയുന്നുണ്ടായിരുന്നില്ല. മഴ പെയ്യാതെ തണുത്ത കാറ്റ് വീശിക്കൊണ്ടേയിരുന്നു. തണുത്ത കാറ്റിന് മുഖം കൊടുക്കാനോ യാത്രയ്ക്കിടയ്ക്കു കടന്നു വരുന്ന പ്രിയങ്കരങ്ങളായ പതിവുദൃശ്യങ്ങൾക്കുവേണ്ടി കാത്തിരിക്കാനോ ഞാൻ മറന്നു. ഞാൻ വീണ്ടും ഏതേതു കഥകളിൽ എന്നു കൃത്യമായി ഓർമിച്ചെടുക്കാനാവാത്ത അനവധി ചിത്രങ്ങളിലാണ്. പാവാടത്തുമ്പ് മുകളിലേക്കു മടക്കി അതിൽ ചെത്തിപ്പഴം ശേഖരിക്കുന്ന പാറിപ്പറന്ന തലമുടിയുള്ള കുട്ടിയും കള്ളക്കണ്ണെറിഞ്ഞ് ഒരു നാരൻ മയിൽപ്പീലിയും ചൂടി ഒരു ഉണക്ക ഓടക്കുഴലുമായി ലോകത്തെ മുഴുവൻ കമന്റടിച്ചു നിൽക്കുന്ന ഒരു കൃഷ്ണനും എന്റെ ഓർമകളെ ഈറനണിയിക്കുന്നു. 'സുഹൃത്ത്' എന്ന കഥയിലെ (എം ഡി രാധിക) കാലുകൾ തളർന്നവളെങ്കിലും വലിയ കണ്ണുകളിൽ ശാന്തത സൂക്ഷിച്ച് അശോകിനോടു യാത്ര പറയാനായി കാത്തിരിക്കുന്ന അഞ്ജന. അവളെന്നെ കൊതിപ്പിച്ചിട്ടുണ്ട്. അവളുടെ 'വാടാതെ നിർത്തിയ പുഞ്ചിരി'യും സാരിയിലെ വൃത്തങ്ങളും നോക്കിയിരുന്ന് എന്റെ കണ്ണുകൾ നിറഞ്ഞിട്ടുണ്ട്.

സുവർണലത ഭിത്തിയിൽ ചാരിയിരുന്നു. കുട്ടികൾ തറയിൽ കിടന്നുറങ്ങി. ഇത്ര ചെറിയ വാക്കുകൾക്ക് എത്രത്തോളം വാചാലമാകാൻ കഴിയുമെന്ന് എ എസ് കാണിച്ചുതരുമ്പോൾ, ആ കൈകളുടെ അനായാസമായ ദ്രുതചലനങ്ങളെ, പറഞ്ഞറിയിക്കാനാവാത്തവിധം ഞാനാരാധിച്ചു.

*മാതൃഭൂമി*യിൽ പാവത്താൻ വരുമ്പോൾ അർഥമറിയാതെതന്നെ സർവതും വായിക്കുന്ന കൂട്ടത്തിലായിരുന്നു. പരിഷ്കാരിയായ മരംകിയും പാവം ഗെണ്ടതിമ്മനും മരംകിയെ ആരാധിക്കുന്ന മുദ്ദനും വഴക്കാളിയായ അമ്മായിയമ്മയും – ഇന്നലെയാണ് അവരെയെല്ലാം കണ്ടത് എന്ന് തോന്നുന്നു. എടുത്തുകുത്തിയ സാരിക്കടിയിലൂടെ മരംകിയുടെ പാവാടയുടെ ഫ്രില്ലുകൾ കാണാമായിരുന്നു. മരംകിയുടെ ഒന്നിനെയും കൂസാതെയുള്ള ആ നിൽപ്പ്, ലോകത്തെത്തന്നെ വെല്ലുവിളിക്കാനുള്ള ആ ധൈര്യവും ആലനഹള്ളിയുടെ വാക്കുകളിലൂടെ എന്നതിനേക്കാളും എനിക്കോർമിക്കാൻ കഴിയുന്നത് എ എസ് ചിത്രങ്ങളിലൂടെയാണ്.

ബസിറങ്ങി ക്ലാസിലെത്തുമ്പോൾ ഞാൻ ആരോടോ പറഞ്ഞു: "എ എസ് *മാതൃഭൂമി*യിലെ എ എസ് മരിച്ചുപോയി." അതാരാണ് എന്ന് ആദ്യം ചോദ്യമുണ്ടായെങ്കിലും ഒന്നുരണ്ടു പേർക്കെങ്കിലും പിന്നീട് ഓർമ വന്നു.

യയാതി ചിത്രങ്ങളോട് അമ്മയ്ക്കായിരുന്നു കൂടുതൽ ഭ്രമം. *യയാതി* പുസ്തകമായി ഇറങ്ങിയപ്പോൾ, 'ഇത് നമ്മൾ വായിച്ച യയാതിയല്ല എന്നു തോന്നുന്നു' എന്ന് അമ്മ പറഞ്ഞു. പുസ്തകത്തിലെ ഏതാനും എ എസ് ചിത്രങ്ങൾക്ക് ദേവയാനിയെ, ശമയെ, താരകയെ, മുകുളികയെ, അളകയെ, യുയുവിനെ മുഴുവനായും കാണിച്ചുതരാനാവുന്നില്ല എന്ന് അമ്മയ്ക്ക് പരാതിയായിരുന്നു. ആ *മാതൃഭൂമി*കൾ ബൈന്റ് ചെയ്തു വെക്കാനാണ് അമ്മ ഇഷ്ടപ്പെട്ടത്.

ക്ലാസിൽ 'ഹാംലറ്റിന്' ജീവൻ വെക്കുകയാണ്.

"എഡ്യു, എഡ്യു, ഹാംലെറ്റ്, റിമെംബർ മി."

എന്ന് തന്റെ വാക്കുകൾ മാറ്റൊലി കൊള്ളുമ്പോൾ ഗോസ്റ്റ് ഹാംലെറ്റിനോട് വിടവാങ്ങുകയാണ്. പാവം ഗോസ്റ്റ്! ഷേക്സ്പിയറുടെ കൈകളിൽ, മനുഷ്യത്വം കൈവരിക്കുന്ന അമാനുഷിക സങ്കൽപ്പം.

ഇടയ്ക്ക് മനസ്സ് എ എസിലാണ്. പിന്നെ പെട്ടെന്നൊരു വെളിപാടു പോലെ ഞാനതിനെ പ്രായസപ്പെട്ട് 'ഹാംലറ്റിലേക്ക്' തിരിച്ചുകൊണ്ടു വരുന്നു.

റിമംബർ ദി?

ദോ പുവർ ഗോസ്റ്റ്, വൈൽ മെമ്മറി ഹോൾഡ്സ് എ സീറ്റ് ഇൻ ദിസ് ഡിസ്ട്രാക്റ്റഡ് ഗ്ലോബ്.

(Remember thee, Ay, thou poor ghost, while memory holds a seat. In this distracted globe)

ഹാംലറ്റിന്, വിലപ്പെട്ട രഹസ്യങ്ങൾ പറഞ്ഞുകൊടുത്ത ഗോസ്റ്റിനെ എങ്ങനെയാണ് മറക്കാൻ കഴിയുക? "പാവം" എന്നു പറയാനേ ഹാംലറ്റിന് കഴിയുന്നുള്ളൂ. ഈ ഭ്രാന്തമായ ഭൂമിയിൽ ഓർമകൾക്ക് എന്നും സ്ഥാനമുണ്ടെന്നിരിക്കെ എങ്ങനെയാണ് ഹാംലറ്റിന് സ്വന്തം അച്ഛന്റെ ഗോസ്റ്റിനെ മറക്കാനാവുക?

വീട്ടിൽ തിരിച്ചെത്തി ഞാൻ അമ്മയോട് ദുഃഖം പങ്കിടുമ്പോൾ എന്റെ ശബ്ദം പതറുന്നു.

എനിക്ക് പറയാതിരിക്കാൻ കഴിയുന്നില്ല.

എന്നെങ്കിലുമൊരിക്കൽ ഞാനൊരു നല്ല കഥയെഴുതുകയും അത് *മാതൃഭൂമി* പ്രസിദ്ധീകരിക്കുകയും ചെയ്യുമ്പോൾ അതിനോടൊപ്പം എ എസ് ചിത്രങ്ങൾ ഉണ്ടാവണം എന്ന് ഞാൻ മോഹിച്ചിരുന്നു. ഒരിക്കൽ എഴുതണമെന്ന് വിചാരിച്ച് ഞാൻ സൂക്ഷിക്കുന്ന എന്റെ സങ്കൽപ്പങ്ങൾക്ക് വരകളിലൂടെ അതിവിശാലമായ ലോകം തുറന്നു തരാൻ ഇനി പ്രിയപ്പെട്ട എ എസ് ഇല്ല.

അച്ഛന്റെ മരണത്തെച്ചൊല്ലി വിഷമിക്കുന്ന ഹാംലറ്റിനോട് അമ്മ ടെർട്രൂഡ് പറയുന്ന വാചകങ്ങൾ വെറുതെ പേജുകൾ മറിക്കുമ്പോൾ കണ്ണിൽപെട്ടു.

–ദോ നോവെസ്റ്റ്, ഇറ്റ് ഈസ് കോമൺ, ഓൾ ദാറ്റ് ലിവ് മസ്റ്റ് ഡൈ പാസ്സിങ് ത്രൂ നേചർ റ്റു എറ്റേണിറ്റി.

എങ്കിലും എനിക്കതൊന്നും മനസിലാകുന്നില്ല. അഡ്യു അഡ്യു റിമെംബർ മി എന്ന് കാതരമായി എവിടെനിന്നെങ്കിലും ഞാനൊരു ശബ്ദം കേൾക്കുന്നുണ്ടോ?

എന്റെ വിചിത്രമായ ദുഃഖങ്ങൾക്കിടയിലേക്ക് ഇതാ ഒരെണ്ണംകൂടി.

ഞാനെഴുതാത്ത കഥകൾക്ക് ചിത്രം വരയ്ക്കാൻ കാത്തു നിൽക്കാതെ കടന്നുപോയ എ എസ്.

പ്രിയ എ എസ് എന്ന പേരിനടുത്ത്, അലസമെന്നു തോന്നിക്കുന്ന കരുത്തുറ്റ വരകളിൽ ഒരു ചിത്രം തീർത്തെടുത്ത് എ എസ് എന്ന് അൽപ്പം നീണ്ട ഇംഗ്ലീഷിൽ ഒപ്പിടുന്ന ഒരു ചിത്രകാരൻ ഇപ്പോഴും എന്റെ സ്വപ്നത്തിൽനിന്ന് യാത്രപറഞ്ഞു പോകാൻ മടിക്കുന്നു.

(എ എസിന്റെ മരണവാർത്തയറിഞ്ഞ പ്രിയ, *മാതൃഭൂമി* വാരാന്ത പതിപ്പിൽ എഴുതിയത്.)

പുനത്തിൽ കുഞ്ഞബ്ദുള്ളയുടെ കഥ
സമൂഹം (1975)

എ എസിന്റെ രേഖാചിത്രകല

വി ആർ സുധീഷ്

മാധവിക്കുട്ടിയുടെ *ബാല്യകാലസ്മരണകൾ*

വല്ലാത്തൊരടുപ്പവും വലിയൊരകൽച്ചയും ഇപ്പോഴും പുലർത്തിക്കൊണ്ട് എ എസിനെ തൊടുകയാണ്. ആ അനുഭവങ്ങളുടെ ഒരിക്കൽപ്പോലുമുള്ള പങ്കിട്ടെടുപ്പുകാരനാകാതെ, മൃതിചുംബനം നൽകിയ ഒരാളാകാതെ, ഇത്തിരെ ദൂരെ നിന്നുമാത്രം ഇടയ്ക്കിടെ വർഷങ്ങളോളം നോക്കിക്കണ്ടപ്പോഴൊന്നും അങ്ങോട്ടുചെന്ന് ഒന്നുരിയാടാൻ കഴിയാതിരുന്നത് ആ ബാഹ്യമായ പരുക്കത്തംകൊണ്ടും എനിക്കൊന്നും പറയാനില്ലാത്തതുകൊണ്ടുമാകാം. അതൊരു നേരല്ലെന്ന് ഇപ്പോഴറിയുന്നു. പറയാൻ ഒരുപാടുണ്ടായിരുന്നു. ചിത്രകാരനായ ചങ്ങാതിയെ കാണാൻവേണ്ടി നടക്കുമ്പോൾ, ആ മേശയ്ക്കുമുന്നിലെത്തുന്നു. ഒന്നറച്ചുനിന്ന് (അതോ പരിഭ്രമിച്ചോ) നോക്കിപ്പോകുന്നു. വരച്ചുകൊണ്ടിരിക്കവെ ശിരസുയർത്തി പുരികമുയർത്തി ചുഴികൾ പെരുത്തിറങ്ങുന്ന ഒരു തീക്ഷ്ണദൃഷ്ടി ഇങ്ങോട്ട്. ഞാനൊന്ന് ചിരിക്കും. എ എസിന്റെ ചിരി ഒരിക്കലും ചുണ്ടിൽ തെളിഞ്ഞി

ട്ടില്ല. വർഷങ്ങൾക്കുമുമ്പ് ആദ്യമായി പരിചയപ്പെട്ട അന്ന് ഒന്നോരണ്ടോ വർത്തമാനം. നാലോ അഞ്ചോ കഥകൾക്ക് നൽകിയ രേഖാചിത്രങ്ങൾ. എ എസിൽ നിന്ന് എന്നിലേക്ക് നീണ്ട രേഖകൾ അത്രയേയുള്ളൂ. പക്ഷേ, അദ്ദേഹം ചൈതന്യം നൽകിയ കറുത്ത ഇരുൾതെളിച്ചം ചൂടിയ കുറിയ പെണ്ണുങ്ങളെ രഹസ്യമായി കാമിച്ചവനാണ് ഞാൻ. ബാല്യകാല സ്മരണകളിൽ റിബൺ കെട്ടി കുഞ്ഞുടുപ്പുമിട്ട് നടന്ന കുട്ടി മാധവിയെ ഓമനിച്ചവനാണ് ഞാൻ. *ഭൂമിയിലെ വീടി*ന് എ എസ് നൽകിയ രേഖാപടങ്ങളിൽ ഏഴ് പക്ഷികളുണ്ടായിരുന്നു. അവ ഇപ്പോഴും എന്നോട് പുന്നാരം ചൊല്ലുന്നുണ്ട്. അവയേതുപക്ഷികളെന്നറിയില്ല. സലിം അലിയുടേയോ ഇന്ദുചൂഡന്റെയോ പുസ്തകത്തിലോ നാട്ടുമൈതാനിയിലോ നഗരവൃക്ഷങ്ങളിലോ വനങ്ങളിലോ ഞാനവയെ കണ്ടിട്ടില്ല. അത് എ എസിന്റെ മാത്രം പക്ഷികളായിരുന്നു. എനിക്കായി അദ്ദേഹം സമ്മാനിച്ച ആ പക്ഷികളെ ആരും ഓർത്തെന്നു വരില്ല. ഓർക്കരുതെന്നാണ് മനസിന്റെ ഗൂഢമായ ശാഠ്യം. അകത്തോ പുറത്തോ ഇരിക്കേണ്ടതെന്നറിയാതെ അമ്പരക്കുന്ന ചരിത്രയാഥാർഥ്യങ്ങൾക്കുമുന്നിലൂടെ എ എസിന്റെ ജീവരൂപങ്ങൾ പെരുമ്പറമുഴക്കി നടന്നു നീങ്ങുന്നു. അവയുടെ വഴിയിൽ നമ്മുടെ നെറികെട്ട ശീലങ്ങൾ തടസങ്ങളായിക്കൂടാ.

പരമാർഥങ്ങൾക്ക് നിറങ്ങളില്ല. കലുഷമായ അകങ്ങളുള്ള അവസ്ഥയ്ക്കാകട്ടെ വർണസങ്കലനം വേണ്ടുവോളമുണ്ടുതാനും. എ എസിന്റെ ചിത്രപ്രദർശന ശാലയിൽ എത്രയേറെ ഇരിപ്പുകൾ, കിടപ്പുകൾ, ഇരിപ്പിടങ്ങൾ, തുറസുകൾ, ഏകാന്തതകൾ, ആൾക്കൂട്ടങ്ങൾ, ശൈശവങ്ങൾ, വാർധക്യങ്ങൾ, വൃക്ഷങ്ങൾ – വരകൾക്കകത്തെ പൊരുളുകൾ കൃത്യതയെ തൊഴിച്ചകറ്റുന്നു. നിറഭേദങ്ങളുടെ അർഥവ്യാപ്തിയാകുന്നു. പ്രത്യക്ഷത്തിൽ മറ്റുള്ളവർക്ക് ആ കലാകാരൻ എന്നും പരുക്കനായി തോന്നിയത് സവിശേഷമായ കാരുണ്യം ആ ഉള്ളിൽ സാന്ദ്രമായതിനാലാകാം. അത്തരം കാരുണ്യത്തിനു തടം വാർക്കാനായി അയാൾ പരുക്കനായതുമാകാം.

രൗദ്രമാകുമ്പോഴും സരളമാകുമ്പോഴും കുതിപ്പാകുമ്പോഴും സ്നേഹത്തിന്റെ നിറവാകുമ്പോഴും; അത്യധികമായ സാധാരണതയാലേ ഏവർക്കും സ്പർശക്ഷമമാണ് ആ രേഖാചിത്രങ്ങൾ. തൊടാനാവുന്ന ഒരടുപ്പവും, അതേസമയം അങ്ങനെയല്ലാത്ത ഗൗരവതരമായ ഒരകൽച്ചയും ആ സാധാരണത്വത്തിനുണ്ട്. മിക്കവാറും മനുഷ്യരെല്ലാം നമുക്ക് പുറം തിരിഞ്ഞാണ് നിൽക്കുന്നത് ആ ചിത്രപ്രപഞ്ചത്തിൽ. നിരാർദ്രമായ ഒറ്റപ്പെടലിൽത്തന്നെ തളച്ചിട്ട എ എസിന്റെ മനോവ്യാപാരം അങ്ങനെയൊരു ശ്രദ്ധ കാണിക്കുന്നു. ആ ചിത്രങ്ങൾക്കകത്ത് തീരെ സമാന്തരമല്ലാത്ത കഥകളാണ് അയാൾ പറഞ്ഞുവെച്ചത്. അതുകൊണ്ട് അതാതു കഥകളോട് മാത്രം ചേർന്നു നിൽക്കുമ്പോൾ കിട്ടുന്ന അർഥമല്ല അവർക്ക് കൈമുതൽ, വെവ്വേറെ കർമങ്ങളിൽ ബോധത്തിൽ നിലനിൽപ്പ് നേടാൻ പാകത്തിൽ വേറിടുമ്പോൾ പുതിയ കഥാപശ്ചാത്തലമായി, മാനങ്ങളായി

മാറുകയായിരുന്നു ആ ചിത്രങ്ങൾ. ഒരു നിമിഷത്തിലോ സ്ഥലത്തിലോ നിശ്ചലമാകുന്നില്ല ചിത്രകല. അതൊരു നൈരന്തര്യവും അവസ്ഥാഭേദവുമാകുന്നു എന്ന് വിളംബരപ്പെടുത്തുകയും ചെയ്തു അവ. അതുകൊണ്ടുതന്നെ എ എസിന്റെ ചിത്രപ്രദർശനശാലയിലെത്തുന്ന നമുക്ക് ആഴ്ചപ്പതിപ്പിന്റെ താളുകളിൽ അവയൊക്കെയും ഏതേത് കഥകളോട് ഒട്ടിനിന്നുവോ അവയെയൊക്കെയും എളുപ്പത്തിൽ മറക്കാൻ കഴിയുന്നു.

ആ ഏകാകിയുടെ നിർമിതി ഒരു നിമഗ്നജനതയായിരുന്നു. വരകളുടെ ധാരാളിത്തംപോലും ആൾക്കൂട്ട സ്നേഹത്തെയാണ് പ്രകാശിപ്പിക്കുന്നത്. തെരുവിലെ മുടന്തനായാലും, കാതും മുലയും തൂങ്ങിയ കിഴവിയായാലും, കുതിരപ്പുറത്ത് കുതിക്കുന്ന ലോഹതൊപ്പിക്കാരനായാലും, കഥ പറഞ്ഞു കിടക്കുന്ന പെണ്ണുങ്ങളായാലും – അവരെല്ലാം ഒരു മഹാജനതയിൽ മുഴുകുകയായിരുന്നു. ഏകാകിയുടെ ഇച്ഛകൾ അത്തരം നിമഗ്നജനതയെ സൃഷ്ടിച്ചപ്പോൾ അവരിൽ പലരും നമുക്ക് പുറം തിരിഞ്ഞിരിപ്പായി. നാലു മനുഷ്യർ സംസാരിച്ചിരിക്കുമ്പോൾ ഒരാൾ വേറൊരിടത്തേക്ക് ശ്രദ്ധിക്കുന്നു. പുറം തിരിഞ്ഞു നിൽക്കുന്നവരെ പിന്നിൽനിന്നും കാണുന്നു. അവരുടെയൊക്കെ ദൃഷ്ടിയുടെ അപ്പുറം നമുക്കു പ്രാപ്യം. ഇരുട്ടിൽ ഒറ്റപ്പെടലിന്റെ പരിവേഷവുമായി മുഖാമുഖമിരിക്കുന്ന സ്ത്രീപുരുഷന്മാർ അനവധിയുണ്ട് എ എസിന്റെ ചിത്രലോകത്തിൽ. ത്യാഗമായി വരിച്ച അല്ലലിന്റെ സ്വന്തം ദാമ്പത്യകുറിമാനങ്ങളാകുന്നു അവ. സ്ത്രീ എന്നാൽ വലിയ കണ്ണുകളാണ്. ശിവപുരാണത്തിൽ പറയുന്നതുപോലെ രാത്രിയാണ്, ശാന്തിയാണ്, ഇന്ധനമാണ്, ധനവും വെളിച്ചവും രചനയുമാണ് എന്ന് അനുഭവങ്ങളുടെ വൈപരീത്യങ്ങളിൽനിന്ന് എ എസിന് പാഠമായി കിട്ടി. വലിയ കണ്ണുകളുള്ള പൃഥുശരീരിണികളാണ് ആ ചിത്രലോകത്തിലെ സ്ത്രീകൾ. ചിത്രകാരന്റെ വരകൾക്കകത്ത് ആരോഗ്യവും വലിയ കണ്ണുകളും നേടിയെടുത്ത് അവർ പുരുഷന്റെ അനാരോഗ്യങ്ങളെ വെല്ലുവിളിക്കുകയായിരുന്നു. ആരോഗ്യമുള്ള സ്ത്രീയാണ് പ്രകൃതിയുടെ ഏറ്റവും വലിയ ആദർശമെന്ന അറിവായിരിക്കാം കൃശഗാത്രികളെ സൃഷ്ടിക്കുന്നതിൽ എ സിനുണ്ടായിരുന്ന വിമുഖത.

ഏലിയാസ്കനെറ്റി ആൾക്കൂട്ടപ്രതീകങ്ങളായി തിരിച്ചറിയുന്നവയൊക്കെയും എ എസിന്റെ ചിത്രപ്രദർശനശാലയിൽ അസംഖ്യയാണ്. പെരുകിയും സാന്ദ്രമായും ആൾക്കൂട്ടത്തോട് സദൃശമാകുന്ന അഗ്നിയും നദിയും മഴയും മണലും കാടും കാറ്റും എ എസിനു ഏറ്റവും പ്രിയം തന്നെ. നിശ്ചലതകളെ ആഞ്ഞു തകർക്കുന്ന യാത്രകളും എത്രയോ അവിടെ, വേണ്ടുവോളമുണ്ട്. ഇരിപ്പും കിടപ്പും. പല കിടപ്പിനും വിരക്തിയുടെ ഛായ. ഇരിപ്പിനാകട്ടെ, അലോസരതയുടേതും. ആയുസിന്റെ പരിക്കുകളേറ്റു വാങ്ങിയ ഈ കലാകാരന്റെ അകം നിറയെ പൗരാണികമായ ഒരു വിശുദ്ധിയോടുള്ള ആദരവ് ഘനീഭവിക്കുന്നു. മഹാക്ഷേത്രങ്ങളിലെ ശിലാരൂപങ്ങളെ ഓർമിപ്പിക്കുന്ന ചിത്രങ്ങൾക്കു പിന്നിൽ മണിമുഴക്കങ്ങളുടെ അനുരണനങ്ങൾ. ദൈവമേ, വൃക്ഷങ്ങൾ പ്രാർഥിക്കുകയാണ്, അവയുടെ

പ്രാർഥനാശാന്തിക്ക് യാതൊരു തടസവുമുണ്ടാക്കരുതേ എന്ന് ഒരു കവി. എ എസിന്റെ വൃക്ഷങ്ങളെ നോക്കുക. അവയുടെ പ്രാർഥന എത്ര അനന്തം. പല വൃക്ഷങ്ങൾക്കും വൃദ്ധമുഖങ്ങൾ. പൗരാണികമായ കണ്ണുകൾ. വലിയ വേടുകൾ, വീടുപോലെയാകുന്നു ആ വേടുകൾ. ആ വീട്ടിൽ ഇരിപ്പിടമിടുന്ന സ്ത്രീപുരുഷന്മാർ. വിശുദ്ധിയുടെ വൃക്ഷഗൃഹത്തിലത്രെ തന്റെ ജീവരൂപങ്ങളെ എ എസ് പാർപ്പിച്ചത്.

ഒട്ടുമിക്ക ചിത്രങ്ങളിലുമുണ്ട് വിശുദ്ധ വൃക്ഷങ്ങളുടെ അനുഗൃഹീതമായ സാന്നിധ്യം. പൗരാണികമായ വിശുദ്ധിയെ സ്വന്തം കാലത്തിലെ സൂക്ഷ്മതകളോട് അന്വയിക്കുകയും അന്വേഷിക്കുകയും ചെയ്ത ആ തടിച്ച വരകളും രൂപങ്ങളും സത്യമായി കാത്തുസൂക്ഷിക്കാൻ ഏതു മനസാണ് ഒരു പ്രദർശനശാല സജ്ജമാക്കുക?

എ എസിന്റെ കറുത്ത പ്രാർഥനകൾ

കണ്ണൻ

ഞാൻ ഭക്തിപൂർവം അംഗിരസിനെ പ്രണമിച്ചു. വാത്സല്യം നിറഞ്ഞ കണ്ണുകളോടെ എന്നെ നോക്കിക്കൊണ്ട് അദ്ദേഹം പറഞ്ഞു: "യുവരാജാവേ ഞാൻ നിങ്ങൾക്കു സുഖം ലഭിക്കട്ടെ എന്ന് ആശീർവാദം നൽകുന്നില്ല. മനുഷ്യമനസിന്റെയും ജീവിതത്തിന്റെയും ഊടും പാവും വളരെ വിചിത്രമായാണ് നെയ്തിരിക്കുന്നത്. അതുകൊണ്ട് പലപ്പോഴും സുഖത്തിന്റെ അന്വേഷണം ഒരു മരീചികപോലെയാണനുഭവപ്പെടുക. ഇത്രയേറെ തപസുചെയ്തിട്ടും സുഖം ദുഃഖത്തിന്റെ നിഴലാണോ? അതോ ദുഃഖം സുഖത്തിന്റെ നിഴലാണോ എന്ന് തീർത്തു പറയാൻ എനിക്ക് കഴിഞ്ഞിട്ടില്ല."

....നമ്മളിങ്ങനെ വായിച്ചു പോവുകയാണ്. വി എസ് ഖണ്ഡേക്കറുടെ വാക്കുകൾ തരുന്ന വിസ്മയത്തിൽ ഹൃദയം അർപ്പിച്ച് നമ്മൾ വായിച്ചു പോകുന്നു.

ഇടയ്ക്ക് ഒരുനിമിഷം *യയാതി* ഒന്നടച്ചുവെയ്ക്കുക. കണ്ണുകളടച്ചാൽ മനസിൽ വാക്കുകളിലൂടെ അനുഭവിച്ച വികാരങ്ങൾ വന്ന് നിറയുകയായി. വാക്കുകളില്ലാതെ തന്നെ! ആ വികാരങ്ങൾക്ക് കറുപ്പിന്റെ ദൃഢതയുണ്ട്, ആഴമുണ്ട്, ധാർഷ്ട്യമുണ്ട്, പ്രണയവും ഏകാന്തതയും എല്ലാം....

എല്ലാം കറുപ്പിന്റെ ഈ തിരയിളക്കത്തിലൂടെ. നിറഞ്ഞ കണ്ണുകളിൽ അവസാനം മാത്രമേ ആ രണ്ടക്ഷരങ്ങൾ പ്രത്യക്ഷപ്പെടുകയുള്ളൂ. കറുപ്പിന്റെ ഏതെങ്കിലും വിടവുകളിലേക്ക് കയറാൻ ശ്രമിച്ച്, എന്നാൽ സാധിക്കാതെ വിനയത്തോടെ ആ അക്ഷരങ്ങൾ. 'എ എസ്.'

എ എസ് നായർ മരിച്ചിട്ട് വർഷങ്ങൾ കഴിഞ്ഞു. എങ്കിലും രേഖാചിത്രങ്ങളുടെ സമ്പന്ന പാരമ്പര്യമുള്ള മലയാളത്തിൽ ആ ചിത്രങ്ങൾക്ക് മരണമില്ല. ഇലസ്ട്രേഷനുകൾ വായനയുടെ സ്വാഭാവിക ഒഴുക്കിനെ തട

യുന്നു. ഭാവനകൾ ചിത്രകാരൻ നിശ്ചയിക്കുന്ന അതിരുകളിൽ തളയ്ക്കപ്പെടുന്നു എന്ന് സംശയിച്ച മനസുകളിലേക്കുപോലും, ആശങ്കകളെ അനുഭൂതികളാക്കി മാറ്റി പടർന്നു കയറി എ എസിന്റെ ചിത്രങ്ങൾ.

ഇതിഹാസത്തിന്റെ സകല മാനങ്ങളിലും അതേ രീതിയിൽ പ്രത്യക്ഷീകരിക്കുന്ന കൃതിയാണ് *യയാതി.* ക്ഷേത്രങ്ങളിലെ ചുമർശിൽപ്പങ്ങളുടെ അതേ കറുപ്പ്, വ്യാപ്തി ഒട്ടും കുറയാതെ കടലാസിൽ പുനഃസൃഷ്ടിക്കുന്നു. വെളുപ്പിന്റെ ഒരു കോറൽകൊണ്ട് നിസ്സാരമായ ഒരു സ്പർശം കൊണ്ട് കറുപ്പിന്റെ കാർക്കശ്യങ്ങളെ മെരുക്കിയെടുക്കുന്ന രചനാതന്ത്രം. വ്യത്യസ്ത വികാരങ്ങൾ എത്ര തന്മയത്വത്തോടെ വാർന്നു വീഴുന്നു. ആ മഹിമയിലൂടെ പ്രണയത്തിന്റെയും കാത്തിരിപ്പിന്റെയും കൂടിച്ചേരലുകൾ അഴിഞ്ഞുലഞ്ഞുകിടക്കുന്ന ചേലകളിലൂടെയും മുടിയിഴകളിലൂടെയും ലാസ്യതരംഗങ്ങളിലൂടെയും വാർന്നുവീഴുമ്പോൾ കറുപ്പിന്റെയും വെളുപ്പിന്റെയും അനുപാതങ്ങൾക്ക് അവിസ്മരണീയത കൈവരികയാണ്. കറുപ്പിന്റെ ആകർഷണീയതയിൽ മുഴുകുന്നുണ്ടെങ്കിലും, അതൊരു ഒഴിയാബാധയായിരുന്നില്ല എ എസിന്. പ്രഥമപ്രതിശ്രുതിയിലും പാവത്താനിലും കറുപ്പിന്റെ നേരിയ വരകൾമാത്രം. മാധവിക്കുട്ടിയുടെ *ബാല്യകാലസ്മരണ*കൾക്ക് നൽകിയ രൂപങ്ങളിലൂടെ ലാളിത്യത്തിന്റെയും നിഷ്കളങ്കതയുടെയും ചാരുത നൽകി. *ഖസാക്കിന്റെ ഇതിഹാസം* വ്യത്യസ്തമായൊരു അനുഭവമായിരുന്നു.

രചനയിലും ഇലസ്ട്രേഷനിലും ജന്മാന്തരങ്ങളുടെ ഇളവെയിലിൽ തുമ്പികൾ പറന്നലയുന്ന നെടുവരമ്പിലൂടെ എ എസിന്റെ രവി കാലെടുത്തു വയ്ക്കുന്നത് കാലങ്ങൾക്കിപ്പുറത്തുള്ള പ്രാചീനതയിലേക്കാണെന്നു തോന്നും. ആ നോട്ടത്തിൽ കരുണ, ആസക്തി, നീരസം, ക്രൂരമായ ജിജ്ഞാസ, കൃതാർഥത എല്ലാമുണ്ടായിരുന്നു.

ഭുജംഗയ്യന്റെ ദശാവതാരങ്ങളിൽ ഗ്രാമീണമായ സൗന്ദര്യത്തിനാണ് മുൻതൂക്കം. ഒറ്റപ്പെട്ടുകിടക്കുന്ന കുടിലുകളും വൃക്ഷങ്ങളും പാതിമുറിഞ്ഞ നാട്ടുപാതയും ഗ്രാമത്തിന്റെ സ്വച്ഛതയിൽ മുഴുകിക്കിടക്കുന്നു.

ലളിതമായി മുന്നേറുന്നവയല്ല എ എസിന്റെ വരകൾ. എവിടെയെങ്കിലും തട്ടിത്തടഞ്ഞ് മുറിഞ്ഞ്, അപൂർണമായി പടരുകയാണ്. അപൂർണതകൾകൊണ്ട് സൃഷ്ടിക്കുന്നത് സങ്കീർണതയും. ഇവ കഥാപാത്രങ്ങളുടെ സത്തയിലേക്കു വ്യാപിക്കുമ്പോൾ കചനും രവിയും തമ്മിലുള്ള അകലം വിസ്മയമായിത്തീരുന്നു.

എ എസിന്റെ ചിത്രങ്ങളിലെ സങ്കീർണതകൾക്ക് മറ്റൊരു തലംകൂടിയുണ്ട്. സ്വന്തം ജീവിതത്തിലെ ദുരന്തങ്ങളുമായി ബന്ധപ്പെട്ടതാണവ.

കഠിനമായ മാനസികവ്യഥയിൽ എ എസ് ഏകനും നിശ്ശബ്ദനുമായിരുന്നു. ഈ ഏകാന്തതയായിരിക്കണം പണ്ട് ചെണ്ടകൊട്ട് പഠിച്ച് തഴക്കം വന്ന വിരലുകളിലൂടെ സങ്കീർണ രേഖകളായി ഒഴുകാൻ തുടങ്ങിയത്. വേദനയുടെ ആഴം കൂടുമ്പോൾ, ആ കറുപ്പ് കൂടുതൽ സങ്കീർണമാവുന്നപോലെ.

മൗലികകൃതിയെ അടിസ്ഥാനമാക്കി രചിക്കപ്പെടുന്ന ഇലസ്ട്രേഷനുകൾക്ക് മൗലികതയുണ്ടോ എന്ന ചോദ്യത്തിന് മലയാളിക്ക് തൃപ്തികരമായി മറുപടി നൽകുന്നവയാണ് എ എസിനെപ്പോലെ അദ്ദേഹത്തിന്റെ കാലഘട്ടത്തിലെ ചിത്രകാരന്മാരുടെ രചനകൾ. വായനയുടെ ഒഴുക്കിനിടയിൽ കോളങ്ങൾക്കിടയിലുള്ള ഈ അകലങ്ങളെ ആരെങ്കിലും ശ്രദ്ധിക്കാറുണ്ടോ?

ഈ അകലങ്ങളില്ലാത്ത താളുകൾ മലയാളിയെ സംബന്ധിച്ച് എത്ര അപൂർണമാണെന്ന് സ്വന്തം വായനാനുഭവത്തിൽനിന്ന് നമ്മളും തിരിച്ചറിയുക. എ എസില്ലാതെ *യയാതി*യും നമ്പൂതിരിയില്ലാതെ *രണ്ടാമൂഴ*വും ദേവനില്ലാതെ *ബാല്യകാലസഖി*യും അപൂർണമായിത്തീരുന്നതുപോലെ.

കറുപ്പും സൗന്ദര്യവും തമ്മിലുള്ള യാഥാസ്ഥിതിക വിപരീതാനുപാതത്തെ അതിരൂക്ഷമായി ആക്രമിക്കുന്നവയാണ് എ എസിന്റെ രചനകൾ. അതേസമയം ലാവണ്യ സിദ്ധാന്തങ്ങളുടെ അകമ്പടിക്കാരനാകുന്നുമില്ല. 'അസുന്ദരത്തിന്റെ സൗന്ദര്യം' എന്നും പറയാം. ജീവിതാവസ്ഥകളുടെ ആഴങ്ങൾ വാക്കുകളില്ലാതെ രേഖപ്പെടുത്താൻ അദ്ദേഹത്തെ സഹായിക്കുന്നതും വിഷാദാത്മകത്വം നിറഞ്ഞ ഈ നിലപാടുതന്നെയാണ്. മലയാള സാഹിത്യത്തിൽ വ്യർഥജീവിതങ്ങളുടെ ഇതിഹാസങ്ങൾ രചിക്കപ്പെട്ടിരുന്ന കാലഘട്ടത്തിൽ എ എസിന്റെ രചനകൾ സാഹിത്യകൃതികളെപ്പോലും അതിശയിക്കുന്ന തലത്തിലേക്ക് ഉയർന്നിരുന്നത് ഓർക്കുക. രൂപങ്ങളുടെ പരിധിയിലൊതുങ്ങാതെ അവ ചുറ്റുമുള്ള പ്രകൃതിയുടെ തുടർച്ചയായി പ്രത്യക്ഷപ്പെട്ടു.

ഒരു വൃക്ഷം, ഒരാൾരൂപം... ഏതെങ്കിലുമൊന്ന് നഷ്ടമായാൽ അപൂർണമായിത്തീരുന്ന ജീവിതംപോലെ എല്ലാം ദുരന്തത്തിന്റെയും വിഷാദത്തിന്റെയും ശ്യാമരേഖകളിൽ ഈ കറുപ്പിനെന്തൊരു വെളിച്ചം എന്ന് അനുഭവപ്പെടുത്തുന്നു അദ്ദേഹം. വെളുപ്പ് ഉപരിപ്ലവതയുടെ സൂചകമാണ്. അവിടെ രൂപങ്ങളുടെ മായികാകർഷണം വ്യക്തിസത്തയെ മറച്ചുപിടിക്കുന്നു. അതേസമയം കണ്ണുകൾക്ക് നിമിഷനേരത്തെ 'സുഖം' തരികയും ചെയ്യും. എന്നാൽ കറുപ്പിന്റെ അപരിമേയതകൾകൊണ്ട് ജീവിതത്തെ തന്നെ പുനഃസൃഷ്ടിക്കുകയാണ് എ എസ്. കറുപ്പിലടങ്ങിയ വൈരുധ്യങ്ങൾ – ജീവിതാഭിമുഖ്യവും ജീവിതനിരാസവും ഒരുപോലെ ഉൾക്കൊള്ളുന്നവയാണ് ആ രേഖകൾ.

രൂപംകൊണ്ട് രൂപത്തെ തകർക്കുകയും ഭാവത്തിന്റെ അനന്തസ്ഥലികളിലേക്ക് പ്രയാണം നടത്തുകയും ചെയ്യുന്നവയാണ് ആ വരകൾ. അതുകൊണ്ട് രൂപഭാവപൂർണിമയുടെ തിളക്കമുള്ളപ്പോൾത്തന്നെ ആ ഭാവാത്മകത വ്യക്തിയുടെ ആത്മസത്തയെ പ്രത്യക്ഷീകരിക്കുന്നു. രേഖകളിലൂടെ രേഖയില്ലായ്മയുടെ അലച്ചിൽ! ഇവിടെയാണ് എ എസിന്റെ വ്യക്തി ചുറ്റുമുള്ള ജൈവപ്രകൃതിയോട് ബന്ധപ്പെട്ടിരിക്കുന്നത്. മനുഷ്യരൂപവും വൃക്ഷവും അത്ഭുതകരമായ സമാനത പുലർത്തുന്നു. വൃക്ഷങ്ങൾക്കുമുണ്ട് ഏകാന്തതയും വിരസതയും ദുഃഖവും നിരാസവുമെല്ലാം. ഒരു ഗ്രാമം പടർന്നു പന്തലിച്ചു കിടക്കുന്ന വൃക്ഷഛായയിൽ സുഷുപ്തിയി

ലമരുന്നത് *ഭുജംഗയ്യന്റെ ഭശാവതാരങ്ങളി*ലും ഒട്ടേറെ മറ്റു രചനകളിലും കാണാം. അതീതകാലങ്ങളിലെങ്ങോ ഒരു വൃക്ഷം ഏകാന്തധ്യാനത്തിൽ മുഴുകി നിശ്ചലമാകുന്നത് വരച്ചിടാൻ ഒ വി വിജയൻ ഉപയോഗിക്കുന്ന ആത്മീയത എ എസിന്റെ ബ്രഷിൽനിന്നും വാർന്നു വീഴുന്നു.

മനുഷ്യനും പ്രകൃതിക്കുമിടയിൽ സീമകളില്ലാത്ത കാലവും വരച്ചിടുകയെന്നത് എ എസിന്റെ പ്രിയപ്പെട്ട സങ്കേതമാകുന്നു.

"എന്റെ ഞായറാഴ്ചകൾ മാനത്തുരുണ്ടുകൂടിയ കറുത്ത കർക്കിടക മേഘങ്ങൾക്കു ചുവട്ടിൽ ചത്തു കിടക്കുന്നു" എന്ന് കാക്കനാടൻ എഴുതുമ്പോൾ (കഥ: ഞായറാഴ്ച) എ എസ് ഒരാൾരൂപത്തിലൂടെ കാലത്തിന്റെ നിശ്ചലത സാക്ഷാത്കരിക്കുന്നു.

വ്യക്തി, കാലം, പ്രകൃതി – ഇവ മൂന്നും ഉൾക്കൊണ്ട ചലനാത്മകത, കനത്ത മൗനം ഉള്ളിൽ പേറിയുള്ള ചലനാത്മകത ഈ രേഖകളിൽ മാത്രമേ കാണാൻ സാധിക്കുന്നുള്ളൂ.

ജീവിതത്തിന്റെ ഈ സാർവജനീനഭാവം ഉപനിഷത്ത് ദർശനങ്ങളുടെ പൈതൃകത്തിൽ നിന്നുളവായതാണ്. അവിടെ ജൈവികത എന്നത് ആദിമധ്യാന്തങ്ങളില്ലാത്ത പ്രയാണമാകുന്നു. ഇടയിലെങ്ങോ ആ ജീവൻ ഒരു ഇലയോ മനുഷ്യശരീരമോ ജലകണികയോ വഴിയമ്പലമായി സ്വീകരിക്കുന്നു. ഈ ഉപനിഷത് സ്പർശവും ജൈവികതയുടെ തുടർച്ചയും കൊണ്ട് സമ്പുഷ്ടമായതാണ് എ എസിന്റെ രചനകൾ.

ഈ ഗുണം 'ഇലസ്ട്രേഷൻ' എന്ന നിലയിൽനിന്ന് അദ്ദേഹത്തിന്റെ രചനകളെ പെയിന്റിങ്ങിന്റെ ഭാവസമൃദ്ധിയിലേക്കെത്തിക്കുന്നു.

എ എസിന്റെ സ്ത്രീകൾ ദ്രാവിഡ സംസ്കാരത്തിന്റെ പ്രതിനിധികളാണ്. വികാരങ്ങളെ സാന്ദ്രീകരിക്കുന്ന നേത്രങ്ങൾ. കണ്ണു നിറഞ്ഞാലും ഒരു തുള്ളിപോലും തുളുമ്പാതെ കവിളുകളിൽ രാഗഛായ പടർന്നാലും ശോണിമയുടെ സമൃദ്ധിയിൽ ആണ്ടുപോകാതെ അവരെത്രയോ കാലം അങ്ങനെ നിൽക്കും....

വികാരങ്ങളുടെ സാന്ദ്രതകളെ ആന്തരികനേത്രങ്ങളുടെ ദൂരദർശിനിയിലൂടെ പുറത്തേക്ക് തുറന്നുവെയ്ക്കുന്നു.

സ്ത്രീകൾ ഇവിടെ ദർശനസുഖം പകരുന്ന ഉൽപ്പന്നങ്ങളല്ല. കൃതികളുടെ പാരായണസുഖം വർധിക്കാനുള്ള ഘടകങ്ങളുമല്ല. പൂർണമായ സത്തതന്നെയാകുന്നു.

മാതൃദായക്രമത്തിന്റെ സംസ്കാരം എ എസിന്റെ രചനകളുടെ സവിശേഷതയാണ്. ഭൗതിക ജീവിതത്തിന്റെ പ്രാമാണികതയിലേക്ക് അവളെ ആരാധനയോടെ പ്രതിഷ്ഠിക്കുന്ന ഒരു തലം. അതേസമയം പുരുഷന് അപ്രാപ്യമായ സഹനത്തിന്റെയും കാരുണ്യത്തിന്റെയും മഹാസമുദ്രങ്ങൾ ഹൃദയത്തിൽ പേറുന്നു അവൾ. ഭാരതീയ ക്ഷേത്രവാസ്തു ശിൽപ്പങ്ങളിൽ വാർന്നു വീണ ഈ ദൈവികാരാധനയെ *യയാതി*യിലൂടെ എ എസ് പുനഃസൃഷ്ടിച്ചത് ആധുനിക ഫെമിനിസത്തിന്റെ സകല മൂല്യങ്ങളും ഉൾക്കൊണ്ടുകൊണ്ടാണ്. പുരുഷരൂപങ്ങളുടെ പ്രകടനപരതയെ

ഭാവതീവ്രതയുടെ നിശ്ശബ്ദതകൾകൊണ്ട് സ്ത്രീരൂപങ്ങൾ അതിശയിക്കുന്നു, വിസ്മയിപ്പിക്കുന്നു.

ക്ഷേത്രചുമരുകളിൽനിന്ന്, ഈ വിസ്മയത്തെ മറ്റൊരു അതിരില്ലാ വിസ്മയത്തിലേക്ക് എ എസ് ആവാഹിക്കുന്നു. ആരാധനയുടെ നാട്യങ്ങളെ തകർത്ത് കൂടുതൽ ജൈവികവും മാനവികവുമായിത്തീരുന്നു ആ രൂപങ്ങൾ.

ഏതൊരു സമൂഹത്തിലും സ്ത്രീശക്തിയും മാതൃഭാവവും വിപ്ലവത്തിന്റെ ബീജരൂപങ്ങളാണ്. അന്തിമമായി സകല ദുരന്തങ്ങളും ഏറ്റുവാങ്ങുന്നത് സ്ത്രീയാണ്. ഒരിക്കലും അവസാനിക്കാതെ, എവിടെനിന്നും തുടങ്ങാതെയും എന്നാൽ നിരന്തരം പുനഃസൃഷ്ടിയിലൂടെയും സമൂഹത്തെ മുന്നോട്ടു നയിക്കുന്ന ഹേതു. ചില ഫെമിനിയൻ കാഴ്ചപ്പാടുകൾ മുന്നോട്ടു വയ്ക്കുന്ന സമത്വമെന്ന, ആദർശത്തെ നോക്കി ഉള്ളിലടക്കിയ ഒരു മന്ദഹാസത്തോടെ എ എസിന്റെ സ്ത്രീരചനകൾ നിൽക്കുന്നു. ആ കണ്ണുകളിൽ നിറയുന്ന പ്രണയത്തിന്റെയും ആത്മഗീതയുടെയും ഏകാന്തതയുടെയും ആഴങ്ങളെ ആർക്ക് അളക്കാനാവും? കാലത്തിന്റെ പരിമിതികൾക്കപ്പുറത്തേക്ക് പടരുന്ന ആ ചലനങ്ങളെ ആർക്ക് അനുകരിക്കാനാവും?

കലയിലും സാഹിത്യത്തിലും മുഖ്യധാരകളെ നിഷേധിച്ച് യാത്ര ചെയ്യുന്നവരുടെ അപൂർവഗണത്തിലേക്ക് നമുക്കു നൽകാനുള്ള മൗലികതയാണ് എ എസ്. പ്രത്യേകിച്ചും ഇലസ്ട്രേഷനെപ്പോലെ പരിമിതികൾ കൽപ്പിച്ചു നൽകിയിരിക്കുന്ന ഒരു രംഗത്ത്. തന്റെ ഏകാന്തയാത്രകൾക്ക് വിഷാദത്തിന്റെയും കറുപ്പിന്റെയും നാനാർഥങ്ങൾ നൽകി കടന്നുപോയ ആ മഹാപ്രതിഭക്ക് ആദരവോടെ.....

ജിയുടെ കവിത
അരിവഞ്ചി

ചിരിക്കാത്ത വരകൾ, ഓർമകളും

ബി ജയചന്ദ്രൻ

അത്തിപ്പറ്റ ശിവരാമൻനായർ അഥവാ 'എ എസ്' ഒരിക്കലും മാഞ്ഞുപോകാത്ത വരകളുടെയും ഓർമകളുടെയും സ്രഷ്ടാവാണ്.

*മാതൃഭൂമി*യുടെ വാത്സല്യം അനുഭവിച്ചുവളർന്ന എ എസ് മരിച്ചതും *മാതൃഭൂമി*യിൽ വച്ചായിരുന്നല്ലോ?

സൂര്യൻ കരുണയില്ലാതെ ജ്വലിച്ച ആ മധ്യാഹ്നത്തിൽ കേരളത്തിന്റെ എക്കാലത്തെയും വലിയ രേഖാചിത്രകാരൻ. *മാതൃഭൂമി*യുടെ അങ്കണത്തിൽ, സ്തംഭിച്ചുനിൽക്കുന്ന സഹപ്രവർത്തകരുടെമുന്നിൽ സഹജമായ ധാർഷ്ട്യത്തോടെ കിടന്നു. തലയുയർത്തിപ്പിടിച്ച് നടക്കുന്ന എ എസിന്റെ ഗൗരവം അപ്പോഴും ആ മുഖത്തുണ്ടായിരുന്നു.

ഉള്ളിൽ ജ്വലിക്കുന്ന സ്നേഹത്തിന്റെ ഒരു കിരണംപോലും പുറത്തു കാണിക്കാതിരിക്കാൻ അദ്ദേഹം ശ്രദ്ധിച്ചിരുന്നുവോ? ജീവിതത്തിൽ നേരിട്ട അനേകം വൈകാരിക കപ്പൽച്ചേതങ്ങൾ ഒരു ദുരൂഹമായ തുരുത്താക്കി മാറ്റിയിരുന്നു ആ മനസിനെ.

ലളിതമായിരുന്നു എ എസിന്റെ ജീവിതം. കടന്നുവന്ന വഴികൾ സമ്മാനിച്ച സുഖകരമല്ലാത്ത അനുഭവങ്ങളായിരുന്നു അദ്ദേഹത്തിന്റെ പിൻബലം. ആ മനസിൽ എപ്പോഴും സജീവമായി നിന്നത് സമ്പന്നമായ ഭൂതകാലമായിരുന്നു; ഭൗതിക സമ്പന്നതയല്ല, അനുഭവങ്ങളുടെ സമ്പന്നത.

ചെർപ്പുളശേരിയിലെയും കാറൽമണ്ണയിലെയും അനുഭവങ്ങളുടെ ചെപ്പ് തുറക്കുമ്പോൾ ആ മനുഷ്യൻ കടന്നുവന്ന ഇരുണ്ട വീഥികളെയോർത്ത് അത്ഭുതം കൂറിയിട്ടുണ്ട്.

കറുപ്പും വെളുപ്പും ഉപയോഗിച്ച് എ എസ് രചിച്ച *യയാതി* ചിത്രങ്ങൾ ആ വ്യക്തിത്വത്തിന്റെകൂടി വെളിപാടായിരുന്നു. ഘനരൂപങ്ങളുടെ ശാന്തതയിൽ, ആഴ്ചപ്പതിപ്പിന്റെ താളിൽ, ഒരു മനസിന്റെ പരിച്ഛേദമാണ്

നമ്മൾ കണ്ടത്. ഒരു നോവലിന്റെ 'ഇല്ലസ്ട്രേഷൻ' ആയി മാത്രം അതിനെ കണ്ടുകൂടാ.

പുറമേക്ക് പരുക്കനായി കാണപ്പെട്ട എ എസ് കറുത്ത മനസിന്റെ ഉടമയാണെന്ന്, നേർരേഖയിൽ ചിന്തിക്കുന്നവർ ധരിച്ചുപോയാൽ അവരെ കുറ്റപ്പെടുത്തിക്കൂടാ. പക്ഷേ, അവിടെ ഒളിഞ്ഞു കിടന്ന വെളുപ്പിന്റെ തീക്ഷ്ണമായ പൊട്ടുകൾ അടുപ്പമുള്ളവർക്ക് മാത്രമുള്ള കാഴ്ചയായിരുന്നു.

ഇരുട്ടിനെ ആകർഷകമാക്കുന്ന വെളിച്ചം. ഇത്തരം ഒരു വെളിച്ചത്തിന്റെ സാന്നിധ്യം ആ ചിത്രങ്ങളിലുണ്ട്. കറുപ്പിനിടയിൽ ഒരു വെളുപ്പിന്റെ സ്പർശംകൊണ്ട് ധ്വനിപ്പിക്കുന്ന അനേകം തലങ്ങളും. അങ്ങനെ നമ്മുടെ ചിത്രകലയിലെ ക്ലാസിക്കുകളായി *യയാതി* ചിത്രങ്ങൾ ഉയർന്നു നിൽക്കുന്നു.

പ്രശസ്തിയിൽനിന്ന് സ്വയം അകന്നുനിന്ന എ എസ്, ഒരു ചിത്രപ്രദർശനംപോലും നടത്താത്ത എ എസ്, ചിത്രകാരന്മാർക്ക് പുതിയ കീഴ്വഴക്കം സൃഷ്ടിച്ചുകൊണ്ട് തിരോധാനം ചെയ്യുകയാണുണ്ടായത്.

വേഷം കെട്ടലുകളും ജാടകളും ഒരിക്കലും എ എസിൽ കണ്ടിരുന്നില്ല. അനുഗൃഹീതനായ ചിത്രകാരന്റെയും ഭൂതകാലം മറക്കാത്ത മനുഷ്യന്റെയും സംഗമമാണ് എ എസ്.

വരുംകാലങ്ങളിലായിരിക്കും എ എസ് എന്ന രേഖാചിത്രകാരൻ കൂടുതൽ പഠിക്കപ്പെടുന്നത്. കാരണം, കാലത്തെ അതിജീവിക്കാൻ ആ ചിത്രങ്ങൾക്ക് കഴിയുന്നു എന്നതുതന്നെ.

തന്റെ സ്മാരകമായി മരണമില്ലാത്ത ചിത്രങ്ങൾ സമ്മാനിച്ച് കടന്നുപോയ ആളാണ് എ എസ്. ഒരിക്കലും *മാതൃഭൂമി*യിൽനിന്ന് വേറിട്ട് തന്റെ ചിത്രങ്ങളെ കാണാൻ എ എസ് ആഗ്രഹിച്ചതുമില്ല.

ശിഥിലമായ ചില്ലകളോടെ ഒറ്റപ്പെട്ടുനിൽക്കുന്ന വൻവൃക്ഷങ്ങൾ എ എസിന്റെ രചനകളിൽ കാണാം. അത് ആ ജീവിതം തന്നെ. ആ വരകളും ഓർമകളും എ എസ് എന്ന സ്നേഹമുള്ള ചിത്രകാരൻ ഇപ്പോൾ നമുക്കിടയിൽ ജീവിക്കുന്നില്ല എന്ന് സൂചിപ്പിക്കുമ്പോൾ എവിടെയോ നൊമ്പരമുണ്ടാകുന്ന

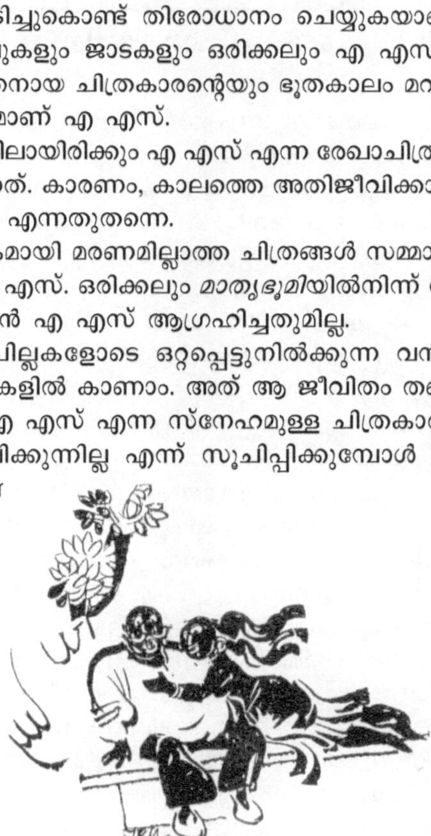

എ എസ് എന്ന ചിത്രകാരൻ

കെ പി കുഞ്ഞിമൂസ

വർഷങ്ങൾക്കുമുമ്പാണ് എ എസ് എന്ന ചിത്രകാരനെ ഞാൻ പരിചയപ്പെട്ടത്. എം വി ദേവൻ അന്ന് *മാതൃഭൂമി*യിൽനിന്നും വിടവാങ്ങിയിരുന്നു. ദേവൻ എന്റെ ഓട്ടോഗ്രാഫിൽ വരച്ച അതിമനോഹരമായ ഒരു ചിത്രം കരുതലോടെ സൂക്ഷിച്ച ഞാൻ വീണ്ടും *മാതൃഭൂമി*യിൽ ചെന്ന് ഒരു ചിത്രവുംകൂടി സംഘടിപ്പിക്കാൻ തീരുമാനിച്ചു. ടി വേണുഗോപാൽ, വിംസി, വി എം കൊറാത്ത്, കുട്ടിക്കൃഷ്ണമാരാർ തുടങ്ങിയവരുടെ മഹദ്വചനങ്ങളും ഒപ്പുകളുമടങ്ങിയ ഓട്ടോഗ്രാഫുമായി ആപ്പീസിൽ ചെന്ന് ദേവൻ ഇരിക്കുന്ന മുറിയിലെത്തിയപ്പോൾ അവിടെ ആൾ മാറിയിരിക്കുന്നു. അകത്തു കയറി പരിചയപ്പെട്ടു. നീട്ടിപ്പിടിച്ച ഓട്ടോഗ്രാഫ് വാങ്ങി നാലു വരയും ഒരൊപ്പും. അന്നാണ് എ എസ് എന്ന ചിത്രകാരന്റെ അസാമാന്യ കഴിവിനെക്കുറിച്ച് എനിക്ക് മതിപ്പു തോന്നിയത്.

പത്രപ്രവർത്തകനായി കോഴിക്കോട്ട് വന്നതുമുതൽ മറ്റു പലരിൽനിന്നും വ്യത്യസ്തനായി നടന്ന എ എസിനെ ഞാൻ ദൂരെ നിന്നു നോക്കിക്കണ്ടു. അധികം അടുത്തിടപഴകാനുള്ള അവസരം ഉണ്ടായിരുന്നില്ല.

എന്നാൽ വരകളിലൂടെയുള്ള എ എസിന്റെ ദൃശ്യാവിഷ്കരണം ഞാൻ കൗതുകപൂർവം വീക്ഷിച്ചു. അദ്ദേഹം വരയ്ക്കുന്ന രേഖാചിത്രങ്ങൾ അതുവരെ കണ്ടതിൽനിന്നും ഏറെ വ്യത്യസ്തമായിരുന്നു. സ്കെച്ചുകൾക്ക് പ്രത്യേക തനിമയും. എല്ലാം ഒരേ അച്ചിൽ വാർത്തെടുത്തതുപോലെയുള്ള ചിത്രങ്ങളിൽനിന്നും തികച്ചും രൂപവും ഭാവവും മാറ്റിക്കൊണ്ടുള്ളതായിരുന്നു എ എസിന്റെ വര. എസ് കെ പൊറ്റെക്കാട്ടിന്റെയും എം മുകുന്ദന്റെയും ലളിതാംബിക അന്തർജനത്തിന്റെയും ഉൾപ്പെടെ അനേകമനേകം പ്രശസ്തരുടെ കഥകൾക്ക് ചിത്രീകരണം നടത്തി വായനക്കാരുടെ പ്രശംസ പിടിച്ചുപറ്റിയ എ എസ് ഇരുപ്പിലും നടപ്പിലും

വിനയാന്വിതനായിരുന്നു. കാലം ചെല്ലുന്തോറും എ എസിന്റെ ചിത്രങ്ങൾക്ക് തിളക്കം കൂടിക്കൊണ്ടിരുന്നു. എന്നിട്ടും അശേഷം തലക്കനം ആ ചിത്രകാരനുണ്ടായിരുന്നില്ല.

1988 ലെ ഒരു ജൂൺ മാസം. സമയം സന്ധ്യയോടടുത്തിരിക്കുന്നു. പത്രപ്രവർത്തക സുഹൃത്തിനെ കാണാൻ ബിലാത്തിക്കുളത്തെ ഫ്ളാറ്റിൽ എത്തിയതായിരുന്നു. എ എസ് ഓടിക്കിതച്ചുവരുന്നത് കണ്ടപ്പോൾ എന്താണ് സംഭവിച്ചതെന്നറിയാതെ ഞാൻ സ്തംഭിച്ചു നിന്നു.

കിതച്ചുകൊണ്ട് എ എസ് പറയുകയാണ്, "അമ്പലപ്പള്ളിയുടെ മകൻ രണ്ടു തവണ ഛർദിച്ചു. നല്ല തലവേദനയുമുണ്ട്. ഒരു ഓട്ടോ വേണം."

എന്റെ സ്കൂട്ടറിൽ ഞാൻ എ എസിനെയുംകൊണ്ട് നടക്കാവിലേക്ക് കുതിച്ചു. ചാറൽ മഴ. എ എസിന്റെ തലയിൽ ടൗവ്വൽ പോലുമില്ല. വണ്ടിപ്പേട്ടവരെ ഞങ്ങൾ പോയി ഓട്ടോപിടിക്കാൻ. എ എസ് അന്ന് പെട്ട പാട് ഞാനിന്നും ഓർക്കുന്നു. ഓരോ ഓട്ടോ വരുമ്പോഴും എ എസ് പിന്നാലെ ഓടും. കുറേ പിന്നാലെ ഓടി തിരിച്ചുവരും.

ഒടുവിൽ ഒരു റിക്ഷക്കാരൻ കനിഞ്ഞു. ഓട്ടോയിൽ ചാടിക്കയറി എ എസ് യാത്ര പറഞ്ഞു. കുട്ടിയെ നഴ്സിങ് ഹോമിൽ പ്രവേശിപ്പിച്ചതും സുഖമായതും പിന്നീട് ഫോൺ ചെയ്തറിഞ്ഞു.

ഒരാഴ്ച കഴിഞ്ഞപ്പോഴാണ് ഞെട്ടിക്കുന്ന ആ വിവരമറിഞ്ഞത്. അനേകം പുസ്തകങ്ങളുടെ പുറംചട്ട വരഞ്ഞുണ്ടാക്കുകയും ബ്രഷുകൾ കൊണ്ട് കഥ എഴുതുകയും ചെയ്ത എ എസ് നായർ ആരോടും യാത്ര പറയാതെ എന്നെന്നേക്കുമായി പോയി.

വര: മദനൻ

ആറ്

രചനകൾ

എ എസ് എഴുതിയ ലേഖനങ്ങൾ

കുട്ടികളുടെ ചിത്രകല

എ എസ് നായർ

പലരും പലപ്പോഴും ആധുനിക ചിത്രകലയെ പഴിക്കുകയും പരിഹസിക്കുകയും അധിക്ഷേപിക്കുകയും ചെയ്യുന്നത് "ഇത്തരം കാക്കിരി പൂക്കിരി കുത്തിവരക്കാൻ ചെറിയ കുട്ടികൾക്കുപോലും സാധിക്കും" എന്നു പറഞ്ഞുകൊണ്ടാണ്. ഇതിന്റെ മറ്റൊരർഥം, ചെറിയ കുട്ടികൾ വരയ്ക്കുന്ന ചിത്രങ്ങൾ കലാസൃഷ്ടികളല്ലെന്നും, അവയ്ക്കു വിലയില്ലെന്നും ആണല്ലൊ. അങ്ങനെ അജ്ഞതമൂലം അധിക്ഷേപിക്കാനും അവജ്ഞയോടെ തള്ളിക്കളയാനും പുറപ്പെടുന്നവരെ കൊച്ചുകുട്ടികളുടെ അതിമനോഹരമായ കലാസൃഷ്ടികൾ അമ്പരപ്പിക്കുകയും അത്ഭുതപ്പെടുത്തുകയും ചെയ്യുന്നത് അസാധാരണമല്ല.

ബാലമനസിലെ നിഷ്കളങ്കതയുടെ തനിപ്പകർപ്പുകളാണ് അവരുടെ ചിത്രങ്ങൾ. നിർല്ലോഭം ചായങ്ങളെടുത്ത് വലിയ ബ്രഷുകൾകൊണ്ട് നിസ്സംശയം വരയ്ക്കുക. അതിൽ അവർക്ക് പൂർണമായ ആനന്ദവും തൃപ്തിയുമുണ്ട്. സ്വച്ഛവും മനോഹരവുമായ വർണങ്ങൾ, ദൃഢങ്ങളും ഓജസുറ്റവയുമായ വരകൾ, ലളിതവും സ്വതന്ത്രവുമായ ആശയങ്ങൾ! ഏതു പ്രത്യേകശക്തികൊണ്ട് വസ്തുതകളെ ആകർഷിച്ചുവോ ആ പ്രത്യേകത മാത്രം പ്രകാശിപ്പിക്കുക എന്നതിൽ കവിഞ്ഞ് മറ്റു ഘടകങ്ങളിലേക്ക് അവർ ശ്രദ്ധിക്കാറില്ല. ചുരുങ്ങിയ വരകളുടെയും ഇണങ്ങിയ വർണങ്ങളുടെയും താളലയക്രമത്തിലും ഒരു കുട്ടിത്തം കാണാം. അപൂർണങ്ങളും അവ്യക്തങ്ങളുമെന്നു നമുക്കു തോന്നുന്ന വർണങ്ങളും വരകളും കുട്ടികളുടെ ഭാവനയിൽ പൂർണങ്ങളും വിവരണങ്ങളിൽ വ്യക്തങ്ങളുമാണ്. തങ്ങളുടെ ലോകവും ചുറ്റുപാടുകളും വിട്ടുകൊണ്ടുള്ള സങ്കൽപ്പങ്ങളോ സൃഷ്ടികളോ അവർക്കില്ല. മറ്റൊരാളെ അനുകരിക്കാനും അവർ തയാറല്ല.

ഈ കുട്ടിച്ചിത്രകാരന്മാർക്കെല്ലാം വളർന്നു വലുതാവാനുള്ള വളം കിട്ടണം. കലാവാസനയുള്ള കുട്ടികൾക്ക് അതിനുപറ്റിയ അന്തരീക്ഷം സൃഷ്ടിച്ചുകൊടുക്കേണ്ടത് രക്ഷിതാക്കളുടെ കടമയാണ്. ചിത്രകലയിൽ അഭിരുചിയുള്ള കുഞ്ഞുങ്ങൾ ഉമ്മറച്ചുവരിലും വാതിൽപ്പലകയിലും മറ്റും ചോക്കും കരിയും കൊണ്ടു കലാപ്രസ്ഥാനം തുടങ്ങിവെച്ചാൽ ഭീഷണികളും പ്രഹരവുംകൊണ്ട് രക്ഷിതാക്കന്മാർക്കതു മാറ്റേണ്ടി വരുന്നു. അതോടെ ആ കുട്ടിയുടെ കുരുന്നു ഹൃദയത്തിലുള്ള കലാവാസനയുടെ ബീജങ്ങൾതന്നെ നശിച്ചെന്നും വരാം. ആ അത്യാഹിതം സംഭവിക്കാതെയും ചുവരു വൃത്തികേടാക്കാതെയും കഴിക്കാൻ കുറച്ചു ചായങ്ങളും കടലാസും ഒന്നുരണ്ടു വലിയ ബ്രഷുകളും വാങ്ങി കുട്ടികൾക്കു സമ്മാനിക്കുക. അരുമക്കുഞ്ഞുങ്ങളോടുള്ള വാത്സല്യം ചിത്രകലയോടുള്ള അനുഭാവം കൂടിയായിത്തീരട്ടെ.

കടലാസും മറ്റുപകരണങ്ങളും മേന്മയേറിയതും വിലപിടിച്ചതുമാകണമെന്നില്ല. തുച്ഛവിലയ്ക്ക് ധാരാളം വാങ്ങാൻ കിട്ടുന്ന ടെമ്പറ–പൗഡർ വെള്ളത്തിൽ കലക്കി താണതരം കടലാസോ ഉപയോഗശൂന്യമായ വർത്തമാനപത്രങ്ങളോ എടുത്തു കൊടുത്താൽ കുട്ടികൾക്കതിൽ വരച്ചു ശീലിക്കാം. മറിച്ച് ചെറിയ ചായപ്പെട്ടികളിലെ ഉണങ്ങിവരണ്ടുകിടക്കുന്ന ചായക്കട്ടകളിൽ ആകെ ഒന്നര രോമമുള്ള സൂചി ബ്രഷുകൊണ്ടു ഉരച്ചുരച്ചു കിട്ടുന്ന ചായം തേച്ചു നോട്ടുബുക്കിലെ ഒരേടിൽ ചിത്രം വരച്ചു ശീലിക്കുന്നതുകൊണ്ട് വളരെയധികം പ്രയോജനമൊന്നുമില്ല. ചാർക്കോൾ സ്റ്റിക്കുകളും ക്രയോൺ പെൻസിലുകളുംകൊണ്ട് ഏറ്റവും വില കുറഞ്ഞ ന്യൂസ്പ്രിന്റ് കടലാസിൽപ്പോലും നന്നായി സ്കെച്ചുകൾ ചെയ്യാം. കൂടാതെ പേസ്റ്റൽ ചോക്കുകളും താണതരം പോസ്റ്റർ കളറുകളും ചുരുങ്ങിയ വിലയ്ക്കു വാങ്ങാൻ കിട്ടുന്നതും കുട്ടികൾക്കു വരച്ചു ശീലിക്കാൻ പറ്റിയതുമാണ്. വാട്ടർകളർ, ഓയിൽകളർ എന്നീ മീഡിയങ്ങൾ പ്രാഥമിക ഘട്ടങ്ങളിൽ പരിശീലനത്തിനു വിഷമമുള്ളവയാണ്.

ചിത്രം വലിയ കടലാസിൽ കഴിയുന്നത്ര വലുതാക്കി വരയ്ക്കുകയാണ് വേണ്ടത്. സ്വൽപ്പം മുതിർന്ന കുട്ടികൾ സാധ്യതയുള്ളിടത്തോളം വസ്തുക്കൾ, പ്രകൃതിദൃശ്യങ്ങൾ, മനുഷ്യരൂപങ്ങൾ, പക്ഷിമൃഗാദികൾ എന്നിവ പഠനം ചെയ്യണം (അതായത് നോക്കി വരയ്ക്കണം). മറ്റു ചിത്രങ്ങൾ അപ്പടി പകർത്താൻ ശ്രമിക്കുന്നത് സ്വന്തമായ കഴിവിനെ ജീവിപ്പിക്കാൻ ഉതകുകയില്ല. കൂട്ടത്തിൽ ഒന്നുരണ്ടു ചെറിയ സംഗതികൾകൂടി ഓർമിക്കുന്നത് നന്നായിരിക്കും. ചിത്രങ്ങൾ കഴിയുന്നതും വലിയ കടലാസിൽ വലിയ ബ്രഷുകളുപയോഗിച്ചു വലുതാക്കി വരയ്ക്കണം. വരയ്ക്കുന്ന കൈയുടെ പടം കടലാസിലൂന്നാതെ കൈക്കു വേണ്ടിടത്തോളം ചലനസ്വാതന്ത്ര്യം കൊടുക്കുക. വൃത്തങ്ങളോ ചതുരങ്ങളോ നേർവരകളോ വരയ്ക്കാൻ മറ്റുപകരണങ്ങളുടെ സഹായം തേടാതിരിക്കുക. പുതിയ മീഡിയങ്ങളുടെ ഉപയോഗക്രമം അറിവുള്ളവരോടു ചോദിച്ചു മനസിലാക്കിയശേഷം അവയെ കൈകാര്യം ചെയ്യുക. മുതിർന്ന കുട്ടി

കൾ റിയലിസത്തിലേക്കു കടക്കുമ്പോൾ പേഴ്സ്പെക്ടീവിനെ സംബന്ധിച്ച് സ്വൽപ്പമെങ്കിലും ബോധമുണ്ടാകാൻ മേശ, കസേര തുടങ്ങിയ ഉപകരണങ്ങൾ നോക്കി വരയ്ക്കുന്നത് സഹായമായിരിക്കും.

വീടു വിട്ടാൽ പിന്നെ വിദ്യാലയമാണല്ലോ കുട്ടികളുടെ ലോകം. അവിടെയാകട്ടെ, ചിത്രകലയെ സംബന്ധിച്ചിടത്തോളം സിലബസിൽ വിവരിച്ച ആലിലയും മാങ്ങയും മത്തങ്ങയും ഒഴികെ മറ്റൊന്നും വരയ്ക്കേണ്ടതില്ല. വരപ്പിക്കാൻ പറ്റുകയുമില്ല. അത്രയും കൊണ്ടുതന്നെ വിദ്യാർഥിയിലുള്ള കലാവാസന പരിപൂർണമായും വളർന്നു കഴിഞ്ഞു! ഇത്തരം ഒരു സ്ഥിതിവിശേഷത്തിൽ ഇരുനൂറോ മുന്നൂറോ കുട്ടികൾക്ക് ഒന്നിച്ചിരുന്ന് ഒന്നോ രണ്ടോ ചിത്രങ്ങൾ വരയ്ക്കാനെങ്കിലും സന്ദർഭം ഇടയ്ക്കു വല്ലപ്പോഴും കിട്ടുക എന്നത് വാസനാസമ്പന്നരായ കുഞ്ഞുങ്ങളെ സംബന്ധിച്ചിടത്തോളം വലിയ ഒരനുഗ്രഹമാണ്.

(1963 നവംബർ 17 *മാതൃഭൂമി ആഴ്ചപ്പതിപ്പ്*)

പക്ഷികൾ
മാതൃഭൂമി ആഴ്ചപ്പതിപ്പിന്റെ
ഒരു മുഖചിത്രം

എന്തേ ഇത്ര വൈകിയത്?

എ എസ്

"**എ**ന്തേ ഇത്ര വൈകിയത്-?"

"ഞാനല്ല, ബസാണ് വൈകിയത്."

ഫലിതം പറഞ്ഞതല്ലായിരുന്നു. ചിന്തയെക്കാൾ വേഗമുള്ള വാഹനങ്ങൾപോലും വേണ്ടത്രയുണ്ടെന്നവകാശപ്പെടുന്ന ഈ യുഗത്തിൽ കേവലം പതിനെട്ടുനാഴിക സഞ്ചരിക്കാൻ രണ്ടുമണിക്കൂറും കൈവാശിയും വേണ്ടിവന്നുവെന്ന് പറഞ്ഞാൽ ആരും വിശ്വസിക്കില്ല. മഞ്ചേരിയിൽ നിന്നും വയറു നിറച്ച് പുറപ്പെട്ട ബസ് മുളത്തിന് മൂന്നിടത്ത് നിർത്തി വഴിയിൽ കണ്ടവരെയെല്ലാം പിന്നേയും വാരി വിഴുങ്ങി തേട്ടിയും മൂക്കു ചീറ്റിയും ഒരുവിധം കരുവാരക്കുണ്ട് ചിറയുടെ വക്കത്ത് ഒരു വിരേചനത്തിന്റെ ആനന്ദത്തിൽ ഞങ്ങളെ പുറത്തുവിട്ടപ്പോഴേക്കും ഒരു യുഗം തന്നെ കഴിഞ്ഞുപോയ തോന്നലാണുണ്ടായത്. അതു വകവെയ്ക്കാതെ ഞങ്ങൾ നേരെ തൃക്കിടീരി മനയ്ക്കലേക്ക് നടന്നു.

കേരള ചിത്രകലാ പരിഷത്തിന്റെ മലപ്പുറം ശാഖ സംഘടിപ്പിച്ച ചിത്രകലാ ക്യാമ്പിൽ പങ്കെടുക്കാനുള്ള ആവേശമോ അത്യാഗ്രഹമോ അർഹതയോ കണക്കിലെടുത്തല്ലായിരുന്നു എന്റെ ആ നടത്തം. മറിച്ച്, അത് തൃക്കിടീരി മന-വാസുദേവൻനമ്പൂതിരിയുടെ വസതിയിൽവെച്ച് നടക്കുന്നുവെന്ന ചേതോവികാരം മാത്രമായിരുന്നു എന്നെ അങ്ങോട്ടാകർഷിച്ചത്. എന്റെ ജീവിതത്തെ പച്ചപിടിപ്പിച്ച കുളിർനീരുകളാണ് ഇന്നും അതിന്റെ പശ്ചാത്തലത്തിൽ കുത്തിയൊലിക്കുന്നത്. അവിടെ എത്തുമ്പോൾ 'അകത്തുനിന്നും' പുറത്തുനിന്നും എന്റെ ആത്മാവിലേക്ക് തണുത്ത കാറ്റടിക്കുന്നു. സദാ ചുട്ടുപഴുത്തുകിടക്കുന്ന ഹൃദയത്തിന് ഒരാനന്ദം കിട്ടുന്നു. അവിടെ എനിക്ക് എന്നെ കാണാനുള്ള കണ്ണാടിയുണ്ട്. അല്ല, എനിക്കെന്നെ കാണിച്ചുതന്ന കണ്ണാടിയുണ്ട്. അതിലൂടെ മാത്ര

മാണ് ഞാൻ ഇന്ന് ഈ ലോകം കാണുന്നത്. അതാർക്കും അത്രമേൽ അറിയില്ല. ചിത്രകലാക്യാമ്പിന് എന്നെ ക്ഷണിക്കാൻ വന്ന ഭാരവാഹികൾ അങ്ങോട്ടുള്ള വഴി വിവരിച്ചു തന്നപ്പോൾ എനിക്കരിശമാണ് തോന്നിയത്. ഒരുപക്ഷേ, ആർക്കും അത്രയെളുപ്പം എത്തിപ്പെടാൻ പറ്റാത്ത സ്ഥലമാണെന്നു കരുതിയാവാം. അതുകൊണ്ടുതന്നെയാകാം സുപ്രസിദ്ധ സാഹിത്യകാരന്മാരായ എം ടി വാസുദേവൻനായരും എൻ പി മുഹമ്മദും *അറബിപ്പൊന്ന്* സമ്പാദിക്കാൻ അവിടെപ്പോയി ഒളിച്ചിരുന്നതും.

ദാഹവും ക്ഷീണവും. വിയർത്തുകുളിച്ച് മനയുടെ മുറ്റത്ത് എത്തിയപ്പോഴേക്കും സമയം അഞ്ചുമണി കഴിഞ്ഞിരുന്നു. പരിചിതവും അപരിചിതവുമായ കുറെ മുഖങ്ങൾ അങ്ങുമിങ്ങും നീങ്ങുന്നു. മുറ്റത്തെ നെടുമ്പുരയിലും പത്തായപ്പുരയുടെ താഴ്‌വാരത്തിലുമായി മുഴുമിച്ചതും മുഴുമിക്കാത്തതുമായ കുറെ ചിത്രങ്ങൾ മലർന്നും ചെരിഞ്ഞും തലങ്ങും വിലങ്ങും കിടക്കുന്നു. അവയ്ക്കിടയിൽ ചിന്നിച്ചിതറിയ പാത്രങ്ങളും ബ്രഷുകളും പാലറ്റുകളും! അപ്പോഴും രണ്ടുമൂന്നു പേർ നെടുമ്പുരയ്ക്കകത്തു ചമ്രം പടിഞ്ഞു കുനിഞ്ഞിരുന്ന് കുത്തിവരയ്ക്കുകയാണ്. ഏതോ ഒരത്ഭുതപ്രപഞ്ചത്തിലേക്ക് അറ്റുവീണ ഞാൻ അന്തംവിട്ടു നിൽക്കുമ്പോഴാണ് നെടുമ്പുരയ്ക്കുള്ളിലിരിക്കുന്നവരുടെ ഇടയിൽനിന്നും "എന്തേ ഇത്ര വൈകിയത്" എന്ന ശബ്ദം കേട്ടത്. അത് ഞാൻ ആദ്യം പറഞ്ഞ ആ കണ്ണാടിയുടെ മുഖത്തു നിന്നുള്ള ശബ്ദമായിരുന്നു. ഒന്നുരണ്ടു മിനുട്ടുകൾ കഴിഞ്ഞപ്പോൾ ഒരാൾ വന്നു മറ്റൊരു ചോദ്യം, "ചായയോ സംഭാരമോ – എന്തുവേണം?"

"ഒരു ധാരപ്പാത്തിയാണ് വേണ്ടത്" എന്നു പറയാനാണ് തോന്നിയത്. പക്ഷേ, ഭയംകൊണ്ട് ആ വാക്കുകൾ പുറത്തുവന്നില്ല.

"എന്തായാലും വിരോധമില്ല."

അതു പറഞ്ഞുകൊണ്ട് പിന്നിലേക്കു നോക്കിയപ്പോൾ കൂടെയുണ്ടായിരുന്ന ഫോട്ടോഗ്രാഫർ സുഹൃത്ത് ചുമടിറക്കി താഴെവെച്ച് ചുറ്റും കണ്ണോടിച്ചുകൊണ്ട് നിൽക്കുകയാണ്. അദ്ദേഹം തന്നെത്തന്നെ മറന്നുവോ? ഒരുപക്ഷേ, അദ്ദേഹം ആദ്യമായാണ് ഒരു ചിത്രകലാ ക്യാമ്പുകാണുന്നത്. ഞാൻ ആദ്യത്തെ ചിത്രകലാക്യാമ്പ് തന്നെയും കണ്ടവനാണ്.

കേരളത്തിൽ – ഒരുപക്ഷേ, ഭാരതത്തിൽ തന്നേയും – ചിത്രകലാക്യാമ്പ് എന്ന ആശയത്തിന് ജന്മം നൽകിയതും അതിന്റെ ജാതകകർമം നിർവഹിച്ചതും ശ്രീ വാസുദേവൻനമ്പൂതിരി തന്നെയായിരുന്നു. ഇന്നതിന് അത്രയധികം പ്രായമൊന്നുമായിട്ടില്ല. ഇരുപത്തിമൂന്നോ, ഇരുപത്തിനാലോ വയസുകാണും. അന്ന് ആ ഉണ്ണി പിറന്നപ്പോൾ ഇന്നത്തെ പ്രഗത്ഭരായ മിക്ക ചിത്രകാരന്മാരും നിരൂപകരും ഒന്നിച്ചുകൂടി ആർപ്പുവിളിച്ചു സന്തോഷിച്ചു.

ആ ബ്രാഹ്മണസന്തതി ഇന്നൽപ്പം ധൂർത്തനും ദുഃശീലക്കാരനുമായിപ്പോയിട്ടുണ്ടെങ്കിൽ അത് വളർത്തിക്കൊണ്ടുവന്നവരുടെ വിവരക്കേടെന്നേ പറയാനൊക്കൂ. അതിന്റെ സംബന്ധമുറയിലുള്ള സന്തതികളാണ് ഇന്ന്

ആ മനയ്ക്കലെ പുരമുറ്റത്ത് മലർന്നു കിടക്കുന്നത്.

ക്യാമ്പംഗങ്ങളിൽ ഏറക്കുറെ ചിത്രകലയുമായി ബന്ധപ്പെടാൻ കഴിഞ്ഞിട്ടുള്ള അഞ്ചോ ആറോ പേരെ ഒഴിച്ചു നിർത്തിയാൽ ശേഷിച്ചവർ ചിത്രകലാ അധ്യാപകരും അധ്യാപകരാകാൻ ഉദ്യമിക്കുന്നവരുമാണ്. ആരെയും വേദനിപ്പിക്കാൻവേണ്ടി പറയുകയല്ല. എണ്ണച്ചായവും ജലച്ചായവും ടെമ്പറയും തമ്മിലുള്ള വ്യത്യാസമോ ഉപയോഗക്രമമോ തന്നെയും ശരിക്കു മനസിലാക്കാൻ കഴിഞ്ഞിട്ടില്ലാത്ത പലരുമുണ്ട് ആ കൂട്ടത്തിൽ. അവരെ സംബന്ധിച്ചിടത്തോളം അന്വേഷണത്തിന്റെ ആരംഭവും ആഹ്ലാദത്തിന്റെ നിമിഷങ്ങളുമായിരുന്നു ഈ ക്യാമ്പ്. ആവേശത്തള്ളലോടെ അർധരാത്രിയിൽപ്പോലും കടലാസും ചായങ്ങളുമായി കെട്ടിമറിഞ്ഞിരുന്ന പലർക്കും അതൊരാദ്യരാത്രിതന്നെയായിരുന്നു.

സൂര്യനെ വരയ്ക്കാൻ കോണിവെച്ച് ആകാശത്തേക്കു കയറട്ടെ, സ്കെയിലും കോമ്പസും വെച്ച് ചതുരവും വൃത്തവും വരയ്ക്കട്ടെ. എന്നിരുന്നാലും, ആരോ വരച്ച ഒരു കലണ്ടർചിത്രം – അതും പരമ അബദ്ധം – ഒരു നോട്ടുപുസ്തകത്തിന്റെ പുറംചട്ടയിലേക്ക് പകർത്തിയത് നോക്കി വരയ്ക്കുമ്പോൾ, അന്യന്റെ തെറ്റ് തന്റേതാക്കി മാറ്റി അതിൽ തന്റെ തെറ്റും കൂട്ടിച്ചേർത്ത് ഒരു മഹാ തെറ്റ് സൃഷ്ടിക്കുന്നുവെന്ന സത്യം പോലും ഇന്നും മനസിലാക്കാൻ കഴിഞ്ഞിട്ടില്ലാത്തവരുണ്ടെന്നറിയുമ്പോൾ കഷ്ടമെന്നേ പറയാനുള്ളൂ. ചതുരക്കള്ളികളുടെ സഹായത്തോടെ ഒരു ഫോട്ടോഗ്രാഫിയെ വലുതാക്കിയോ ചെറുതാക്കിയോ അതേപടി പകർത്തുകയാണ് ചിത്രകലാവൈദഗ്ധ്യമെന്ന് ഇന്നാരെങ്കിലും തെറ്റിദ്ധരിച്ചിട്ടുണ്ടെങ്കിൽ അതവരുടെ കുറ്റമല്ലതന്നെ.

കായിക കലാ, സാഹിത്യങ്ങളെല്ലാം തന്നെയും ഒരു വ്യക്തിയിൽ കിളർത്തുവരാനവസരം ലഭിക്കുന്നത് ആദ്യമായി നമ്മുടെ കലാലയങ്ങളിലെ ചുമരുകൾക്കിടയിൽനിന്നാണ്. ചിത്രകലയെ സംബന്ധിച്ചും അനുഭവം മറിച്ചല്ലതന്നെ. എന്നാൽ അതാകട്ടെ, തികച്ചും അശാസ്ത്രീയവും അനാരോഗ്യകരവുമായ ഒരന്തരീക്ഷത്തിലായിപ്പോകുന്നുവെങ്കിൽ അതിന് ഈ ചികിത്സ ആദ്യം വേണ്ടത് ആർക്കെന്നത് അവിതർക്കിതമാണ്. അവരാകട്ടെ, കല്യാണം കഴിച്ചും ബ്രഹ്മചാരികളായിത്തന്നെ കഴിയുന്നതും മോക്ഷവും വാങ്ങി രക്ഷപ്പെടുന്നു. ക്ലാസുമുറിയിലെ ബ്ലാക്ക് ബോർഡിൽ ചോക്കുകൊണ്ടു വരച്ചിടുന്ന മാങ്ങയും വെണ്ടയ്ക്കയും താമരപ്പൂവും പകർത്താൻ പഠിക്കയാണ് ചിത്രകല എന്ന് ഒരു കാലത്ത് ഞാനും വിശ്വസിച്ചതാണ്. അതിനപ്പുറം ഒരു ലോകമുണ്ടെന്ന് കാണിച്ചുതരാനുള്ള അറിവ് വേണ്ടത്ര അന്നത്തെ അധ്യാപകരിലുണ്ടായിരുന്നില്ല. ഉള്ളേടത്തോളം സൗകര്യമോ വിദ്യാലയത്തിലും അന്നുണ്ടായിരുന്നില്ല. ഇന്നും എന്നിരിക്കെ, അധികൃതർക്ക് ഒരധികപ്പറ്റും അധ്യേതാക്കൾക്ക് ശല്യവുമായ ഒരധ്യാപകനിൽനിന്ന് മാങ്ങ, വെണ്ട ഏറിയാൽ ഒരാന അതിൽക്കവിഞ്ഞ് മറ്റെന്തു പ്രതീക്ഷിക്കാം. ഈ താളപ്പിഴയല്ലേ, ഇന്ന് ജനങ്ങൾക്കിടയിൽ ശോഷിച്ചു കാണുന്ന കലാരസത്തിന്റെ മൂലകാരണങ്ങളിലൊന്ന്?

അല്ലെങ്കിൽ കൂലിവേല ചെയ്തു കുടുംബം പുലർത്താതെ മദിരാശി സ്കൂൾ ഓഫ് ആർട്സിൽ പഠിക്കാൻ പോയപ്പോൾ "നിനക്ക് ഭ്രാന്തുണ്ടോ?" എന്ന് ആരെങ്കിലും എന്നോട് ചോദിക്കുമായിരുന്നോ? ഈ ദുർവിധിയുടെ കരണക്കുറ്റിയടിച്ചുപൊളിക്കാനുതകുമാറ് ഒരു സ്ഥിതിവിശേഷം ഇനിയെങ്കിലും ഇവിടെ സംജാതമാകണമെങ്കിൽ തീർച്ചയായും അതിന്റെ വിത്തുകൾ വിദ്യാലയങ്ങളിൽത്തന്നെ വിതറിയേ പറ്റൂ. 'കല്യാണം കഴിച്ചും ബ്രഹ്മചാരി'കളായി കഴിയുന്നവർക്ക് കാമകലയോ ഗൃഹ്യസൂത്രമോ ഉപദേശിച്ചേ പറ്റൂ. അത്രയെങ്കിലും പ്രയോജനപ്പെടുത്തണം ഇത്തരം പഠനകലാക്യാമ്പുകളെ.

അപരിചിതമായ ചിത്രശിൽപ്പ കലാകാരന്മാരെ, അന്യോന്യം പരിചയപ്പെടുക, അവരുടെ കലാസൃഷ്ടികളുടെ നേട്ടങ്ങളും കോട്ടങ്ങളും എടുത്തുകാണിച്ച് അവയെ നിരൂപണവിധേയമാക്കി കുറ്റങ്ങളും കുറവുകളും നികത്തുക, വിവിധ മാധ്യമങ്ങളെയും വ്യത്യസ്ത രചനാ സമ്പ്രദായങ്ങളെയും കണ്ടു മനസിലാക്കുക, കലാകാരന്മാർക്കും ആസ്വാദകർക്കുമിടയ്ക്കുള്ള വിടവുകളെ തട്ടിമാറ്റാനുതകുമാറ് ആരോഗ്യകരങ്ങളായ ചർച്ചകൾ സംഘടിപ്പിക്കുക ഇത്രയെങ്കിലുമാണ് പ്രധാനമായും ചിത്രകലാക്യാമ്പുകളെക്കൊണ്ടു നേടാവുന്നത്. പോരെങ്കിൽ ആർക്കും അസാധാരണമായ ഒരാത്മധൈര്യവും അപൂർവമായ ഒരാനന്ദവും. അതിശയോക്തിയല്ല. എന്നോടൊത്ത് ക്യാമ്പിലെത്തപ്പെട്ട സുഹൃത്തിനുപോലും ബ്രഷും ചായവുമെടുത്ത് ഒരു കൈ നോക്കിയാലെന്താ എന്നുവരെ തോന്നിപ്പിച്ച അജ്ഞാതമായ മാന്ത്രികശക്തി ഇത്തരം അന്തരീക്ഷത്തിന്റെ ചൈതന്യം തന്നെയാണ്.

ആധുനിക പ്രസ്ഥാനത്തിന്റെ പിന്നാലെ കണ്ണും മൂടി ഓടുന്നവർ തന്നെയായിരുന്നു കൂടുതൽ പേരും ഈ ക്യാമ്പിലും. ആകത്തുക അനുകരണങ്ങളും.

രവിവർമ്മാ പ്രസ്ഥാനത്തിന്റെ നീരാളിപിടുത്തത്തിൽനിന്നും കേരളീയ ചിത്രകലയ്ക്കിന്ന് അൽപ്പസ്വൽപ്പം രക്ഷപ്പെടാൻ തുടങ്ങിയിട്ടുണ്ടെങ്കിൽ അതിനു കാരണം മദിരാശി സ്കൂൾ ഓഫ് ആർട്സിന്റെ സ്വാധീനം ഒന്നു മാത്രമാണ്. അതിന്റെ പിന്നിലെ കരുത്തുറ്റ കൈകൾ ആരുടേതെല്ലാമെന്ന് ഇന്ന് ഏവർക്കുമറിയാം. എന്നാൽ രവിവർമ്മാ പ്രസ്ഥാനത്തിൽനിന്നും വഴുതി വീണത് ആധുനികതയുടെ അതിപ്രസരത്തിലേക്കായതുമൂലം സ്വബോധം നഷ്ടപ്പെട്ടുപോയ യുവകലാകാരന്മാരിൽ ചിലരുടെ അവബോധത്തിന്റെ രഹസ്യങ്ങളും ഈ ക്യാമ്പിന്റെ മുഖത്ത് കാണാമായിരുന്നു.

വളയില്ലാത്ത ചാട്ടത്തെ വള സമ്മാനിച്ച് വളർത്തിക്കൂടാ. ഇന്ന് ലോകാരാധ്യരായ ചിത്രകാരന്മാരാരുംതന്നെ ദൈവികമായ വെളിപാടുകൊണ്ടോ വരപ്രസാദംകൊണ്ടോ ഒരു സുപ്രഭാതത്തിൽ ആധുനികരായി അങ്കിയണിഞ്ഞവരല്ല. ജീവിതത്തിലിന്നോളമുള്ള നിരന്തരമായ പരിശ്രമങ്ങളുടെയും പരീക്ഷണങ്ങളുടെയും ഫലമായി കണ്ടുപിടിക്കപ്പെടുന്ന

പുതിയ സങ്കേതങ്ങളാണ്. ഒരു നീണ്ട തപസ്യയിലൂടെ മാത്രമേ അവർക്കത് കൈവരിക്കാനും കഴിഞ്ഞിട്ടുള്ളൂ. കലയുമായുള്ള ചിരകാല ആത്മബന്ധത്തിന്റെ ആഴവും പരപ്പും അവിടെ കാണാം. ഇതൊന്നും മനസിലാക്കാതെ ഇളംതലയ്ക്കൽ നിന്നുള്ള ഈ കാതലോട്ടം തടിമരത്തെ തളർത്തുകയേ ഉള്ളൂ. അന്ധമായ അനുകരണംകൊണ്ട് അംഗീകാരമോ പ്രശസ്തിയോ ഇന്ന് നേടാമെങ്കിൽപ്പോലും അപഗ്രഥിച്ചു നോക്കുമ്പോൾ ആത്മവഞ്ചനയെന്നേ അതിനെ വിശേഷിപ്പിക്കാനാവൂ. എങ്ങോട്ടെന്നറിയാതുള്ള ഈ എടുത്തുചാട്ടം തടുത്തു നിർത്താൻ തീർച്ചയായും ഇത്തരം പഠന ക്യാമ്പുകൾക്ക് മാത്രമേ സാധ്യമാകൂ. അവിടെയാകട്ടെ, പരിചയ സമ്പന്നരും പ്രഗത്ഭരുമായ കലാമർമജ്ഞരുടെ കൈകൾ തന്നെവേണം സാങ്കേതിക പരിജ്ഞാനം പകർന്നുകൊടുക്കാൻ.

ഇവിടെ ഒട്ടേറെ ക്യാമ്പുകൾ സംഘടിപ്പിച്ച ചിത്രകലാ പരിഷത്തിനോ, അക്കാദമിക്കോ ആ വഴിക്ക് എവിടംവരെ എത്താൻ കഴിഞ്ഞിട്ടുണ്ട്? നെയ്യാറിലോ പാലാഴിയിൽ തന്നെയോ ക്യാമ്പുകൾ സംഘടിപ്പിച്ച് "കൂട്ടം" കൂടട്ടെ. ഇത്തരം ഉല്ലാസപ്രയാണങ്ങൾ അന്ധകാരമാണ് പരത്തുന്നത്. തടം മാത്രം നനച്ച് പുഷ്ടിപ്പെടുത്തിക്കൊണ്ടതാ അക്കാദമി ഒഴുകിപ്പോകുന്നു.

അതു പറയുമ്പോഴാണ് ക്യാമ്പിൽ സന്നിഹിതനായിരുന്ന എന്റെ ഒരു സുഹൃത്ത് അക്കാദമിയുടെ ഒരു രഹസ്യം വലിച്ചു പുറത്തിട്ടത് ഓർമയിൽ തെളിയുന്നത്. "കേരളീയനായ ഒരു പ്രശസ്ത ചിത്രകാരന്റെ ഒരു ചിത്രംപോലും നമ്മുടെ ലളിതകലാ അക്കാദമിയുടെ ശേഖരണത്തിലില്ല." കേട്ടാൽ ആരും അത്ഭുതപ്പെട്ടുപോകും. കേരളീയ ചിത്രകാരനെന്ന പേരിനർഹനായ ഒരു കലാകാരനെ മാത്രമേ എനിക്കറിവുള്ളൂ. അത് ശ്രീ. കെ സി എസ് പണിക്കരായിരുന്നു.

ചിത്രകലാ പരിഷത്തിന്റെ ശുപാർശയോടെ കിട്ടാവുന്ന അക്കാദമിയുടെ "പിച്ചയരിയും" പ്രതീക്ഷിച്ച് മാത്രമല്ല ഈ ക്യാമ്പ് സംഘടിപ്പിച്ചതെന്ന് അതിന്റെ സെക്രട്ടറി പറയാതെതന്നെ എനിക്കറിയാമായിരുന്നു. എല്ലാംകൊണ്ടും പിന്നോക്കമെന്ന ചാപ്പയടിച്ചുവെച്ച മലപ്പുറം ജില്ലയിലെ മങ്ങിമയങ്ങിക്കിടക്കുന്ന കലാ സാംസ്കാരിക രംഗത്ത് ഒരു ചലനമുണ്ടാക്കിയേ പറ്റൂ എന്ന സ്ഥിതിവിശേഷമാണ് ഈ പരീക്ഷണത്തിന് കുറേ യുവാക്കളെ പ്രേരിപ്പിച്ചത്. "ആദ്യപരിശ്രമമാണ്, അപാകതകൾക്ക് നേരെ കണ്ണടച്ചേക്കൂ" എന്നാണ് അവരിലൊരാൾ എന്നോടു പറഞ്ഞത്. എനിക്കു കണ്ണടയ്ക്കാം. പക്ഷേ, കണ്ണടച്ച് ഇരുട്ടാക്കുന്ന മറ്റൊരു ലോകമുണ്ട് ഇവിടെ. അതു മറക്കാനൊക്കുമോ? കാണാത്തവർ കണ്ണുതുടച്ച് അങ്ങോട്ടൊന്നു നോക്കട്ടെ.

രണ്ടുപകലും ഒരു രാത്രിയും മാത്രം നീണ്ടു നിന്ന ആ യജ്ഞവും അവസാനിച്ചു. തിരിച്ചുപോകേണ്ട സമയമടുത്തപ്പോൾ തികച്ചും നിരാശയുടെ നിറങ്ങളാണ് അവരുടെ മുഖത്ത് നിഴലിച്ചു കണ്ടത്. ഊണില്ലെന്നു പറയാൻ ഉറങ്ങിക്കിടക്കുന്നവരെ വിളിച്ചുണർത്തേണ്ടിയിരുന്നോ? തലേന്നു

രാത്രി നെയ്പ്പായസം വേണ്ടെന്നു വിലക്കിയ എന്റെ കൂട്ടുകാരൻ സ്വാദ റിഞ്ഞപ്പോൾ വീണ്ടും കൊണ്ടുവരുന്നതും കാത്ത് കണ്ണും തുറിച്ച് കൈയും നക്കിയിരുന്നതാണ് ഞാനപ്പോളോർത്തുപോയത്. കോടിവസ്ത്രം ചുരുട്ടി കക്ഷത്തിടുക്കി ചെല്ലപ്പെട്ടിയും തൂക്കി വൈദികന്റെ പിറകെ ആ ശിഷ്യഗണങ്ങൾ പെരുവഴിയിലേക്കു നീങ്ങിയപ്പോൾ കളമുറ്റത്തിന്റെ മാറിൽ ബ്രഹ്മസൂത്രംപോലെ കിടന്നിരുന്ന കവുങ്ങുകളുടെ നിഴലും വാരി സായാഹ്നം മറഞ്ഞു. മുറ്റത്ത് പൂക്കുറ്റി കത്തിച്ചപോലെ പാറ്റകളുയരുന്നു! സന്തുഷ്ടരായ പിള്ളർ ആളിക്കത്തിച്ച അഗ്നികുണ്ഡത്തിൽ അവയെ ഹോമിക്കുന്നു. ചുറ്റും അന്ധകാരം!

"അതാ ഒരുതാടിക്കാരൻ വരുന്നു" പൂമുഖത്തുനിന്നും വാസുദേവൻ നമ്പൂതിരിയുടെ പത്നിയുടെ ശബ്ദമാണിത്. യജ്ഞം അവസാനിച്ചതറിയാതെ കേറിവരുന്ന ഋഷിവര്യൻ!

"മാരാരാണ്" ഞാൻ പറഞ്ഞു.

"മാരാരല്ല," തോളിൽ തൂക്കിയിട്ടുള്ളത് ചെണ്ടയല്ലല്ലോ, എന്നർഥത്തിലായിരിക്കുമോ അങ്ങനെ പറഞ്ഞത്? അടുത്തെത്തിയപ്പോൾ ആളെ തിരിച്ചറിഞ്ഞു.

"അതെ മാരാർ തന്നെ." ചിത്രകാരൻ. ഞാൻ ചോദിച്ചു:

"എന്തെ ഇത്ര വൈകിയത്?"

(1978 ഏപ്രിൽ 16 *മാതൃഭൂമി ആഴ്ചപ്പതിപ്പ്*)

നാളത്തെ ചിത്രകല ഇന്നത്തെ കേരളം

എ എസ്

ഏറെക്കാലമായല്ലോ നമ്മൾ ചിത്രകലയെക്കുറിച്ചു പറയാൻ തുടങ്ങിയിട്ട്. ചിത്രകലയുടെ ദേശീയശൈലിയെക്കുറിച്ചും പാരമ്പര്യത്തെക്കുറിച്ചും ധാരാളം കേട്ടു കഴിഞ്ഞിരിക്കുന്നു. അച്ചടിയന്ത്രങ്ങൾ പ്രവർത്തിച്ചുകൊണ്ടിരിക്കുന്ന ഈ കാലത്ത് ഇത്തരം ആശയങ്ങൾ പുസ്തകരൂപത്തിൽ വായിച്ചറിയാനും നമുക്കു സാധിക്കും. പക്ഷേ, നമ്മുടെ ചിത്രകല–കേരളത്തിന്റെ ചിത്രകല–വളർന്നിട്ടുണ്ടോ? കേരളത്തിന്റേതായ ഒരു ശൈലി സ്ഥാപിച്ചെടുക്കാൻ നമ്മുടെ കലാകാരന്മാർ ശ്രമിച്ചിട്ടുണ്ടോ?

ഇരുപതാം നൂറ്റാണ്ടിന്റെ ആരംഭത്തോടെ പടിഞ്ഞാറൻ കാറ്റടിച്ചപ്പോൾ വന്ന ഒരു വേലിയേറ്റം ഭാരതത്തിൽ കുറെയേറെ പുതിയ തരംഗങ്ങൾ സൃഷ്ടിക്കുകയുണ്ടായി. ശക്തരായ കലാകാരന്മാർ അക്കാലത്ത് ഉണ്ടായിരുന്നുവെന്നതിന് തെളിവുണ്ട്. പക്ഷേ, അവർക്ക് പണമുണ്ടായിരുന്നില്ല. നാടുവാഴിത്തത്തിന്റെ കാരുണ്യവർഷത്തിലായിരുന്നു അവർ തഴച്ചത്. കേരളത്തിലുമുണ്ടായിരുന്നല്ലോ അക്കാലത്ത് രാജാക്കന്മാർ – പ്രഭുക്കന്മാർ. പക്ഷേ, ബംഗാളിനെയോ രാജസ്ഥാനെയോപോലെ എടുത്തുപറയത്തക്ക ഒരു കലാപാരമ്പര്യം കാത്തു സൂക്ഷിക്കാൻ അവർ ശ്രമിച്ചിരുന്നുവോ? ചിത്രകലയിലോ വാസ്തുശിൽപ്പത്തിലോ പ്രൗഢമായ എന്തെങ്കിലുമൊന്ന് ലോകത്തിന് കാഴ്ചവെയ്ക്കാൻ കേരളത്തിനു കഴിഞ്ഞിട്ടുണ്ടോ? നമ്മുടെ മുടിയേറ്റ്, തെയ്യം, ചാക്യാർകൂത്ത് തുടങ്ങിയ ദിവ്യകലകളുടെ ഇന്നത്തെ അവസ്ഥ ഒന്നെടുത്തു നോക്കിയാൽമതി പണ്ടത്തെ കേരളത്തിന്റെ കലാസപര്യയെ മനസിലാക്കാൻ. കഥകളി കടൽതാണ്ടി മറുനാടൻ വിനോദമായി മാറിയിരിക്കുന്നുവെന്ന് നാം അഭിമാനിക്കാറുണ്ട്. പക്ഷേ, അൽപ്പം വിളക്കെണ്ണയും കടുകുവറുക്കാത്ത കൂട്ടാനുംകൊണ്ട് സന്തോഷിച്ച് അരങ്ങുതകർത്ത മഹാത്മാക്കളുടെ കഥ

കൾ ഇന്നും മറയാതെ കേരളത്തിൽ നിൽപ്പുണ്ട്. നമ്മുടെ കുമ്പവീർത്ത നാടുവാഴിത്തം കലകൾ മുടിച്ചു എന്ന് വേണ്ടത്ര ശക്തമായ ഭാഷയിൽ പ്രതിഷേധസ്വരങ്ങളുണ്ടായിട്ടില്ല എന്നുവേണം പറയാൻ.

എങ്കിലും ആരുടെയോ സുകൃതം പഴയതിന്റെ അവശിഷ്ടങ്ങൾ ഇപ്പോഴും അങ്ങിങ്ങ് ചിലർ സൂക്ഷിച്ചുവെച്ചിട്ടുണ്ട്. അതിൽനിന്നു കുറച്ചെങ്കിലും അനുമാനിച്ചെടുക്കാൻ കഴിയും. നമ്മുടെ പൗരാണിക കലാസമ്പത്തിന്റെ മാന്യത. എത്ര മനോഹരമാണ് ആദിമകലാരൂപങ്ങളുടെ രൂപരചന. മുടിയേറ്റ്, തെയ്യം (തിറ), കൂടിയാട്ടം, യക്ഷഗാനം, തട്ടിന്മേൽ കൂത്ത്, കഥകളി എന്നിവയിലെ കഥാപാത്രങ്ങളുടെ സ്വഭാവത്തിനൊത്ത രൂപസംവിധാനത്തിലും ആടയാഭരണങ്ങളുടെ രീതി പദ്ധതികളിലും ശക്തനായ ഒരു ശിൽപ്പിയുടെ മനോധർമവും വർണങ്ങൾകൊണ്ട് മുഖത്തും മേനിയിലും സൃഷ്ടിക്കുന്ന കാന്തികപ്രകർഷങ്ങളിൽ ഒരു ചിത്രകാരന്റെ ഭാവനാവൈഭവവും തെളിഞ്ഞു കാണാം. ആഗോളപ്രശസ്തി നേടിയ കഥകളി മാത്രം മതി ഇതിനുദാഹരിക്കാൻ.

ഒരു ക്യാൻവാസിലെ ചിത്രതലത്തിലെന്നപോലെ വർണങ്ങളുടെ താളലയവും അവ്യാഖ്യേയമായ ഒരു ശിൽപ്പത്തിന്റെ ഘനഗാംഭീര്യവും കൊണ്ട് അത്യന്തം മനോഹരമായ കഥകളിരൂപങ്ങൾ വാർത്തെടുത്ത കലാകാരന്മാർ ഇരുട്ടും വെളിച്ചവുംപോലും തൂക്കിത്തിട്ടപ്പെടുത്തിയതോർക്കുമ്പോൾ ആ സർഗശക്തിയെ നാം അറിയാതെതന്നെ അഭിനന്ദിച്ചുപോകുന്നു. ആവിഷ്കരണരീതിയിൽ സ്ഥലകാലബോധവും അത്രയേറെ കണക്കിലെടുക്കപ്പെട്ട മറ്റൊരു കലാപ്രസ്ഥാനം നമുക്കില്ലെന്നുതന്നെ വേണം പറയാൻ.

കടുത്ത നിറങ്ങളും ദൃഢമായ വരകളുംകൊണ്ട് മനുഷ്യമുഖവും ശരീരവും രൂപാന്തരപ്പെടുത്തുന്ന ഭാവനാശക്തിക്കു മുമ്പിൽ പ്രകൃതി പോലും അമ്പരന്നേക്കാം. വൈവിധ്യവും വൈദഗ്ധ്യവും ഒന്നിനൊന്നു പരിയായ ഈ കലാരൂപങ്ങളുടെ അന്തസത്തയിൽ ചിത്രശിൽപ്പങ്ങളുടെ ചൈതന്യം മുറ്റി നിൽക്കുന്നതു കാണാം.

പൂരക്കളി, കണിയാർക്കളി, സംഘക്കളി, കുമ്മാട്ടിക്കളി, പടയണി, തുള്ളൽ, തിരുവാതിരക്കളി (കൈകൊട്ടിക്കളി) മുതലായി മറ്റനേകം പ്രാദേശിക നാടൻകലാപ്രസ്ഥാനങ്ങൾ ഒരുകാലത്ത് കേരളത്തിലുടനീളം ചിന്നിച്ചിതറിക്കിടന്നിരുന്നു. അവ എത്രയെത്ര ധീരവീരകഥകളും പ്രേമഗാനങ്ങളും പാടി നമ്മെ രസിപ്പിച്ചില്ല? അവയൊക്കെ ഇന്നെവിടെ? എന്തെ ഇങ്ങനെ ശുഷ്കിച്ച് കാണാൻ കൊള്ളാതെയും, കണ്ടാലറിയാതെയും വാടിക്കരിഞ്ഞു പോകാൻ? അറിഞ്ഞുകൂടേ? ഒന്നു തീർച്ച. കലകളെല്ലാം തന്നെ കാലത്തിന്റെ മുഖങ്ങളാണ്. അനുദിനം മാറിക്കൊണ്ടിരിക്കുന്ന ജീവിതസാഹചര്യങ്ങൾക്കും ചിന്താഗതികൾക്കും ഇണങ്ങിപ്പോകാവുന്ന രീതിയിൽ അവയ്ക്ക് നവചൈതന്യം നൽകിയേ പറ്റൂ. ഇല്ലെങ്കിൽ കാലം തന്നെ അവയെ നശിപ്പിച്ചു കളയും. ഈ താളപ്പിഴയിൽ തലകുത്തി വീഴാതെ ഒരു സ്വതന്ത്രമണ്ഡലത്തിൽ നിന്നുകൊണ്ട് ആത്മാവിഷ്കരണം

സാധിച്ചു പോന്നു എന്നതാണ് ചിത്രശില്പങ്ങളെ സംബന്ധിച്ചിടത്തോളം എടുത്തു പറയാവുന്ന മാന്യത. പക്ഷേ, ചിത്രകലയിൽ കേരളത്തിന് ഒരു പാരമ്പര്യമുണ്ടോ എന്ന ചോദ്യം പിന്നേയും അവശേഷിക്കുന്നു.

എത്ര വിശാലമാണ് ഭാരതത്തിന്റെ ചിത്രകലാപാരമ്പര്യം. മോഹഞ്ചദാരോവിൽപ്പോലും അതുണ്ടായിരുന്നു. നമ്മുടെ അഭിമാനമാണ്. പക്ഷേ ഫലത്തിലോ, നാലു നൂറ്റാണ്ടിന്റെ പാരമ്പര്യംതന്നെ കേരളത്തിന്റെ ചിത്രകലയ്ക്കുണ്ടോ? ഉണ്ടെങ്കിൽത്തന്നെ ചുവർചിത്രങ്ങൾക്ക് മാത്രം. തിരുനക്കരയിലെ ഒരു ശിലാഗുഹക്ഷേത്രത്തിനകത്തുനിന്നും കണ്ടെത്തിയ മ്യൂറൽസിന്റെ ശകലങ്ങൾ (ബുദ്ധമതകാലത്തെ അജന്താഭിത്തി ചിത്രങ്ങളുടെ സ്വാധീനമുള്ള) ഒമ്പതാം നൂറ്റാണ്ടിലേതാണെന്നു വിശ്വസിക്കപ്പെടുന്നു. പതിനാറ് നൂറ്റാണ്ടുകൾക്കിപ്പുറത്തേക്ക് നീങ്ങിയതോടെ രചിക്കപ്പെട്ട കേരളീയ ഭിത്തി ചിത്രങ്ങൾ വിജയനഗരം, ചേരരാജ്യം, നായക്ക് കാലഘട്ടത്തെ സമ്പ്രദായത്തോടെ സാമ്യമുള്ളവയാണ്. പിന്നീട് സ്വതന്ത്രമായ ഒരു കലാശൈലിക്കാധാരമായ തിരുവഞ്ചിക്കുളം ക്ഷേത്രത്തിലെ ചുവർചിത്രങ്ങൾക്കുപോലും അൽപ്പമെങ്കിലും കേരളീയത്വം അവകാശപ്പെടാനാവാതെ പോയി. പദ്മനാഭപുരം കൊട്ടാരത്തിൽ, മാർത്താണ്ഡവർമ്മ മഹാരാജാവിന്റെ പള്ളിയറയിലെ നാലു ചുവരുകളിൽ കാണുന്ന– സുമാർ തൊള്ളായിരം ചതുരശ്ര അടി വിസ്തീർണം വരുന്ന – ചിത്രങ്ങളാണ് കേരളീയ ചിത്രകലയുടെ സമൃദ്ധമായ ഒരു കാലഘട്ടത്തെ ഓർമിപ്പിക്കുന്നവ. മട്ടാഞ്ചേരി കൊട്ടാരത്തിലെ രാമായണംകഥാചിത്രീകരണവും ഈ കാലഘട്ടത്തിൽപ്പെട്ടവതന്നെ എന്ന് ഊഹിക്കപ്പെടുന്നു. പറയത്തക്ക പ്രഗത്ഭതയില്ലാത്ത പന്നിയാർക്കാവ്, ശുചീന്ദ്രം, ആറന്മുള, ഏനാദിമംഗലം, വൈക്കം, വൈകുണ്ഠപുരം, തൃക്കൊടിത്താനം, ഉദയനപുരം, ലോകനാർകാവ് എന്നിവിടങ്ങളിലെ ചുവർച്ചിത്രങ്ങളും പതിനേഴ് പതിനെട്ട് നൂറ്റാണ്ടുകളിലേതാകാനേ തരമുള്ളൂ. എന്നാൽ ഈ പ്രസ്ഥാനത്തിന്റെ അവസാനഘട്ടമായി കരുതാവുന്നത് കൃഷ്ണപുരം കൊട്ടാരത്തിലെ ഗജേന്ദ്രമോക്ഷമത്രെ.

കേവലം ഒരു പ്രസ്ഥാനം മാത്രമായി അവശേഷിച്ച ഈ കലാസൃഷ്ടികൾ ഇപ്പോൾ കാലത്തിന്റെ കണ്ണിൽനിന്നും തേഞ്ഞുമാഞ്ഞു പൊയ്ക്കൊണ്ടിരിക്കുന്നു. പലതും പരിചാരകരുടെ അശ്രദ്ധയാലും പഴക്കത്താലും അതിലുപരി, അരസികരുടെ കരസ്പർശത്താലും അടർന്നും നിറംമങ്ങിയും കിടക്കുന്നു. അവയിൽ ചിലയിടങ്ങളിലുള്ളവയെ അങ്ങാടിച്ചായം വാരിപ്പൂശി അതിദാരുണമാംവിധം അലങ്കോലപ്പെടുത്തിവെച്ചിരിക്കുന്നതു കാണുമ്പോൾ, അതായിരുന്നുവോ, ചിത്രകലയിൽ കേരളത്തിന്റെ പാരമ്പര്യമെന്നുപോലും സംശയിച്ചുപോകുന്നു. ക്ഷമിക്കണം.

ഇനി എടുത്തുപറയാനുള്ളത് രാജാ രവിവർമ്മയുടെ കാലഘട്ടമാണ്. നിർഭാഗ്യമെന്നു പറയട്ടെ, അതുവരേക്കും ചിത്രകലയിൽ കാര്യമായ സംഭാവനയൊന്നും ആർക്കും കാഴ്ചവെയ്ക്കാൻ കഴിഞ്ഞില്ലെന്നതുപോലെതന്നെ കേരളീയകലാചാര്യനെന്ന് ഉച്ചൈസ്തര്യം ഉദ്ഘോഷി

ക്കുന്ന രാജാരവിവർമ്മയ്ക്കും സാധ്യപ്പെടാതെ പോയി. എന്നാൽ രവിവർമ്മയുടെ രചനാശൈലിയെ അന്ധമായി അനുകരിക്കുക മാത്രമായി അവശേഷിച്ചുപോയി പിന്നീട് ചിത്രകലയിൽ കേരളത്തിനുള്ള പാരമ്പര്യം. അത് രവിവർമ്മ എന്ന ചിത്രകാരന്റെ കുറ്റമല്ലായിരുന്നു. ആസ്വാദകരുടെയും അനുയായികളുടെയും അജ്ഞത മാത്രം. ഒരു കഷണം ക്യാൻവാസിനകത്ത് മെനഞ്ഞെടുത്ത സുന്ദരരൂപം ഒരുപക്ഷേ, പ്രേക്ഷകഹൃദയത്തെ അത്രമേൽ വശീകരിക്കുന്ന സ്തനങ്ങളുടെയും ഉമ്മവെയ്ക്കാൻ തോന്നിക്കുന്ന കവിൾത്തടങ്ങളുടെയും സംഗീതമോ സങ്കീർത്തനമോ ആയിരുന്നിരിക്കാം. അത്തരം ചേതോവികാരത്തിന്റെ ചെകിട്ടത്തടിച്ചുകൊണ്ടുള്ള ആധുനികപ്രസ്ഥാനത്തിന്റെ അരങ്ങേറ്റം പലരേയും അമ്പരപ്പിച്ചു. നിത്യപരിചിത വസ്തുവിന്റെ ആന്തരികാത്മാവിൽനിന്ന് ഊറ്റി എടുത്ത മധുകണങ്ങൾ മനുഷ്യമനസിനെ മത്തുപിടിപ്പിക്കുന്നു. പ്രത്യക്ഷലോകത്ത് ഇതിനാവശ്യം രൂപവും നിറവുമാണ്. പ്രതിഭയുടെ ലോകത്ത് പുതുമയും വ്യക്തിത്വവും എല്ലാറ്റിനുമുപരി എല്ലാറ്റിൽനിന്നും മുക്തി നേടാനുള്ള കരുത്തും. ഇവിടെ കലാധർമം എന്തുമാകട്ടെ, കരവിരുതിനെ മാത്രം കണക്കിലെടുക്കാവുന്ന രവിവർമ്മാചിത്രങ്ങൾ ഇതിൽനിന്നെല്ലാം സ്തുത്യർഹമാംവിധം രക്ഷപ്പെടുന്നു. അല്ലെങ്കിൽ കേരളത്തിൽ ജനിച്ചു വളർന്ന ഒരു കലാകാരന്റെ ചേതനകൾ കേരളീയ സങ്കൽപ്പങ്ങളെത്തന്നെ തകിടം മറിക്കുമോ? വർണദാരിദ്ര്യവും വരകളുടെ അരോചകത്വവും കൊണ്ട് സമ്പൂർണമായ രവിവർമ്മാപ്രസ്ഥാനം അനാരോഗ്യംമൂലം ആധുനികകലാരംഗത്ത് അതാ അന്ത്യശ്വാസം വലിച്ചുകിടക്കുന്നു. കേവലം ഒരു മോഡലിനുവേണ്ടി അയൽനാട്ടിനെ ആശ്രയിച്ചുവെന്നറിയുമ്പോൾ ആ കലാകാരന്റെ സർഗശക്തിയിൽനിന്നും ചിത്രകലയ്ക്കു എന്തു നേട്ടമാണ് പ്രതീക്ഷിക്കാവുന്നത്?

അതിരിക്കട്ടെ; രവിവർമ്മാപ്രസ്ഥാനത്തോടുള്ള എതിർപ്പിലൂടെ മുന്നേറിയ ആധുനികപ്രസ്ഥാനത്തിനുതന്നെയും കേരളത്തിന്റേതായി എന്തെങ്കിലും ഉരുത്തിരിച്ചെടുക്കാൻ ആർക്കെങ്കിലും സാധ്യപ്പെടുമോ? ഇതിനുത്തരം ശ്രീ. കെ സി എസ് പണിക്കരുടെ ചിത്രങ്ങൾ തന്നെ. അവയിലൂടെ നൂറ്റാണ്ടുകൾക്കപ്പുറത്തെ ഒരു സംസ്കാരത്തിന്റെ ഊഷ്മളതയും ഊർജസ്വലതയും നമ്മുടെ ബോധമണ്ഡലത്തിലേക്കിഴഞ്ഞുകയറുന്നു. കേരളീയ സംസ്കാരങ്ങളുടെയും വിജ്ഞാനവിശ്വാസങ്ങളുടെയും ആത്മാവിൽ അടയാളപ്പെടുത്തിയ മാന്ത്രികഫലകങ്ങളും രൂപമാതൃകകളും ആധുനികഭാരതീയ കലാലോകത്തുതന്നെ ഒരു നവചൈതന്യം പകർന്ന; ഒരു പുതിയ വെളിച്ചം വീശി – അവയിൽനിന്നുതന്നെയാകട്ടെ ചിത്രകലയിൽ കേരളത്തിന്റെ പാരമ്പര്യം ആരംഭിക്കുന്നത്. മറിച്ച് തങ്ങളുടെതായ എല്ലാറ്റിനേയും പുച്ഛിച്ചുതള്ളി പാശ്ചാത്യസംസ്കാരത്തിന്റെ പിന്നാലെ പരക്കം പാഞ്ഞതുകൊണ്ട് എന്തു നേട്ടമാണ് ഉണ്ടായിട്ടുള്ളത്? കാൽക്കീഴിൽ കിളിർത്തുവരുന്ന കറുകനാമ്പുകൾപോലും കാണാതെപോയി എന്നു മാത്രം.

പലേടത്തുനിന്നും പലപ്പോഴായി പറിച്ചു നടപ്പെട്ടതാണ് നാം നമ്മുടെതെന്നു പറയുന്ന മിക്ക കലാരൂപങ്ങളും. അവ തികച്ചും സങ്കരങ്ങളാകാം. അവയ്ക്ക് വ്യക്തമായ ഒരു മുഖഛായ സൃഷ്ടിക്കാൻ കഴിഞ്ഞിരുന്നില്ല. വിജാതീയഘടകങ്ങളെ അംഗീകരിച്ച അവയുടെ വേരുകൾക്ക് കേരളീയ സംസ്കാരത്തിന്റെ താളത്തോടിണങ്ങാനോ ആഴത്തിലേക്കു ഇറങ്ങിച്ചെല്ലാനോ സാധ്യപ്പെടാതെയും പോയി. കാലാനുസരണം വളം വെച്ച് വളർത്തിയെടുക്കാൻ കരുത്തുറ്റ കൈകൾ അന്നുണ്ടായിരുന്നില്ല; ഇന്നും.

തുള്ളൽ, ചാക്യാർകൂത്ത്, പനേങ്കളി എന്നിവയെപ്പോലെതന്നെ സോദ്ദ്യേശപരമായി ജന്മംകൊണ്ട കലകളെല്ലാംതന്നെ പിന്നീട് നശിക്കാതിരിക്കാൻ വേണ്ടി മാത്രം മതാനുഷ്ഠാനങ്ങളുടെയും ഈശ്വരവിശ്വാസത്തിന്റെയും തണലിൽ നിക്ഷേപിക്കപ്പെട്ടതായിവേണം കരുതാൻ. പക്ഷേ, ഇന്നതുമില്ലല്ലോ. എല്ലാം ജീർണിപ്പുകൾ മാത്രം. അവ്യക്തമായ മുഖഛായയും ആത്മാംശത്തിന്റെ അഭാവവുമായിരിക്കാം ഒരുപക്ഷേ അവയുടെ അധഃപതനത്തിന്റെ മറ്റൊരു കാരണം. അല്ലെങ്കിൽ കഥകളിയെപ്പോലുള്ള ഒരു കല – നൃത്തം, സംഗീതം, അഭിനയം, മേളം, രൂപഭംഗി ഇവയിലെല്ലാം ആനന്ദമില്ലേ? പക്ഷേ, കഥകളിയിലൊന്നുമില്ല എന്നുവരെ ചിലർ അഭിനയിച്ചുതീർന്നിരിക്കുന്നു. നമ്മുടെ രസികത്തം എത്ര വലുത്!

അതെന്തുമാകട്ടെ, കേരളത്തിന്റെ ഏതു മുക്കിലും മൂലയിലും തപ്പിനോക്കിയാലും ഒരു നാടൻ കലാരൂപമെങ്കിലും കൈയിൽ തടയാതിരിക്കില്ല. പക്ഷേ, അവ ഇന്നാർക്കുവേണം? ദാരുശിൽപ്പങ്ങൾക്ക് പേരുകേട്ടതായിരുന്നു കേരളം. എന്നാൽ കരിവീട്ടിയിൽ കടഞ്ഞെടുത്ത ഗജവീരന്മാരെ, കപ്പൽകയറ്റുക മാത്രമായിമാറി ആ ശിൽപ്പകലയിലെയും നമ്മുടെ വൈദഗ്ധ്യം. അങ്ങനെ അതാ കിടക്കുന്നു കേരളത്തിന്റെ കലാപാരമ്പര്യം! ഉടഞ്ഞ ശംഖുകളും നാക്കുപൊട്ടിയ കുടമണികളും; ഭാർഗവക്ഷേത്രത്തിലെ സോപാനത്തറയിൽ! വിശ്വാസങ്ങൾ നഷ്ടപ്പെട്ടുകൊണ്ടിരിക്കുന്ന ഒരു തലമുറയുടെ ആത്മാവുകൾ സംസ്കാരത്തിന്റെ ഷണ്ഡത്വവും ചരിത്രത്തിന്റെ ശാപവും ബാധിച്ച് ഇവിടെ അലഞ്ഞു നടക്കട്ടെ. നമ്മുടെ കലാ പ്രസ്ഥാനങ്ങൾ സിനിമാ തിയേറ്ററുകളിൽ പടരുന്ന സെലിലോയിഡുകളിലൂടെയും പഞ്ചനക്ഷത്രഹോട്ടലുകളിലെ നൃത്തശാലയിലൂടെയും വളർന്നു വികസിക്കട്ടെ.

എങ്കിലും ആരോ അടുത്തുനിന്നു ചോദിക്കുന്നു, ഒരിക്കൽ കേരളം ഉണർന്നെഴുന്നേൽക്കില്ലേ, തിരിമറഞ്ഞ പഴയ കളങ്ങൾ തുടച്ചുമാറ്റിക്കൊണ്ട് പുതിയ വർണമോഹനങ്ങൾ എഴുതില്ലേ?

ആരാണവൻ.

പഴയ ചാക്യാരോ?

(*മാതൃഭൂമി ആഴ്ചപ്പതിപ്പ്* 1978 ജൂലായ് 30)

പാവം, ചിത്രകല!

എ എസ്

"ആത്മാവിഷ്കാരത്തിന്റെ പേരിൽ പകൽക്കൊള്ള നടത്തുകയാണ് ആധുനിക ചിത്രകല ഇന്ന്. കണ്ടമാനം കുത്തിവെച്ച് കുറെ ചായം വാരിത്തേച്ച് ആർക്കും - ചിത്രകാരനും എന്ന് വ്യംഗ്യാർഥം - ഒന്നും മനസിലാകാതെ തട്ടിപ്പടയ്ക്കുന്ന ചിത്രങ്ങളുടെ അർഥമെന്താണ്-? ആർക്കാണിത്തരം ഗോഷ്ടികൾ കാട്ടിക്കൂട്ടാനാവാത്തത്? വസ്തുനിഷ്ഠമായ പഠനത്തിലൂടെ സൗന്ദര്യത്തെ യഥാർഥം പകർത്തിക്കാട്ടാനാകാതെ അമൂർത്തതയുടെ പിന്നിൽ അഭയം കണ്ടെത്തിയിരിക്കയാണ് ഇന്നത്തെ ചിത്രകാരന്മാർ. അവിടെ ഇരുന്നുകൊണ്ട് തങ്ങൾ കാട്ടിക്കൂട്ടുന്നതെല്ലാം അത്യുൽകൃഷ്ടങ്ങളാണെന്ന് ആത്മപ്രശംസയും നടത്തുന്നു."

ഇന്നത്തെ ചിത്രകലാപ്രസ്ഥാനത്തിന്റെ മൂർധാവിൽ വന്നു വീഴുന്ന പ്രഹരണങ്ങളാണിവ. അവജ്ഞയും അമർഷവും അടക്കവയ്യാനാവാത്ത ആസ്വാദകർ ചിത്രകാരന്റെ ധാർമിക ബോധത്തെയും കലാബോധത്തെയും സമൂഹത്തോടുള്ള കടപ്പാടിനെയും ചോദ്യം ചെയ്യുന്നു. അവസാനം, പാരമ്പര്യത്തെയും സംസ്കാരത്തെയും മറികടന്നുകൊണ്ടുള്ള ഈ എടുത്തുചാട്ടം ചിത്രകലയുടെ വളർച്ചയെയല്ല, തളർച്ചയെയാണ് വിളിച്ചുപറയുന്നതെന്ന് വിധികൽപ്പിക്കുകയും ചെയ്യുന്നു.

ഒരു ചിത്രം കാണുമ്പോൾ, ദ്രഷ്ടാവിന് ചിത്രമല്ലാത്ത മറ്റെന്തൊക്കെയാണ് മനസിലാക്കിക്കൊടുക്കേണ്ടത് എന്നറിയാതെ കുഴങ്ങുന്ന ചിത്രകാരന്മാർ ഈ ഘട്ടത്തിൽ സ്വയം ചോദിച്ചു പോകുന്ന കുറെ ചോദ്യങ്ങളുണ്ട്. സംഗീതം, നൃത്തം, ശിൽപ്പം എന്നീ "ശുദ്ധ" കലകളിൽനിന്ന് അതാതിന്റേതു മാത്രമായ രസ-ഭാവ-സൗന്ദര്യമല്ലാതെ മറ്റെന്തനുഭൂതിയാണ് നമുക്ക് ലഭിക്കുന്നത്? അല്ലെങ്കിൽ, ആസ്വാദകരുടെ സംതൃപ്തിക്കുവേണ്ടി മാത്രം സമൂഹത്തിലേക്കിറക്കിവിടുന്ന കച്ചവടച്ചരക്കുകളാണോ കലാ

സൃഷ്ടികൾ? അങ്ങനെയെങ്കിൽ അവയുടെ നിലവാരം നിർണയിക്കുന്ന തെങ്ങനെ? പാട്ടുപാടിയോ നൃത്തം ചവിട്ടിയോ ശിൽപ്പം കൊത്തിയോ, കാവ്യം സൃഷ്ടിച്ചോ സമൂഹത്തെ വളർത്തിയെടുത്ത ചരിത്രം നാം കേട്ടി ട്ടുണ്ടോ? എന്നും എല്ലാവർക്കും ഒരേ മട്ടിൽ ആസ്വദിക്കാവുന്ന ഏതെ ങ്കിലും ഒരു കല ലോകത്തെങ്ങാനുമുണ്ടോ? ആരെങ്കിലും ഏതെങ്കിലു മൊരു രാഗം തന്റെ സന്തോഷത്തിനുവേണ്ടി നന്നായൊന്നു മൂളിയിൽ അൽപ്പം വർണങ്ങൾ ഒരു ക്യാൻവാസിനകത്ത് വാരിത്തേച്ചുപോയാൽ, ഒരു പാറക്കഷണത്തിലോ മരക്കഷണത്തിലോ ഇത്തിരിനേരം കൊത്തു പണി നടത്തിപ്പോയാൽ അയാൾക്ക് മറ്റാരെക്കാളുമേറെ സമൂഹത്തോടു കടപ്പാടും ബാധ്യതയുമുണ്ടാവുമോ? എങ്കിൽ സമൂഹം ഈ ജീവിയുടെ ഭാര്യയോ വെപ്പാട്ടിയോ? അൽപ്പം ചിന്തിക്കാനോ ഒന്നൂറിച്ചിരിക്കാനോ ഒരു വ്യക്തിക്കുള്ള സ്വാതന്ത്ര്യത്തെ അടിച്ചമർത്തുകയല്ലേ ആധുനിക ചിത്രകലയോടുള്ള അവജ്ഞയുടെ ആകത്തുക?

ഇത്രയും അഥവാ, കൂടുതലും ആയിരിക്കാം ഒരു കലാകാരന് - ചിത്രകാരന് - അരസികരായ ആസ്വാദകരോടു പറയാനുണ്ടാവുക.

ആസ്വാദകരും കലാകാരന്മാരും തമ്മിലുള്ള സൗന്ദര്യപ്പിണക്കം ഇന്നും, ഇന്നലെയും തുടങ്ങിയതല്ലെങ്കിലും ചിത്രകല പച്ചപ്പുലഭ്യം കേൾ ക്കാൻ തുടങ്ങിയിട്ട് സുമാർ അരനൂറ്റാണ്ടിനിപ്പുറമേ ആയിട്ടുള്ളൂ. റിയലിസ ത്തിൽനിന്ന് അകന്നു മാറാൻ തുടങ്ങിയതോടെ. റിയലിസത്തിൽനിന്നു ചിത്രകല അകന്നു മാറിയതിന്റെ കാരണമാകട്ടെ, ശാസ്ത്രപുരോഗതിയി ലൂടെ അത്ഭുതാവഹമായി വളർന്നുവന്ന ഫോട്ടോഗ്രാഫി ചിത്രകലയെ കടന്നാക്രമിച്ചതുതന്നെ. ഇന്നും ചിത്രകല ഫോട്ടോഗ്രാഫിയുടെ കടുത്ത മത്സരത്തെ നേരിടുന്നുണ്ടുതാനും - അതിൽനിന്നു രക്ഷപ്പെടാൻ ചിത്ര കാരന്മാർ പല തന്ത്രങ്ങളും പ്രയോഗിച്ചുനോക്കുന്നു. അവർ അത് ചെയ് തിരുന്നില്ലെങ്കിൽ ചിത്രകല ഇതിനകം തറപറ്റിയതുതന്നെ!

'റിയലിസ'മെന്ന സങ്കൽപ്പത്തെത്തന്നെ അപഗ്രഥിച്ചു വിവരിക്കു മ്പോൾ നമ്മുടെ ആസ്വാദകന്മാർക്കും വിമർശകർക്കും വലിയ പാളിച്ച പറ്റിപ്പോകുന്നു. അജന്ത-എല്ലോറ ഗുഹാചിത്രങ്ങളും, കോണാർക്കി ലെയും ഖജൂരാഹോവിലെയും ശിൽപ്പങ്ങളും എടുത്ത് ഉദാഹരിക്കു മ്പോൾപോലും ഈ പാകപ്പിഴ വ്യക്തമായി കാണാം. എവിടെനിന്ന് എങ്ങ നെയാണ് ഈ ഇസങ്ങൾ ചിത്രകലയിലേക്കു വലിഞ്ഞുകയറിയത്? ഒരു തരത്തിൽ ചിന്തിച്ചു നോക്കുമ്പോൾ ആർക്കും അറിഞ്ഞുകൂടാ! കലാകാ രനോ ആസ്വാദകനോ ഇസങ്ങൾ ആവശ്യമില്ല. ചിത്രകാരന്റെ ലോകം സർവസ്വതന്ത്രവും ചിന്താമണ്ഡലം അതിവിശാലവുമാണ്. ആത്മസംതൃ പ്തിയാണ് അയാളുടെ നിർമാണലക്ഷ്യം. അതിനുള്ള തിടുക്കത്തിൽ ഒരുപക്ഷേ, ചുറ്റുപാടുകളേയും തന്നെത്തന്നെയും മറന്ന് "എന്തെങ്കിലും കാട്ടിക്കൂട്ടിയാൽ" മറ്റുള്ളവർക്ക് മനസിലായിക്കൊള്ളണമെന്നില്ല. മറ്റുള്ള വർ മനസിലാക്കണമെന്ന നിർബന്ധം ചിത്രകാരനുമില്ല. ആസ്വാദകരുടെ അഭിരുചിക്കൊത്തവണ്ണം കലാസൃഷ്ടി നടത്തുക ഒരു കലാകാരനും

കവിത – കക്കാട്
വനദുർഗ്ഗ (1973)

സാധ്യമല്ല. ആസ്വാദകനെ തൃപ്തിപ്പെടുത്താനുള്ള കൈവേലകളിൽ കലയില്ല; കലാകാരനില്ല. അൽപ്പം കഴിഞ്ഞാൽ ആസ്വാദകരുമില്ല! ആസ്വാദകന്റെ താൽക്കാലിക താൽപ്പര്യങ്ങളിലൂന്നിയ സ്വാർഥ മനോഭാവത്തെ വെള്ളമൊഴിച്ചു വളർത്താതെ, ആണിവേരോടെ പിഴുത് മറിക്കാനുള്ള കരുത്തും തന്റേടവും മാത്രമാണ് ചിത്രകലയുടെ ഇന്നത്തെ ആരോഗ്യത്തിന്റെ പരമരഹസ്യം.

അങ്ങനെ പറയുമ്പോൾ ഇന്നത്തെ ചിത്രകാരന്മാർ കാട്ടിക്കൂട്ടുന്നതെന്തും അത്യുൽക്കൃഷ്ടവും, അതിമോഹനവുമായ കലാസൃഷ്ടികളാണെന്ന് ദുർവ്യാഖ്യാനിക്കണമെന്നില്ല. ആധുനിക കലാകാരന്മാർക്കുമുണ്ട് അനുയായികളും അനുഭാവികളും. ഇടത്തട്ടുകാരും ഏജന്റുമാരും. മടിശ്ശീല കാലിയാണെങ്കിലും കമ്പോളത്തിൽ ആധുനികർക്കും കണ്ണും കൈയുമുണ്ട്. കള്ളക്കച്ചവടത്തിൽ കൈവിറയ്ക്കാതെ കമീഷൻ വാങ്ങാൻ അവർക്കു കഴിവുണ്ട്. പാതിരാവും പകൽവെളിച്ചവും തിരിച്ചറിയാനാവാതെ കണ്ണ് മങ്ങിപ്പോയ ആസ്വാദകരെക്കൊണ്ടു മുതലെടു ക്കാനും ഇതിലൊരുവിഭാഗം മടിച്ചുകാണുന്നില്ല. അത്തരം ആസ്വാദകർക്കാണെങ്കിൽ, മനസിലാകാത്തതെല്ലാം "ആധുനിക ചിത്രകല" തന്നെ. പാവം ചിത്രകല!

(*മാതൃഭൂമി ആഴ്ചപ്പതിപ്പ്* 1979 ഏപ്രിൽ 29)

അരങ്ങ് മങ്ങുന്നു...?

എ എസ്

ഓലച്ചൂട്ടിന്റെയും എണ്ണപ്പന്തത്തിന്റെയും ചെന്തീനാളങ്ങൾ തെളിഞ്ഞുകണ്ടു. കലാരൂപങ്ങൾ ഒരുകാലത്ത് നമ്മുടെ ഭൗതിക സാംസ്കാരിക ജീവിതത്തിന്റെ ആത്മചൈതന്യമായിരുന്നു. അവയിലെ മാന്ത്രിക ശക്തിയും ഔഷധവീര്യവും ജീവിതത്തിന്റെ പുറംതോടുകളിൽ തേച്ചു പിടിപ്പിച്ചുകൊണ്ട് അകം ആത്മനിർവൃതിയുടെ അനന്തതയിലമർന്നു കിടന്നു. അവിടെ രാഗവും താളവും ഉണർന്നു. അവ ജീവിതത്തിന്റെ താളവും ആത്മാവിന്റെ രാഗവുമായിരുന്നു.

ആ കാലഘട്ടം കഴിഞ്ഞു. അവയെല്ലാം അന്ത്യശ്വാസവും വലിച്ചു. അവയുടെ പ്രേതങ്ങൾ ഇന്നും ഗതികിട്ടാതെ അലഞ്ഞു തിരിഞ്ഞു നടക്കുന്നു. പൂവും വെള്ളവും കൊടുത്ത് വൈദ്യുതി വെളിച്ചത്തിലേക്ക് ആവാഹിച്ചാൽ അവർക്ക് പുനർജീവൻ കിട്ടുമോ? നമ്മുടെ ഇന്നത്തെ രംഗവേദിക്ക് – വിശേഷിച്ച് പാശ്ചാത്യസംസ്കാരത്തിന്റെ തടത്തിൽ മാത്രമായി തഴച്ചു വളർന്ന നാടകവേദിക്ക് – അതുകൊണ്ടെന്തെങ്കിലും നേട്ടം കാണുമോ? ഇല്ല എന്ന് തറപ്പിച്ചു പറയാൻ അനുഭവങ്ങൾ നമ്മെ നിർബന്ധിക്കുന്നു.

വൈകാരികാവിഷ്കാരം തന്നെയാണ് മറ്റു ദൃശ്യകലകളെപ്പോലെ അഭിനയകലയുടെയും ആത്മസത്ത. മാധ്യമം ഏതുമാകട്ടെ, ആത്മാവിഷ്കാരത്തിലൂടെ, ആസ്വാദകന്റെ അന്തക്കരണത്തിലൊളിഞ്ഞു കിടക്കുന്ന അനുഭൂതികളെ തട്ടിയുണർത്തി ആനന്ദത്തിലേക്കാഴ്ത്തി വിടുക മാത്രമാണല്ലോ എല്ലാ കലകളുടെയും പൊതുസ്വഭാവം. മറിച്ച് സാമൂഹ്യസംസ്കരണമോ തത്വാർഥ പ്രദാനമോ അല്ല കേവലകലകളുടെ ധർമം. അങ്ങനെ ഒരു സമൂഹത്തിന്റെയോ, മതത്തിന്റെയോ നന്മക്കോ പുരോഗതിക്കോ വേണ്ടി ഒരു കലയും ഇന്നേവരെ ഉണ്ടായിട്ടുമില്ല. ഇതിനർഥം, കലക

ളൊന്നുംതന്നെ സോദ്ദേശ്യപരമേ അല്ല എന്നുതന്നെ.

ആവിഷ്കാരമാധ്യമത്തെ പാടെ മറന്ന്, ആനുകാലിക സംഭവങ്ങളെയും നിത്യജീവിത പ്രശ്നങ്ങളെയും മറ്റും കെട്ടിവലിച്ച്, കൊട്ടി എഴുന്നള്ളിക്കാനുള്ള ഒരു പൂരപ്പറമ്പാക്കി മാറ്റി ഇന്നു നമ്മുടെ നാടകവേദിയെ. മാത്രമല്ല, സാമൂഹ്യ ദുരാചാരങ്ങളെയും സാമ്പത്തിക വൈവിധ്യത്തെയും ആധ്യാത്മിക സിദ്ധാന്തത്തെയും വെട്ടിത്തുറന്നു കാണിച്ച് ധാർമിക, സനാതന സന്മാർഗങ്ങളിലൂടെ സമൂഹത്തെ വളർത്തിയെടുക്കുന്നതിനുള്ള ചുമതലകൂടി ഏറ്റെടുത്തതോടെ നമ്മുടെ നാടകവേദി സോദ്ദേശ്യ പൂരിതങ്ങളായിത്തന്നെ പരിണമിക്കയും; മതവും രാഷ്ട്രീയവുംകൂടി അങ്ങോട്ടിഴഞ്ഞു കയറുകയും ചെയ്തു. അതോടെ ഭാവനയുടെ ലോകം വരണ്ടുപോയി. ആത്മാവിഷ്കാരത്തിന്റെ പേരിൽ രംഗവേദിയിൽ കരിഞ്ചന്തയും, കള്ളക്കച്ചവടവും തിരശ്ശീല നീക്കി നൃത്തം ചവിട്ടി. ഇത്തരം ഒരു സ്ഥിതിവിശേഷത്തിലേക്ക് നമ്മുടെ നാടകവേദിയെ തള്ളിവിട്ട്, എല്ലാ വേഷങ്ങളും അതാ ഇന്ന് രംഗംവിട്ട് പുറത്തേക്ക് ചാടുന്നു. ഇനി അണിയറക്കകത്ത് ആരെങ്കിലും ബാക്കിയുണ്ടോ? ഇല്ലെങ്കിൽ പഴയ ഓലച്ചൂട്ടും എണ്ണപ്പന്തവും പിടിച്ച് മരമോന്തയും വെച്ചുകെട്ടിയവർ അരങ്ങത്തേക്ക് കേറിവരട്ടെ. അൽപ്പം പുതുമയ്ക്കുവേണ്ടി! പക്ഷേ, വെട്ടിത്തിളങ്ങുന്ന വൈദ്യുത വീചികൾക്കിടയിൽ അവയെങ്ങനെ ജീവിക്കും–?

(എ എസ് എഴുതി പ്രസിദ്ധീകരിച്ച *മരണം* നാടകപുസ്തകത്തിലെ മുഖക്കുറിപ്പ്)

കഥ – *ഓർമ്മയിലെ കിളി*
സി രാധാകൃഷ്ണൻ (1988)

ഒരു കൂടിക്കാഴ്ചയിൽ എ എസ്

പിന്നിട്ട കലാജീവിതം

നമ്മുടെ ജീവിതം നാം സ്വയം തെരഞ്ഞെടുക്കുന്നതാണ്. അതിൽ എന്തിന് അസംതൃപ്തനാവണം? എന്റെ എല്ലാ ചിത്രങ്ങളും എനിക്ക് സംതൃപ്തി നൽകുന്നു. സംതൃപ്തി നൽകാത്ത ചിത്രം ഞാൻ ഉപേക്ഷിക്കുന്നു.

വായനക്കാരെക്കുറിച്ച്

അവരെയാണ് യഥാർഥത്തിൽ ഭയപ്പെടേണ്ടത്. അവർ ഒരേ കഥാകൃത്തിന്റെ പലപല നോവലുകൾ വായിച്ചിരിക്കും. അതിലെ ആഴവും പരപ്പും ഗ്രഹിച്ചിരിക്കും. അതുകൊണ്ടു തന്നെ അവരുടെ കത്തുകൾ വിലപ്പെട്ട മാർഗനിർദേശങ്ങളാണ്. വ്യക്തമായ ഉൾക്കാഴ്ചക്ക് അത് വക നൽകുന്നു.

ചിത്രീകരണം

കഥയിലുള്ളത് അതേപടി ചിത്രണത്തിൽ വരുത്തണമെന്നു പറയുന്നത് ശുദ്ധ അസംബന്ധമാണ്. സാഹിത്യത്തിന്റെ വിവർത്തനമല്ല ചിത്രണം. അതുകൊണ്ട് കഥയിലെ വിവരണങ്ങളുമായി ചിത്രാംശങ്ങളെ മാറ്റുരച്ചു നോക്കുന്നതിൽ അർഥമില്ല. കഥ വായിപ്പിക്കുക എന്നതു കൂടാതെ വാരികയുടെ താളുകളെ മനോഹരമാക്കുകകൂടി ഇലസ്ട്രേഷന്റെ ലക്ഷ്യമാണ്. പ്രമേയത്തിന്റെ ഇഷ്ടാനിഷ്ടങ്ങൾ ചിത്രകാരന് പ്രശ്നമല്ല. അതേസമയം കഥയുമായി അൽപ്പമെങ്കിലും

ആത്മബന്ധം പുലർത്താനാവാതെ രചിക്കുന്ന ചിത്രങ്ങളോട് ആത്മാർഥത കുറഞ്ഞുപോകുന്നു. ചിലപ്പോൾ കഥ വായിച്ചുകഴിഞ്ഞാൽ കഥാകൃത്ത് ഉദ്ദേശിച്ച മുഴുവൻ ആശയവും പിടികിട്ടി എന്നു വരില്ല. അപ്പോൾ കഥയുടെ ആകത്തുകയിൽ ആശയം കണ്ടെത്തേണ്ടിവരുന്നു. പിന്നീട് കഥയുടെ പുറംപോക്കിലൂടെ അലഞ്ഞുതിരിഞ്ഞ് എന്തെങ്കിലും തപ്പിപ്പിടിച്ചു കുത്തിവരയ്ക്കുക എന്ന പ്രക്രിയയും വേണ്ടിവരാറുണ്ട്.

ഫസലുൽഹബ്

(*മാധ്യമം പിറന്നാൾപ്പതിപ്പ്* – 1988,
ഈ അഭിമുഖത്തിൽ ചേർക്കുന്നതിനുവേണ്ടിയാണ്
എ എസ് 'സെൽഫ് പോർട്രൈറ്റ്' വരച്ചത്.)

ഏഴ്

രേഖാചിത്രങ്ങൾ

ജയകേരളം കവർചിത്രം (1955)

എം ടിയുടെ കഥ ചിരിയുടെ വില
ജയകേരളം വാർഷികപ്പതിപ്പ് (1956)

ഓംചേരിയുടെ നാടകം കൊള്ളരുതാത്തവൻ
ജയകേരളം വാർഷികപ്പതിപ്പ് (1956)

1961–ൽ *ജയകേരളത്തിൽ* പ്രസിദ്ധീകരിച്ച ചിത്രങ്ങൾ

മാതൃഭൂമി പ്രസിദ്ധീകരണമായിരുന്ന
യുഗപ്രഭാത് ഹിന്ദി മാസികയിൽ വരച്ച
കഥാചിത്രങ്ങൾ (1970)

ചില ആദ്യകാല രേഖാചിത്രങ്ങൾ

കഥ – പൊൻകുന്നം വർക്കി

മാതൃഭൂമിയിൽ വരച്ചിരുന്ന ആദ്യകാല കഥാചിത്രങ്ങൾ

കേശവദേവിന്റെ നോവൽ *അയൽക്കാർ* – *മാതൃഭൂമി* ആഴ്ചപ്പതിപ്പ് (1962)

ഇ വാസുവിന്റെ നോവൽ
ചുവപ്പുനാട (1965)

ഒരു ഒറിയ കഥ (1966)

കഥ - കാരൂർ നീലകണ്ഠപിള്ള സൗജന്യം

കഥ - ആയിരം വെളിച്ചം
എസ് കെ പൊറ്റെക്കാട്ട് (1968)

കഥ - സത്യത്തിന്റെ സ്വരം
ലളിതാംബിക അന്തർജ്ജനം (1968)

കഥ - രണ്ടു മുഖങ്ങൾ
ഇ എം കോവൂർ (1968)

നോവൽ - ഖസാക്കിന്റെ ഇതിഹാസം (1968)

ഒ വി വിജയന്റെ കഥ - അച്ഛനും മകനും (1975)

കഥ - ഒരു സുന്ദരസന്ധ്യയിൽ
സക്കറിയ (1969)

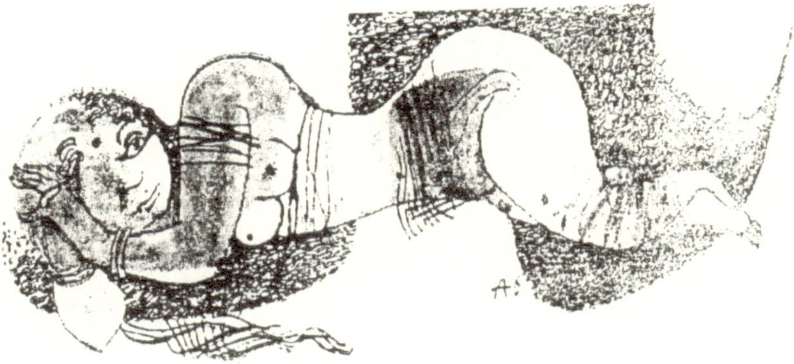

എം ഗോവിന്ദന്റെ കഥ – *സർപ്പം* (1969)

എം സുകുമാരന്റെ കഥ
പിന്നിലൊളിച്ചവർ (1970)

ടി പത്മനാഭന്റെ കഥ
മഞ്ഞനിറമുള്ള റോസപ്പൂവ് (1970)

മലയാറ്റൂരിന്റെ കഥ
ചുവപ്പ് (1970)

എന്റെ അമ്മയുടെ രഹസ്യം - കഥ
എം പി നാരായണപിള്ള (1970)

കഥ - വിക്രമൻ
അതിഥികൾ (1970)

പട്ടത്തുവിള കരുണാകരന്റെ കഥ
മോഹം (1970)

പത്മരാജന്റെ കഥ
സന്മനസ്സുള്ളവർക്ക് വധശിക്ഷ (1972)

ടി ആറിന്റെ കഥ
രത്നാകരന്റെ ദാമ്പത്യം (1972)

ഒരു പ്രേമകഥ
തകഴി ശിവശങ്കരപ്പിള്ള (1973)

ബഷീറിന്റെ കഥയ്ക്കു വരച്ച ചിത്രവും ടൈറ്റിലും (1973)

എൻ പി മുഹമ്മദിന്റെ കഥ – *കമ്പ്യൂട്ടർ രാജ്* (1973)

കോവിലന്റെ കഥ – *അനുരഞ്ജനം* (1975)

നോവൽ - *ഭ്രഷ്ട്*
മാടമ്പ് കുഞ്ഞുക്കുട്ടൻ (1972)

ഖസാക്കിന്റെ ഇതിഹാസം (1968)

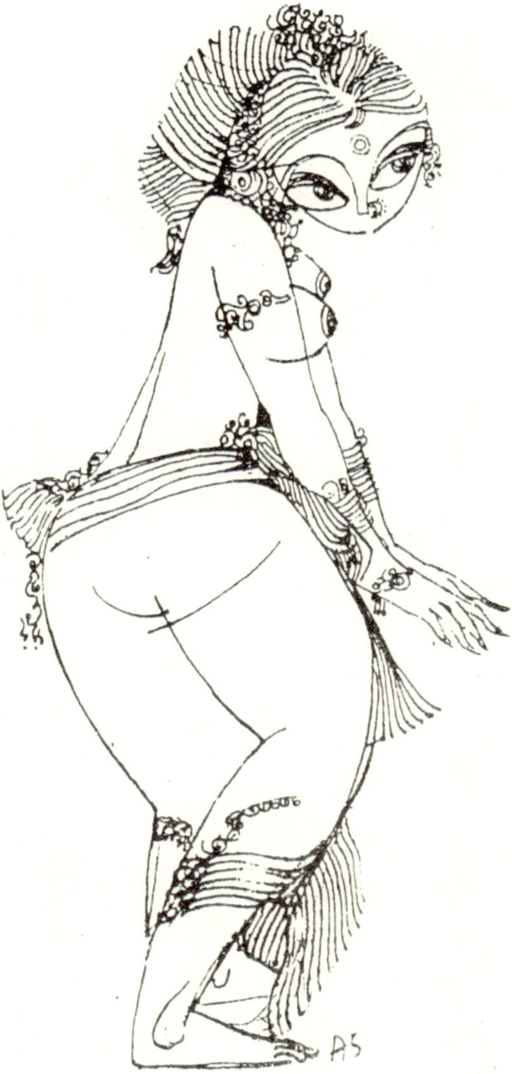

സുഗതകുമാരിയുടെ കവിത
ഒരു താരാട്ടിന്റെ ഓർമ്മ (1973)

കഥ – ജോൺ എബ്രഹാം
ഒരു കാത്തിരിപ്പ്

കാക്കനാടിന്റെ കഥ
കലാപം (1975)

എം ടിയുടെ കഥ
എവിടേയ്ക്കോ ഒരു വഴി (1975)

പത്മരാജന്റെ നോവൽ
പെരുവഴിയമ്പലം (1977)

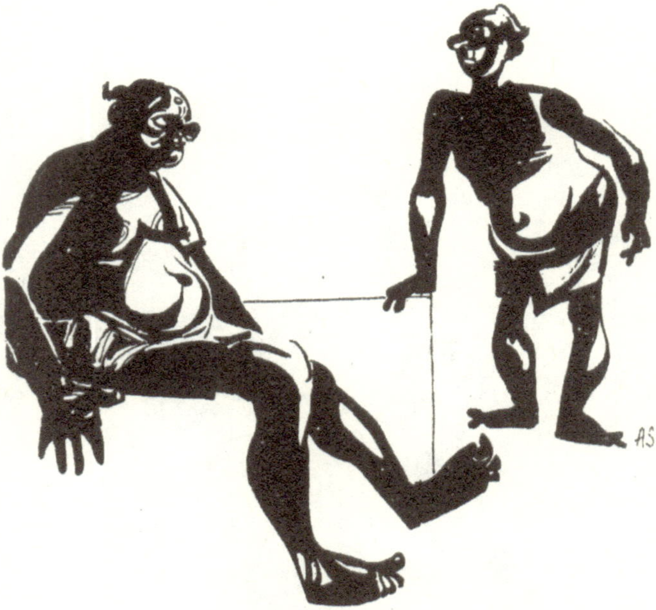

കഥ വി കെ എൻ
വരൾച്ച (1983)

ഒരു കഥാചിത്രം (1983)

പി വൽസയുടെ നോവൽ
കൂമൻകൊല്ലി (1983)

നോവൽ – *ഗുരുസാഗരം*
ഒ വി വിജയൻ (1985)

അസമിയ കഥാചിത്രണം

ബംഗാളി നോവൽ
പ്രഥമപ്രതിശ്രുതി (1984)

അന്യഭാഷാ കഥാചിത്രങ്ങൾ

കഥ ശത്രുഘ്നൻ
അവസാനത്തെ വേര് (1987)

അവസാനം വരച്ച മലയാളനോവൽ
സേതുവിന്റെ *നിയോഗം* (1988)

എം ടിയുടെ *രണ്ടാമൂഴ*ത്തിനു എ എസ്സിന്റെ ഭാഷ്യം
ഈ നോവലിന് വയലാർ അവാർഡ് ലഭിച്ചപ്പോൾ
മാതൃഭൂമി ആഴ്ചപ്പതിപ്പിൽ വന്ന കവർചിത്രം (1985)

വര: പി വി കൃഷ്ണൻ

എട്ട്

കാർട്ടൂൺ

അകവും പുറവും

സീററു വിഭജനം കഴിഞ്ഞു.
—ഇനി ഇരിക്കപ്പൊറുതിയായി.
ഐക്യ ജനാധിപത്യമുന്നണി.
—ഓരോ കുടുംബത്തിലും.
മന്ത്രിമാർ മണ്ഡലം മാറി തിരഞ്ഞെടുപ്പിന്നു നില്ക്കുന്നു.
—പക്ഷെ, പാർട്ടി മാറിക്കഴിഞ്ഞിട്ടില്ല.
ലോകസഭാ തിരഞ്ഞെടുപ്പിൽ ഓരോ സ്ഥാനാർത്ഥിക്കും പരമാവധി ചിലവാക്കാവുന്ന സംഖ്യ ഒന്നര ലക്ഷം.
—എന്നാൽ വോട്ടൊന്നിന് ഓരോ ബീഡിമാത്രം.
ഇരു കേരള കോൺഗ്രസ്സും തമ്മിൽ ലയിക്കുന്നു.
—ആര് ആരെയാണ് വിഴുങ്ങുന്നത് ആവോ—?
ഓരോ പോളിങ്ങ് സ്റ്റേഷനിലും പെൻസിൽ മുതൽ അരക്കു കഷണം വരെ 79 ഇനങ്ങളും കരുതണം.
—അവിടെയും അവഗണന. അതിൽ സ്ത്രീകൾക്കു മാത്രം രണ്ടേ രണ്ടു തുന്നൽ സൂചി മാത്രം.

അകവും പുറവും

ഡയസ്നോൺ പിൻവലിച്ചു. മേലിൽ പണിമുടക്കിയ ദിവസം എന്തായി പരിഗണിക്കണമെന്ന് ജീവനക്കാരുമായി ചർച്ച നടത്തി തീരുമാനിക്കുമെന്ന് മുഖ്യമന്ത്രി.

മിക്കവാറും പഴയപടിതന്നെ പണിയെടുത്തതായി കണക്കാക്കാനാണ് സാദ്ധ്യത.

പ്ലാസ്റ്റർ ഓഫ് പാരീസ്, ചകിരി, സോപ്പ്, എണ്ണ എന്നീ വസ്തുക്കൾകൊണ്ട് ദക്ഷിണോത്സവത്തിന്ന് കനകക്കുന്ന് പുൽത്തകിടിയിൽ നിർമ്മിച്ച നന്ദിയുടെ ശില്പം രണ്ടു വർഷംവരെ കേടുകൂടാതെ നില്ക്കുമെന്ന് അതു രൂപപ്പെടുത്തിയ ശില്പിയും സംഘാടകരും പറയുന്നു.

അതു മതി. അത്രയും കാലം നന്ദികെടില്ലാതെ കഴിയുമല്ലോ എന്ന് കർണ്ണാടക സംസ്ഥാനം.

പോലീസ് സ്റ്റേഷനിൽ പോകാതെതന്നെ പൊതുജനങ്ങൾക്ക് പരാതികൾ അറിയിക്കാൻ കണ്ണൂർ ജില്ലയിലെ പല കേന്ദ്രങ്ങളിലും പരാതിപ്പെട്ടികൾ സ്ഥാപിച്ചുകഴിഞ്ഞു.

പരാതികളിന്മേലുള്ള നടപടി എടുക്കാനും പെട്ടിയെത്തന്നെ ചുമതലപ്പെടുത്തിയിട്ടുമുണ്ട്.

കോഴിക്കോട് ജില്ലയിൽ പട്ടികജാതി പട്ടികവർഗ്ഗക്കാർക്കായി പുതിയൊരു സ്വയംതൊഴിൽ കണ്ടെത്താൻ രൂപം നൽകിയ പദ്ധതിയിൽ അപേക്ഷകർ ജാതി തെളിയിക്കുന്ന സർട്ടിഫിക്കറ്റുകളോടുകൂടി വെള്ളക്കടലാസ്സിൽ എഴുതി അറിയിക്കണം.

ജാതി ചോദിക്കരുത്, പറയരുത്. പക്ഷേ, എഴുതണം.

തിരുവനന്തപുരം സെൻട്രൽ ജയിൽ വാർഡർമാരായ രണ്ടു പേരുടെ നേതൃത്വത്തിൽ സംസ്ഥാനവ്യാപകമായി പ്രവർത്തിക്കുന്ന ഒരു കവർച്ചസംഘത്തെ രണ്ടു ദിവസത്തിനകം പിടികൂടാൻ കഴിയുമെന്ന് പോലീസ് കേന്ദ്രങ്ങൾ കരുതുന്നു.

അതിനും ആ ജയിൽ വാർഡർമാരുടെ തന്നെ നേതൃത്വം വേണ്ടിവരുമോ എന്നാണ് ജനത്തിന് സംശയം.

കരിപ്പൂർ വിമാനത്താവളത്തെ പേർ മാറ്റി കോഴിക്കോട് വിമാനത്താവളം എന്നാക്കണം.

സമാധാനം. അത്രയല്ലേ വേണ്ടൂ. കരിപ്പൂർ വിമാനത്താവളം മാറ്റി കോഴിക്കോട്ടാക്കണമെന്നല്ലല്ലോ ആവശ്യം.

അകവും പുറവും

ഇപ്പോൾ കിട്ടുന്ന കഥകൾ പൂവൻപഴംപോലെ കാണാൻ ഭംഗിയും വലുപ്പവും ഉള്ളവയാണെങ്കിലും സ്വാദില്ല എന്ന് ഒരു സുപ്രസിദ്ധ എഴുത്തുകാരൻ.
അതിന്നു കാരണം രാസവളം ചേർത്ത് കൃഷിചെയ്യുന്നതുകൊണ്ടാണെന്ന് വായനക്കാർ.
തിരുവനന്തപുരം ദൂരദർശൻ പ്രക്ഷേപണം ചെയ്യുന്ന പരിപാടികൾ ഏതാനും മാസത്തിനകം കൊച്ചിയിലും കോഴിക്കോട്ടും കാണാം.
എന്നാൽ പിന്നെ ഞങ്ങളെ അതിൽ നിന്നും ഒഴിവാക്കിക്കൂടെ എന്ന് തിരുവനന്തപുരക്കാർ.
റയോൺസിന് ആറു ലക്ഷം ടൺ മരം നൽകാം. കൂടാതെ കേന്ദ്രമേഖലയിൽ നിന്ന് വെള്ളമരം വേറെയും കിട്ടുമെന്ന് കേരള വ്യവസായമന്ത്രി.
അപ്പോഴും ''ഒരു കുടുക്ക പൊന്നും വേണ്ട, ആനേം വേണ്ട, തോട്ടീം വേണ്ടാ'' എന്നു തന്നെ മാനേജ്മെന്റ് നിലപാട്.
ആന്ധ്രാമുഖ്യമന്ത്രിക്ക് ഒരു പടത്തിൽ അഭിനയിച്ചാൽ ഒരു ലക്ഷം രൂപ കിട്ടും. എനിക്ക് അഭിനയിക്കാനറിയില്ല—കേരള മുഖ്യമന്ത്രി.
എന്നാലും വേഷംകെട്ടി ഡയലോഗ് കാച്ചുന്നുണ്ടല്ലോ. അതുമതി എന്ന് ജനം.
ഗ്രാമീണരെ ഒരു പാഠം പഠിപ്പിക്കാനായി ഗുണ്ടകളേയും കൂട്ടി എത്തിയ ആന്ധ്രപ്രദേശ് തൊഴിൽമന്ത്രിയെ നാട്ടുകാരായ സ്ത്രീകൾ വളഞ്ഞു. കണ്ണിൽ മുളകുപൊടി വിതറി, തുണിയുരിച്ച് ചൂലു കൊണ്ട് അടിച്ച് ഓടിച്ചു.
ഇനി ആ തൊഴിലിന്ന് മന്ത്രി പുറപ്പെടില്ല. തീർച്ച.
പഞ്ചായത്ത് തെരഞ്ഞെടുപ്പിനുപയോഗിച്ച ബാലറ്റ് പേപ്പറുകൾ സൂക്ഷിക്കാൻ താലൂക്ക് പഞ്ചായത്തുകളിൽ സ്ഥലമില്ലാതെ അധികൃതർ കുഴങ്ങുന്നു.
എന്നാൽ പിന്നെ അതൊക്കെ വോട്ടർമാർ തന്നെ തിരിച്ചു കൊണ്ടുപോകട്ടെ എന്ന് തെരഞ്ഞെടുക്കപ്പെട്ട മെമ്പർമാർ.

അകവും പുറവും

മെഡിക്കൽ കോളേജ് ആസ്പത്രിയിൽ ചികിത്സയിൽ കഴിയുന്ന എം.വി. രാഘവന്, സംരക്ഷണത്തിന് വാർഡിന് പുറത്ത് ഒരു ഗൺമാനെ നിയോഗിക്കുമെന്ന് പോലീസ് കമ്മീഷണർ.
ഗൺമാനല്ല ഒരു ഗണ്ണാണ് തനിക്ക് വേണ്ടതെന്ന് രാഘവൻ
ആപ്പീസ്മുറിയുടെ പൂട്ട് പൊളിച്ച് സ്കൂളിൽ കള്ളൻ കയറി.
അത് അയാൾ പഠിച്ച സ്കൂൾ തന്നെയായിരുന്നുവെന്ന് പിന്നീട് പോലീസ് പറഞ്ഞു.
വായനക്കാരുടെ വീട്ടിൽ പുസ്തകങ്ങൾ എത്തിച്ചുകൊടുക്കുന്ന പദ്ധതി കൂടുതൽ വിപുലമാക്കാൻ ഗ്രന്ഥശാലാസംഘം തീരുമാനിച്ചു.
ഇത്രവലിയൊരു ശിക്ഷയ്ക്ക് എന്ത് കുറ്റമാണ് ചെയ്തിട്ടുള്ളതെന്ന് ഒരു പിടിയും കിട്ടുന്നില്ലെന്ന് വായനക്കാർ.
വിദ്യാഭ്യാസ രംഗത്ത് ഉണ്ടായിട്ടുള്ള അധഃപതനം മാറ്റാനും വീഴ്ചകൾ തിരുത്താനും ഇപ്പോഴത്തെ ഗവൺമെണ്ട് പരിശ്രമിക്കും.
ആദ്യനടപടി ജയിച്ചവരെ തോല്പിക്കയും തോറ്റവരെ ജയിപ്പിക്കയുമായിരിക്കും.
ഓണത്തിന് 2000 ടൺ പച്ചക്കറി സിവിൽ സപ്ലൈ കോർപ്പറേഷൻ മുഖാന്തിരം വിതരണം ചെയ്യുമെന്ന് മന്ത്രി.
അതിലേക്കായി 80ടൺ ചീര ഇപ്പോൾ തന്നെ മുറിച്ചുശേഖരിച്ചു കഴിഞ്ഞുവെന്ന് കൃഷിവകുപ്പ്.
പുതിയ സംവിധാനമനുസരിച്ച് തലസ്ഥാനത്ത് പോസ്റ്റ് ചെയ്യുന്ന കത്ത് 24 മണിക്കൂറിനകം വിലാസക്കാരന്റെ കൈയിൽ കിട്ടുമെന്ന് പി.എം.ജി.
പക്ഷേ, ചുരുങ്ങിയത് 48 മണിക്കൂർ മുമ്പെങ്കിലും പോസ്റ്റ് ചെയ്യണമെന്നു മാത്രം.

അകവും പുറവും

എന്റെ പടത്തിൽ ബലാത്സംഗം പോലുള്ള വൃത്തികേടുകളൊന്നും കാണില്ല. ഇവന്മാരെപ്പോലെ എനിക്കതറിയാഞ്ഞിട്ടാണോ—?
നമ്മുടെ പുതിയ പടത്തില് ഒരു ചാൻസിന് വന്നതാണ് അജോര്. ഞാൻ പറഞ്ഞു കോരച്ചേട്ടന്റെ ചിട്ടിനോട് ചോദിക്കാൻ.
ഇടയ്ക്കുവെച്ച് ആരോ പറയുന്നതുകേട്ടു മലയാള സിനിമ അധഃപതിച്ചുവെന്ന്. പിന്നെക്കേട്ടു, ഇല്ല സിൽക്ക് സ്മിത തിരിച്ചുവരുന്നുവെന്ന് ഏതാണ് ശരി ഏതാണ് തെററ്—?
'എലിപ്പത്തായവും ഇററലിമേളയ്ക്ക്'
..........അപ്പോഴ് ഇവിടത്തെപ്പോലെ അ.. ..മേളയിലും എലികളുടെ ശല്യം ഉണ്ടായിരിക്കും ഇല്ലേ അപ്പൂപ്പാ!

വെള്ളിത്തിരയ്ക്കു വെളിയിൽ

രാമനാരായണ എന്നപേരിൽ വന്ന കാർട്ടൂൺ. എഎസ്, ജി എൻ പിള്ള കൂട്ടു സംരംഭം

പ്രശ്നങ്ങൾ, സങ്കടങ്ങൾ

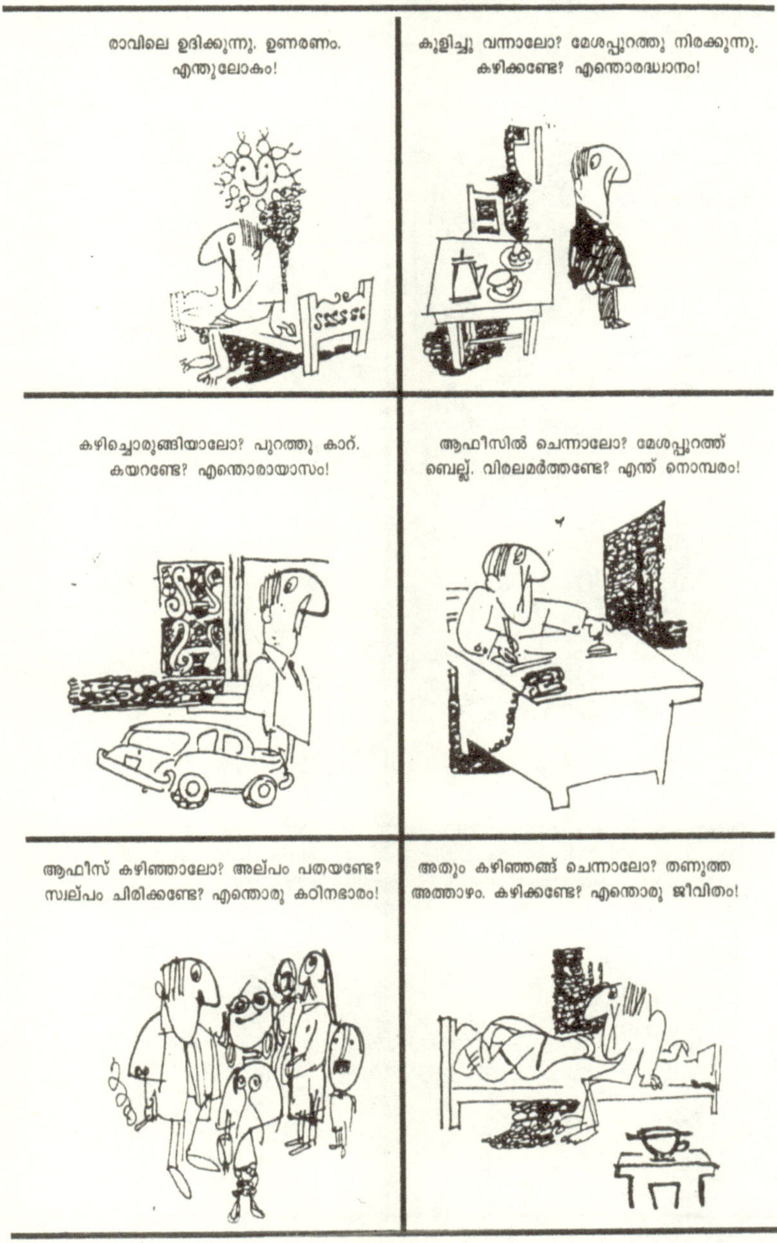

പഴയകാളി, പുതിയ ഭ്രാന്തൻ

ഇതുവരെ കേട്ടത്

ഗ്രന്ഥാവലോകനം

മഹാകവിയുടെ കാട്ടുപൂക്കൾ—കായികരംഗത്ത് കയ്യാങ്കളിക്ക് പോഷണം—കൃഷിയും ചിത്രകലയും എന്നീ ഗ്രന്ഥങ്ങളെ ആധാരമാക്കി മദ്ദള വിദഗ്ദ്ധൻ കുഞ്ഞുമാരാർ സംസാരിക്കുന്നു.

കാർഷികരംഗം

കൃത്രിമ ബീജസങ്കരണ പരീക്ഷണ നിരീക്ഷണകേന്ദ്രത്തിലെ അന്തേവാസികളുമായി അഭിമുഖ സംഭാഷണം—തെയ്യാറാക്കിയത് നിലയവിദ്വാൻ

ഡോക്ടർ സംസാരിക്കുന്നു

ചോദ്യം—എന്റെ ഇടത്തെ കവിളിന്റെ മദ്ധ്യത്തിലായി പോയന്റനോട്ട് നോട്ട്, ടൂ ടൂ ഫോർ മീറ്റർ വ്യാസത്തിൽ ഒരു കറുത്ത പുള്ളിയുണ്ട്. എന്റെ കാമുകൻ പറയുന്നു അതെനിക്ക് സൗന്ദര്യം കൂട്ടുന്നുവെന്ന്. മാളുക്കുട്ടി പറയുന്നു അതൊരു മഹാവ്യാധിയാണെന്ന്—ഞാനെന്തു ചെയ്യണം? എന്താണിതിന്നൊരു പ്രതിവിധി?

ഉത്തരം—രോഗവിവരണത്തിൽ നിന്നും ക്യാൻസർ അല്ലെന്ന് വ്യക്തം. ഏതായാലും ഒരു മനോരോഗ വിദഗ്ദ്ധനെ സമീപിച്ച് ചികിത്സ നടത്തുക.

ഇനി ചലച്ചിത്രഭക്തിഗാനങ്ങൾ

(റിക്കാഡുകൾ)

''പാവാടപ്രായത്തിൽ നിന്നെ ഞാൻ കണ്ടപ്പോൾ....

മാവേലി നാടുവാഴാത്ത കാലം

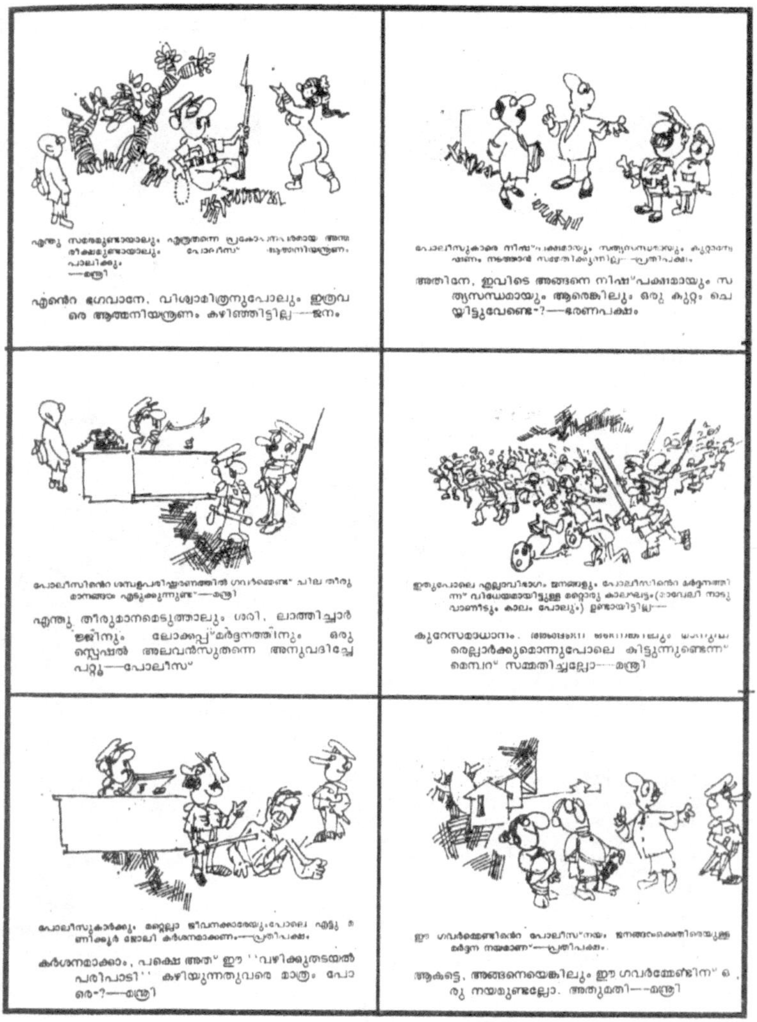

വിനോദസഞ്ചാരികളേ ഇതിലേ.... ഇതിലേ.....

എ എസ്

ഇതാണ് കേരളീയ വനിതകളുടെ കൈകൊട്ടിക്കളി. അവശ കലാകാരന്മാരിൽ ഇവരേയും കൂടി ഉൾപ്പെടുത്തണമെന്നാണ് മിസ്സ് പാറ്റന്റെ ഏകകണ്ഠമായ അഭിപ്രായം.

ഇതാണ് യഥാർത്ഥ വള്ളംകളി. ഇതിലെ കളിക്കാർക്ക് താമസിക്കാൻ സ്വന്തം കെട്ടിടങ്ങളുടെ വരാന്തയും ഭക്ഷണത്തിനുള്ള അരി റേഷൻഷാപ്പുകളിലുമാണ് ഗവണ്മേണ്ട് ഏർപ്പാട് ചെയ്തിട്ടുള്ളത്—

ഇതാണ് കഥകളി—ഇത് മിസ്റ്റർ ദുശ്ശാസനൻ. രണ്ടെണ്ണം അകത്തു ചെന്നാൽ പിന്നെ ഭൂപ്പര് അനങ്ങാതെ കിടന്നോളും. അല്ലെങ്കിലോ അരങ്ങ് തകർത്തേ അടങ്ങൂ.

ഇതൊരു വിദ്യാലയമാണ്. പഠിപ്പിക്കാൻ കഴിവില്ലാ എന്ന് രക്ഷിതാക്കളും, പഠിപ്പിക്കില്ല എന്ന് അധ്യാപകർ, പഠിക്കില്ല എന്ന് വിദ്യാർത്ഥികളും, പഠിച്ചിട്ടും ഫലമില്ല എന്ന് ഗവർമ്മേണ്ടും........

ഇതാണ് സായ്പ് അന്വേഷിച്ച ബീച്ച്. ഇവിടെ ഇപ്പോഴും പ്രാകൃതരായ ആദിമനുഷ്യരാണ് താമസം!

ഇവിടെയാണ് വന്യമൃഗ സംരക്ഷണ കേന്ദ്രം. വന്യമൃഗങ്ങൾ മനുഷ്യരെ പിടിച്ച് കൊന്നാൽ ആളൊന്നിക്ക് അയ്യായിരം രൂപ കൊടുത്തുകൊള്ളാമെന്നാണ് ഗവർമ്മേണ്ടിന്റെ കരാറ്

വര: ടോം ജെ വട്ടക്കുഴി

ഒൻപത്

അനുബന്ധം

നീണ്ട വിരലുകളുള്ളവൻ

ടോം ജെ വട്ടക്കുഴി

ചിത്രകാരൻ എ എസിനെ ഞാൻ കണ്ടിട്ടില്ല. കേട്ടറിവുകളേയുള്ളൂ. അദ്ദേഹത്തിന്റെ സുഹൃത്തുക്കളിൽനിന്നും പരിചയക്കാരിൽനിന്നുമൊക്കെ പലപ്പോഴായി കേട്ടറിഞ്ഞിട്ടുള്ളവ. ഒരിക്കലെങ്കിലും കാണണമെന്ന് ആശിച്ചിരുന്നെങ്കിലും അതിനുള്ള അവസരങ്ങളുണ്ടായിട്ടില്ല. കാലത്തിന്റെയും ദേശത്തിന്റെയും വലിയൊരന്തരം ഞങ്ങൾക്കിടയിലുള്ളതുകൊണ്ട് സ്വാഭാവികമായും അതിനുള്ള സാഹചര്യങ്ങൾ ഇല്ലായിരുന്നു എന്ന് പറയണം.

അദ്ദേഹത്തിന്റെ ചിത്രീകരണങ്ങൾ മാത്രമെ എനിക്ക് കാണാൻ കഴിഞ്ഞിട്ടുള്ളൂ. ഈ ചിത്രീകരണങ്ങളിലൂടെയാണ് അദ്ദേഹം എനിക്ക് പ്രിയപ്പെട്ടവനും ആദരണീയനുമാകുന്നത്. ചിത്രകലയുമായോ പ്രത്യേകിച്ച് ഒരു കലാരൂപവുമായോ പറയത്തക്ക ബന്ധമോ പാരമ്പര്യമോ അവകാശപ്പെടാനില്ലാത്ത, ഒട്ടൊക്കെ ഉൾനാടൻഗ്രാമമെന്ന് വിശേഷിപ്പിക്കാവുന്ന തരത്തിലുള്ള സ്ഥലത്ത് ജനിച്ചുവളർന്ന എന്നെ ചിത്രകലയിലേക്ക് വലിച്ചടിപ്പിക്കുന്നതും പ്രചോദിപ്പിക്കുന്നതും എ എസിന്റെ ചിത്രങ്ങളാണ്.

നന്നായി കോപ്പി ചെയ്യുന്നവനാണ് ഏറ്റവും നല്ല ചിത്രകാരൻ എന്നാണ് സ്കൂളിൽ പഠിച്ചിരുന്ന കാലത്തെ എന്റെ വിചാരം. സ്കൂളിലെ ഡ്രോയിങ് ക്ലാസുകളിലൂടെ കിട്ടിയിട്ടുള്ള ശിക്ഷണവും കൃത്യതയോടെ കോപ്പി ചെയ്യാനുള്ള ക്രാഫ്റ്റിനെ മാത്രം പരിപോഷിപ്പിക്കുന്ന തരത്തിലുള്ളതായിരുന്നു. ആകെക്കൂടി പെയിന്റിങ് എന്ന പേരിൽ കണ്ടിട്ടുള്ള ഹോഡിങ് ചിത്രങ്ങളിലും മുന്നിട്ടു നിന്നിരുന്നത് ഈ ക്രാഫ്റ്റാണ്. ചിത്രം വിരൽത്തുമ്പിൽ നിന്നല്ല ഹൃദയത്തിൽനിന്നാണ് വരേണ്ടത് എന്ന തിരിച്ചറിവിലേക്ക് എന്നെ ആദ്യമായി നയിച്ചത് എ എസിന്റെ രേഖാചിത്രങ്ങളാണ്.

എ എസിന്റെ രേഖാചിത്രങ്ങൾക്കുവേണ്ടി മാത്രം അക്കാലത്ത് *മാതൃഭൂമി* വാങ്ങി സൂക്ഷിക്കുമായിരുന്നു. വീട്ടിലോ അയൽപക്കങ്ങളിലോ *മാതൃഭൂമി* അന്നാരും വരുത്തിയിരുന്നില്ല. വല്ല വിധേനയും തരപ്പെട്ടുകിട്ടുന്ന പണം സ്വരൂപിച്ച് മൈലുകൾ ദൂരെയുള്ള ടൗണിൽനിന്നും ആഴ്ചപ്പതിപ്പുകൾ വാങ്ങി അതിലെ രേഖാചിത്രങ്ങൾ വെട്ടിയെടുത്ത് ആൽബമാക്കി സൂക്ഷിക്കുമായിരുന്നു. ആശാപൂർണാദേവിയുടെ *പ്രഥമപ്രതിശ്രുതി*, *ബകുളിന്റെ കഥ*, സി രാധാകൃഷ്ണന്റെ *പുള്ളിപ്പുലികളും വെള്ളിനക്ഷത്രങ്ങളും* തുടങ്ങിയവയ്ക്കൊക്കെ അദ്ദേഹം വരച്ചിരുന്ന ചിത്രങ്ങൾ കണ്ട് അത്ഭുതം കൂറിയിട്ടുണ്ട്. എന്നെ അന്ന് ഏറെ ആകർഷിച്ചത് ചിത്രം വരയ്ക്കുന്നതിൽ അദ്ദേഹം കാണിച്ചിരുന്ന സ്വാതന്ത്ര്യമാണ്. എത്ര ധാരാളിത്തത്തോടെയാണ് എ എസ് രേഖകൾ ഉപയോഗിച്ചിരുന്നത്! കുറേയേറെ വരകളിൽനിന്നും ശരിയായ രൂപത്തെ കണ്ടെടുക്കുന്നപോലെ ഒരർഥത്തിൽ ശിൽപ്പം കൊത്തിയെടുക്കുന്നപോലെ തോന്നിയിരുന്നു.

മരണമില്ലാത്തതാണ് കുട്ടിക്കാലത്തെ ഓർമകൾ. അവയ്ക്ക് പ്രത്യേക ചാരുതയും ധന്യതയുമുണ്ടെന്നെനിക്കു തോന്നുന്നു. അന്നൊക്കെ ഞാൻ കരുതിയിരുന്നു, ചിത്രകാരന്മാരുടെ വിരലുകൾക്ക് നീളക്കൂടുതലുണ്ടെന്ന്. എ എസിനെ എന്റെ ഭാവനയിൽ കണ്ടിരുന്നതും നീളം കൂടിയ വിരലുകളോടു കൂടിയ ഒരാളായാണ്. ശാന്തനും സൗമ്യനുമായ ഒരാളായും. അദ്ദേഹം അങ്ങനെയൊക്കെയായിരുന്നോ? അറിഞ്ഞുകൂടാ. എങ്കിലും എന്റെ എ എസിന്, ഞാൻ മനസിൽ സൂക്ഷിക്കുന്ന എ എസിന് നീണ്ട വിരലുകളാണ്. ശാന്തനും സൗമ്യനുമാണദ്ദേഹം.

കറുപ്പിന്റെ കരുത്തുറ്റ രേഖകൾ സൃഷ്ടിച്ച് കടന്നുപോയ ഒരാൾ

ജെ ആർ പ്രസാദ്

വായിച്ചുകഴിഞ്ഞ കൈയെഴുത്തുകോപ്പി മടക്കിവെച്ചു. കണ്ണടയ്ക്കുള്ളിലെ കണ്ണുകൾ ഇത്തിരിനേരം സമാധിയിൽ. ഇരിപ്പിടത്തിനും മേശയ്ക്കുമിടയിൽ ചാരിവെച്ച ബോർഡിലേക്ക് വലിപ്പമുള്ള പരുത്ത ഡ്രോയിങ് കടലാസ് നിവർത്തി. വീണ്ടും ഒരു നിമിഷത്തെ ധ്യാനം. പെൻസിൽ സ്കെച്ച് വെളുത്ത പ്രതലത്തിൽ അവ്യക്ത രൂപങ്ങളായി. പോരെന്നുതോന്നി രേഖകൾ മായ്ച്ചു. ഒരിക്കൽക്കൂടി പെൻസിൽ രൂപങ്ങൾ തെളിഞ്ഞു. പിന്നീട് ഇന്ത്യനിങ്കിൽ കൂർത്ത മുനയുള്ള പേനയിലൂടെ രേഖകൾ തലങ്ങും വിലങ്ങും ഒഴുകുകയായി. നോവലിലെ കഥാപാത്രങ്ങളും പ്രകൃതിയും ഡ്രോയിങ് പേപ്പറിൽ നിറഞ്ഞു. പൂർത്തിയായിവരുന്ന ചിത്രം തിരിച്ചും മറിച്ചും ദൂരക്കാഴ്ചയ്ക്കുവേണ്ടി നീട്ടിപ്പിടിച്ചു തല ചെരിച്ച് നോക്കി. അറിയാതെ വന്നുപതിച്ച ചില രേഖകളിൽ വെളുത്ത പോസ്റ്റർകളർ ബ്രഷിൽ തൊട്ടു മിനുക്കി. പിന്നെ ഒന്നെഴുന്നേറ്റു നടക്കുന്നു. അടുത്ത മുറിയിലെ സഹപ്രവർത്തകരോട് അല്ലെങ്കിൽ പരിചയക്കാരായ സന്ദർശകരോട് നർമം കിനിയുന്ന വർത്തമാനവും പൊട്ടിച്ചിരിയും.

ഇരുപത്തേഴു വർഷം *മാതൃഭൂമി ആഴ്ചപ്പതി*പ്പിന്റെ താളുകളിൽ കരുത്തുറ്റ രേഖകളിലൂടെ മലയാള കഥാസാഹിത്യത്തിലെ പ്രസിദ്ധമായ ആയിരക്കണക്കിനു കഥാപാത്രങ്ങൾക്ക് രൂപഭാവങ്ങൾ നൽകിയ ചിത്രത്തിനിടയിലെ എ എസ് എന്ന ചുരുക്കപ്പേരിൽ ഒതുങ്ങിയ അത്തിപ്പറ്റ ശിവരാമൻനായർ എന്ന എ എസ് നായരാണ് ഈ ചിത്രകാരൻ.

1961 മെയ് 14 ന്റെ ആഴ്ചപ്പതിപ്പിൽ പ്രസിദ്ധീകരിച്ച മാധവിക്കുട്ടിയുടെ *കുറച്ചു മണ്ണ്* ചെറുകഥയുടെ ചിത്രീകരണം നടത്തിക്കൊണ്ടാണ് *മാതൃഭൂമി*യിലൂടെയുള്ള ചിത്രകാരന്റെ വരവ്.

മാതൃഭൂമി ആഴ്ചപ്പതിപ്പിന്റെ തുടക്കനാളുകളിൽ എം ഭാസ്കരന്റെ

രേഖാചിത്രങ്ങൾ. തുടർന്ന് എം വി ദേവൻ വഴിതുറന്ന ചിത്രീകരണത്തിന്റെ (Illustration) പുതിയ ലോകം. ദേവനോടൊപ്പം ചിത്രീകരണകലയെ കൊടുമുടിയിലെത്തിച്ച ആർട്ടിസ്റ്റ് നമ്പൂതിരി. ദേവൻ ആഴ്ചപ്പതിപ്പ് വിട്ടപ്പോൾ എ എസ് നായർ. ദേവനും നമ്പൂതിരിയും എ എസും കെ സി എസ് പണിക്കരുടെ ശിഷ്യന്മാർ. പണിക്കർരേഖകളുടെ വിദൂര നിഴലാട്ടം ശിഷ്യരുടെ വരകളിലും തുടക്കത്തിൽ ഉണ്ടാവുക തറവാട്ട് മഹിമ. മൂവരും രേഖാചിത്രങ്ങൾക്ക് അന്തസ്സ് ഉണ്ടാക്കിയവർ. വരകളിലുണരുന്ന താളവും ഭാവവും മറ്റേത് കലാവിഭാഗത്തിനോടൊപ്പവും തല ഉയർത്തിപ്പിടിച്ചു നിൽക്കാൻ സർഗസിദ്ധി പ്രകടിപ്പിച്ചവർ. എ എസ് നായരുടെ ചിത്രീകരണകലയ്ക്ക് പ്രത്യേകതകൾ ഏറെ.

എ എസ് രേഖകളുടെ വളർച്ചയുടെ ആദ്യനാഴികക്കല്ല് 1968 ജനുവരി 28 മുതൽ പ്രസിദ്ധീകരിച്ചുതുടങ്ങിയ *ഖസാക്കിന്റെ ഇതിഹാസ*ത്തിലെ കഥാപാത്രസൃഷ്ടികളിലൂടെ, അപ്പുക്കിളിയും അള്ളാപ്പിച്ച മൊല്ലാക്കയും പാലക്കാടൻ ഗ്രാമപ്രകൃതിയും ഒ വി വിജയന്റെ അക്ഷരങ്ങളിലൂടെ, എ എസിന്റെ രേഖകളിലൂടെ ഒരു പുതിയ അനുഭവമുണർത്തി. അന്തർജനത്തിന്റെ *അഗ്നിസാക്ഷി*യിലെത്തുമ്പോൾ മറ്റൊരന്തരീക്ഷം. നിഴലും വെളിച്ചവും ഇടകലർന്ന നമ്പൂതിരി ഇല്ലത്തിനുള്ളിലെ മനുഷ്യർ. പത്മരാജന്റെ *പെരുവഴിയമ്പലം* പരുക്കൻ യാഥാർഥ്യത്തിന്റെ ഗ്രാമ്യമുഖങ്ങൾ. ഈ പശ്ചാത്തലത്തിനിണങ്ങുന്ന രചനാരീതിയാണ് ചിത്രകാരൻ കറുപ്പിന്റെ നിറഞ്ഞ പരുക്കൻരൂപങ്ങളുടെ ചലനത്തിലൂടെ സ്ഥാപിച്ചത്.

ഇതിഹാസപുനരാവിഷ്കാരമായ ഖണ്ഡേക്കറുടെ *യയാതി* ചിത്രണം എ എസിന്റെ മാസ്റ്റർ പീസ് വരയായി. വിഷയമനുസരിച്ച് ചിത്രീകരണ ശൈലിയിൽ മാറ്റം കണ്ടെത്തുന്നതിന്റെ ഉത്തമ തെളിവ്. പാരമ്പര്യ ഭാരതീയ ശിൽപ്പരീതിയും കേരളീയ ചുവർചിത്ര ശൈലിയും കോർത്തിണക്കിയ ഒരു ഇതിഹാസരീതിയാണ് *യയാതി*യിൽ കാണുന്നത്. തുടർന്നു വന്ന നേരിയ രേഖകൾ നിരസിച്ചുള്ള യയാതി ചിത്രണം കറുപ്പിന്റെ കരുത്ത് പകർന്നുതന്ന രചനകളാണ്.

പി ആർ ശ്യാമളയുടെ *മണൽ* നോവൽചിത്രങ്ങൾ അർധ അമൂർത്ത

രൂപങ്ങളും നിഴൽ വരുത്താൻ സ്വീകരിച്ച രേഖകളും വ്യത്യസ്തം. *പാവത്താൻ, ഭുജംഗയ്യന്റെ ദശാവതാരങ്ങൾ,* ഈ കന്നട നോവലുകളുടെ ചിത്രീകരണവും ബംഗാൾ കൃതികളുടെ ചിത്രങ്ങളും ഏറെ ശ്രദ്ധ പിടിച്ചെടുത്തു.

നിശ്ചലരേഖകൾ ചടുലതയോടെ താളാത്മകമായി കെട്ടുപിണഞ്ഞ് ഒഴുകി പശ്ചാത്തലത്തിൽ ലയിക്കുന്നത് എ എസ് ചിത്രങ്ങളുടെ പൊതു സ്വഭാവം. രേഖകളുടെ ധാരാളിത്തം ചിത്രത്തിന് നിഴലും വെളിച്ചവും നൽകി ത്രിമാനത (Three diamention) വരുത്തുന്നു. മരങ്ങളും കുറ്റിച്ചെടികളും കുന്നും മലയും താഴ്‌വാരവും നീണ്ടുനീണ്ടു പോകുന്ന വഴികളും വിശാലമായ പ്രകൃതിയിലേക്കുള്ള കാലിഡോസ്കോപ്പിക് ദൃശ്യങ്ങളാണ്. കറുത്ത രേഖാരൂപങ്ങളിൽ ബ്രഷ് ഉപയോഗിച്ച് ജലച്ഛായ സങ്കേതങ്ങളിൽ വാഷ് ചെയ്ത് നിഴൽ വരുത്തുന്ന ഒരു ശൈലി ചിത്രീകരണത്തിന് എ എസ് സ്വീകരിച്ചിരുന്നു. നേരിയ രേഖകളിൽ ഗ്രേയുടെ സുതാര്യത ലയിച്ചുണ്ടാകുന്ന ലൈൻഡ്രോയിങ്ങിലെ ഹാഫ്ടോൺഷേഡുകൾ. എ എസിന്റെ കളർ ഇലസ്ട്രേഷനിലും ഇതേ രീതി കാണാം. കഥയ്ക്കിണങ്ങുന്ന ശൈലീമാറ്റം രചനകളിൽ പ്രത്യക്ഷമായിരുന്നെങ്കിലും സ്ത്രീരൂപങ്ങളുടെ അനാട്ടമിയിൽ സമാനത ദർശിക്കാം. പ്രത്യേകിച്ചും വിടർന്ന കണ്ണുകളുടെ ലാവണ്യത്തിൽ.

ചിത്രീകരണത്തെക്കുറിച്ച് എ എസിന് വ്യക്തമായ ധാരണയും കാഴ്ചപ്പാടുമുണ്ടായിരുന്നു. ഒരിക്കൽ ചിത്രകല സംസാരവിഷയമായപ്പോൾ കഥാചിത്രീകരണത്തെക്കുറിച്ച് എ എസ് പറഞ്ഞു.

"ഇത് ക്രിയേറ്റീവ് വർക്കെന്നു തീർത്തും പറയാനാവില്ല. എന്നാലും ചിത്രകാരന്റെ വ്യക്തിത്വം ചിത്രത്തിലൂടെ വികസിപ്പിച്ചെടുക്കാൻ കഴിയും. അക്ഷരസൃഷ്ടിയുടെ പുനർസൃഷ്ടിയാണ് രേഖാചിത്രങ്ങൾ. കഥയിൽ പറയുന്നതിനെ അപ്പടി പകർത്തുന്നതല്ല ചിത്രീകരണം. നേരിട്ടു പകർത്തുന്നത് ഫോട്ടോഗ്രാഫി. വായിച്ച കഥയെ മാറ്റിവെച്ച് ചിത്രകാരനിലുണർത്തിയവികാരം രേഖകളിലൂടെ കൊണ്ടുവരുമ്പോഴാണ് സൃഷ്ടി പൂർണമാകുന്നത്. വിഷയ പശ്ചാത്തലമനുസരിച്ച് സ്വന്തം ശൈലി നിലനിർത്തിക്കൊണ്ടുതന്നെ രേഖകളിൽ പരീക്ഷണം നടത്താം...."

എ എസ് നായരുടെ വിരൽത്തുമ്പിൽനിന്ന് പതിക്കുന്ന ഏതു രേഖയും ചടുലമാണ്, താളാത്മകവും.

ഇതിനെക്കുറിച്ചും ചിത്രകാരന്റെ വാക്കുകൾ:

"ശബ്ദവീചികളിലെ താളം നിശ്ചല വസ്തുവിലും സൃഷ്ടിക്കാം. വാദ്യകലയിൽ താൽപ്പര്യമുണ്ടായിരുന്നു. ഇലത്താളവുമായി നടന്ന ഒരു കുട്ടിക്കാലം ഉണ്ടായിരുന്നു. ഇപ്പോഴും വെറുതെയിരിക്കുമ്പോൾ വിരലുകൾ അറിയാതെ താളം കൊട്ടുന്നു. അതാവാം രേഖകളിലേക്കും പടർന്നത്...."

പെയിന്റിങ് ചെയ്യാത്തതിൽ അപകർഷത എ എസിനുണ്ടായിരുന്നില്ല. ജീവിതം അടിച്ചേൽപ്പിച്ച കെട്ടുപാടുകൾ, സമയക്കുറവ്, അതിമോഹ

മില്ലാത്ത മനസ്സ് – ഇതൊക്കെ നിറക്കൂട്ടിന്റെ സാധ്യതകളിലേക്ക് കടക്കുന്നതിൽനിന്ന് പിന്തിരിപ്പിച്ചിരുന്നു. ഇലസ്ട്രേഷന് അതിന്റേതായ വിലയുണ്ടെന്ന് വിശ്വസിച്ചു. അതിൽ കഴിയുന്നത്ര അന്വേഷകനുമായിരുന്നു.

കലാരംഗത്തെ പുറംപകിട്ടിലും സ്ഥാനത്തിലും പ്രസിദ്ധിക്കും ഒന്നും ആഭിമുഖ്യം കാണിച്ചിരുന്നില്ല. എ എസിന്റെ ലോകം *മാതൃഭൂമി*യായിരുന്നു. വലിപ്പച്ചെറുപ്പമില്ലാതെ മനുഷ്യരെ കണ്ടിരുന്നു. ആഴ്ചപ്പതിപ്പ് തിരുവനന്തപുരത്തേക്ക് മാറ്റിയപ്പോൾ ആപ്പീസിനടുത്തുള്ള എ എസിന്റെ വാടകവീട് മാതൃഭൂമിക്കാരുടെയും സുഹൃത്തുക്കളുടെയും ഒഴിവു സങ്കേതം മാത്രമായിരുന്നില്ല, എല്ലാവരുടേയും സ്വന്തം വീടായിരുന്നു. ബന്ധുക്കളും സുഹൃത്തുക്കളും പരിചയക്കാരും നഗരത്തിലെത്തിയാൽ ഇവിടെയാണ് വന്നെത്തുക.

രാത്രികളിലെ നീണ്ടുനീണ്ടു പോകുന്ന സൽക്കാരങ്ങൾ – ചർച്ചകൾ, വാദപ്രതിവാദങ്ങൾ. ആപ്പീസിലെ നിശ്ശബ്ദതയിലെ കൂടിലൊളിക്കുന്നവർ ഇവിടെയെത്തുമ്പോൾ പച്ച മനുഷ്യരായി മാറുന്നു. എ എസിന്റെ കഥകളി കമ്പത്തിന്റെ ഈരടികൾ രാത്രിവേളകളിൽ താളം പകരുന്നു. കനിവില്ലാതെ ജീവിതം നൽകിയ ദുരന്തപീഡനങ്ങളിൽനിന്ന് എ എസ് ആശ്വാസം കണ്ടെത്തിയിരുന്നത് ഈ ബഹളവും ഒച്ചയും നൽകിയിരുന്ന സുഹൃത്സമ്മേളന വേളകളിലായിരുന്നു.

ആയിടയ്ക്കാണ് എ എസ് നായരെ തളർത്തിയ വാർത്ത ടെലഗ്രാമായി വന്നത്. ഭാര്യയുടെ മരണം. മദിരാശിയിലെ ഒരാസ്പത്രിയിൽ വർഷങ്ങളോളം ചികിത്സയിലായിരുന്നു ഭാര്യ. വ്യക്തിപരമായ കാര്യങ്ങളിലേക്കൊന്നും എ എസ് മനസു തുറന്നിരുന്നില്ല. ആ വിഷയത്തിലേക്ക് ആരും കടന്നതുമില്ല.

സ്വന്തം ജീവിതക്കുറിപ്പ് ഒരു വാരികയിൽ എഴുതിയിരുന്നു. ചിത്രകാരന്റെ നെഞ്ചിലെരിഞ്ഞുപുകയുന്ന കനൽക്കട്ടയുടെ മുഖാവരണമായിരുന്നു, വാക്കുകളിലെ നർമത്തിന്റെ മേമ്പൊടിക്കും പരിഹാസവരകൾക്കും പിന്നിലെന്ന് 1972 ൽ പ്രസിദ്ധീകരിച്ച ആ കുറിപ്പ് വായിച്ചപ്പോഴാണറിഞ്ഞത്. ആ കുറിപ്പിന് എ എസ് നായർ കൊടുത്ത തലവാചകം, 'ഞാൻ ഒരു പരീക്ഷണവസ്തുവാണ്.'

ചെർപ്പുളശ്ശേരി കാറൽമണ്ണ ഗ്രാമത്തിൽ ജനിച്ച അത്തിപ്പറ്റ ശിവരാമൻനായരുടെ ബാല്യം നിത്യദാരിദ്ര്യത്തിന്റെ പിടിയിലായിരുന്നു. തൃക്കിടീരി മനയ്ക്കലെ ചുവരിലും ഗ്രാമീണ വായനശാലയിലെ കൈയെഴുത്തുമാസികയിലും കോറിയിട്ട വരകൾ. വീട്ടിലെ ഇല്ലായ്മ സ്കൂൾ പഠനം തുടരാൻ അനുവദിച്ചില്ല. ജന്മവാസന കണ്ടറിഞ്ഞ, ചിത്രകല പഠിച്ച മനയ്ക്കലെ വാസുദേവൻനമ്പൂതിരിയുടെ കാരുണ്യം മദിരാശിയിലെത്തിക്കുന്നു. മുടങ്ങിപ്പോയ സ്കൂൾ വിദ്യാഭ്യാസം പൂർത്തീകരിക്കാനും നമ്പൂതിരിയുടെ കനിവ്. മദിരാശി സ്കൂൾ ഓഫ് ആർട്സിൽ കെ സി എസ് പണിക്കരുടെ കീഴിൽ കലാപഠനം. ആ കാലവും കഷ്ടപ്പാടിന്റെ ദിവസങ്ങളായിരുന്നു.

ഭക്ഷണത്തിനും താമസത്തിനും വഴിമുട്ടിയപ്പോൾ നാട്ടുകാരനായ ഹോട്ടൽ ബിസിനസുകാരൻ കൃഷ്ണൻനായരുടെ ദയ പിടിവള്ളിയായി. ആ കുടുംബത്തിലെ അംഗമായി. 1961 ൽ *മാതൃഭൂമി*യിലെത്തുന്നു. അതിനുമുമ്പ് ചുരുങ്ങിയകാലം ഒരു തമിഴ് മാസികയിലും ജയകേരളത്തിലും ജോലി ചെയ്തു. കൃഷ്ണൻനായരുടെ, ജന്മനാ ബധിരയും മൂകയുമായ മകളെ വിവാഹം കഴിച്ചു. വിധിയോടുള്ള ഒരു വെല്ലുവിളിയായി ഏറ്റെടുത്ത ഈ ബന്ധം അധികനാൾ നീണ്ടുനിന്നില്ല. മാനസികമായും ശാരീരികമായും താളംതെറ്റിയ ഭാര്യയുടെ നീണ്ട ആസ്പത്രി ജീവിതം. ഏകമകൾ സുധയിൽ പ്രതീക്ഷ പുലർത്തിയ പിന്നീടുള്ള വർഷങ്ങൾ.

അച്ഛന്റെ സംരക്ഷണമില്ലാതെ അമ്മയുടെ അകാലത്തിലെ മരണം നേരിൽക്കണ്ട ദാരിദ്ര്യത്തിന്റെ ഇരുണ്ട ബാല്യം. ആരുടെയൊക്കെയോ ദയ നൽകിയ ചിത്രകലാ പഠനം. ഏതോ ആസ്പത്രിയിൽ അവസാനിച്ച ഭാര്യയുടെ അന്ത്യം. ഒരു സാധാരണ മനുഷ്യന് താങ്ങാൻ പറ്റാത്ത ഒരു ജീവിതമായിരുന്നു എ എസ് നായരുടേത്.

എന്നിട്ടും വരയുടെ ചുറ്റളവ് തകർത്ത് കരുത്തനായി.

സങ്കടങ്ങളുടെ നിറഞ്ഞൊഴുക്കിലും ചിരിക്കാനും ചിരിപ്പിക്കാനും എ എസിന് കഴിഞ്ഞു. *മാതൃഭൂമി* പ്രസിദ്ധീകരണങ്ങളിൽ കൈകാര്യം ചെയ്തിരുന്ന കാർട്ടൂൺ പംക്തികൾ ഇതിന് തെളിവ്. വാർത്തകളും വിശേഷങ്ങളും സ്വീകരിച്ച് മൂർച്ചയുള്ള വാക്കുകളിലൂടെ മറുകുറി നൽകുന്ന 'അകവും പുറവും.' സിനിമയുടെ കാണാപ്പുറങ്ങൾ അന്വേഷിക്കുന്ന 'വെള്ളിത്തിരയ്ക്കുവെളിയിൽ' – ഈ രണ്ട് കാർട്ടൂൺ പരമ്പരയും വാക്കിലും വരയിലും നർമബോധത്തിന്റെ പ്രകടനം മാത്രമായിരുന്നില്ല, ചിന്തിപ്പിക്കുന്നതുമായിരുന്നു. എ എസ് – ജി എൻ പിള്ള സഖ്യത്തിന്റെ ഒരു കാർട്ടൂൺ സ്ട്രിപ്പ് *'രാമനാരായണ' ആഴ്ചപ്പതിപ്പിൽ* കുറെക്കാലം വന്നിരുന്നു. ചിരിയുടെ അടിസ്ഥാനത്തിൽ യോജിച്ച ഈ കൂട്ടുസംരംഭം 'നല്ലതും കൊല്ലുന്നതു'മായിരുന്നു. വർത്തമാനകാല പ്രശ്നങ്ങൾക്കുനേരെയുള്ള കൂർത്ത മുനവെച്ച പരിഹാസധ്വനി കാർട്ടൂണുകളുടെ വിശേഷതയായിരുന്നു.

എ എസ് നായർ കോഴിക്കോട് സ്വന്തം ഫ്ളാറ്റിൽ താമസിക്കുന്ന കാലം. ആ ഫ്ളാറ്റിനു മുകളിലെ ഫ്ളോറിലാണ് ഞാൻ താമസിച്ചിരുന്നത്. ആപ്പീസിൽ നിന്നുള്ള മടക്കയാത്ര ഒരുമിച്ചായിരുന്നു.

ഒരു ജൂൺമാസം.

രാവിലെ ആപ്പീസിലേക്ക് പോകാനിറങ്ങുമ്പോൾ താഴെ എ എസ് നിൽപ്പുണ്ടായിരുന്നു. ഒറ്റ മുണ്ടുടുത്ത്, ശരീരത്തിൽ കൈയുഴിഞ്ഞ് നിവർന്നുനിന്ന് അടുത്ത ഫ്ളാറ്റിലെ ചെറിയ കുട്ടിയെ കൊഞ്ചുകയായിരുന്നു. എന്നെക്കണ്ടപ്പോൾ പറഞ്ഞു: "യൂണിവേഴ്സിറ്റിയിൽ ഒരു മീറ്റിങ്ങുണ്ട്. അതു കഴിഞ്ഞേ ഞാനെത്തൂ. രണ്ടു ദിവസമായി ജോലിക്കാരിയും വന്നിട്ടില്ല. 'അകവും പുറവും' ഉച്ചയ്ക്ക് കൊടുക്കാം." രാവിലെ കുറച്ച് വൈകിയിട്ടാണ് സാധാരണ എ എസ് ആപ്പീസിലെത്തുക. ഞാൻ നടന്നു. നിര

ത്തിലെത്തുമ്പോഴും കുട്ടിയോടുള്ള വർത്തമാനവും എ എസിന്റെ ചിരിയും കേൾക്കാമായിരുന്നു.

മഴക്കാലമായിരുന്നെങ്കിലും വെയിലുള്ള ദിവസമായിരുന്നു. ഉച്ചയ്ക്ക് പന്ത്രണ്ടുമണി കഴിഞ്ഞുകാണും. മാതൃഭൂമി എം എം പ്രസിലെ ആദ്യ നിലയിലെ ഞങ്ങളൊക്കെയിരിക്കുന്ന ആഴ്ചപ്പതിപ്പിന്റെ സെക്ഷനിലേക്ക് ആരോ ഒരാൾ വന്നു പറഞ്ഞു: "ഏയെസ് നായർ ഓട്ടോയിൽ വരുമ്പോൾ ബോധമില്ലാതായി. താഴെകിടത്തിയിരിക്കുന്നു." ഞങ്ങളെല്ലാവരും ഉടനെ താഴേക്കു പാഞ്ഞു.

ന്യൂസ് പ്രിന്റ് കെട്ടുകൾക്ക് സമീപം എ എസ് നായർ കിടക്കുന്നു. ജീവനക്കാർ കുറച്ചുപേർ ചുറ്റുമുണ്ട്. മുഖത്ത് വെള്ളം തളിച്ചു. ബോധക്കേടിൽനിന്നുണരാൻ ഞങ്ങൾ കാത്തുനിന്നു. അപ്പോഴേക്കും തൊട്ടടുത്ത ആസ്പത്രിയിലെ ഡോക്ടർ വന്നു. ഉടനെ എ എസ് എഴുന്നേറ്റ് മുകളിലത്തെ സീറ്റിൽ വന്നിരുന്ന് 'അകവും പുറവും' വരച്ചു തീർത്തുകൊടുക്കുമെന്ന പ്രതീക്ഷയിൽ ഞങ്ങൾ. ഡോക്ടറുടെ പരിശോധനയിലെ പന്തികേട് ഉള്ളിൽ ഇടിമിന്നൽപോലെ ഒരു തേങ്ങലായി മാറി.

വിയർപ്പുപൊടിഞ്ഞ മുഖം. കണ്ണടയ്ക്കു പിന്നിൽ അടഞ്ഞ കണ്ണുകൾ. കരുത്തുറ്റ ഒരു രേഖാചിത്രമായി പത്രക്കടലാസ് കെട്ടുകൾക്കു സമീപം എ എസ് കിടന്നു.

ആ ദിവസം 1988 ജൂൺ 30.

ആളൊഴിഞ്ഞ കസേര – *മാതൃഭൂമി* ഓഫീസിൽ
എ എസ് ഉപയോഗിച്ചിരുന്ന മേശയും മറ്റും

www.ingramcontent.com/pod-product-compliance
Lightning Source LLC
La Vergne TN
LVHW042301051026
849519LV00012B/1909